रोहन प्रकाशन

४०
वर्षं
१९८३-२०२३

अभिनवतेची कास धरून
झालेली ४० वर्षांची
वैशिष्ट्यपूर्ण वाटचाल

रोहन
प्रकाशन

घर खऱ्या अर्थाने
समृद्ध करणारी पुस्तकं

www.rohanprakashan.com

रोहन प्रकाशनाचं
ग्रंथ प्रसाराला वाहिलेलं
हाउस मॅगझिन

रोहन
साहित्य
मैफल

...वाचन-समृद्धीसाठी

घर खऱ्या अर्थानं
समृद्ध करणारी पुस्तकं

व्योमकेश बक्षी

र ह स्य क था ।।४।।

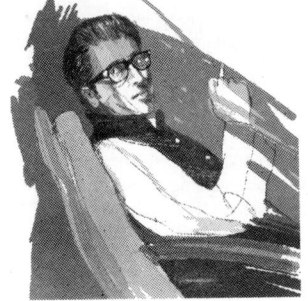

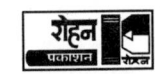

रोहन प्रकाशन

संस्थापक : मनोहर चंपानेरकर

व्योकमेश बक्षी रहस्यकथा– १/२/३/४ (चार पुस्तकं)

श्रीजाता गुहा यांनी मूळ बंगाली पुस्तक इंग्रजीत अनुवादित केलं.
त्या इंग्रजी अनुवादावरून **अशोक जैन** यांनी मराठीत अनुवाद केलेली 'रोहन प्रकाशन'ची पुस्तकं :

१ ☐ प्राणिसंग्रहालय ☐ चित्रचोर

---

२ ☐ 'काटेरी' रहस्य ☐ टॅरंटुलाचं विष ☐ मृत्युपत्रानेच घेतला बळी
☐ जीवघेण्या ज्वाळा (पूर्वार्ध) ☐ जीवघेण्या ज्वाळा (उत्तरार्ध)

---

३ ☐ सत्यान्वेषी ☐ कंठहाराचे रहस्य
☐ अदृश्य शाई ☐ सालिंदराचा काटा

मोनीमाला धर यांनी मूळ बंगाली पुस्तक इंग्रजीत अनुवादित केलं. त्यावरून **सुनीति जैन** यांनी मराठी अनुवाद केला आहे. रोहन प्रकाशन प्रसिद्ध करत असलेला हा चौथा भाग :

४ ☐ रक्तमुखी नीलम ☐ खानदानी हिऱ्याची चोरी ☐ एका सुडाची कथा
☐ लाल कोटातील 'तो' माणूस ☐ भुताच्या रूपातील अशील
☐ लुप्त झालेल्या शिक्षकाचे रहस्य ☐ खोली क्रमांक दोन

॥ रोहन प्रकाशन ॥

लेखक
शरदिन्दु बंद्योपाध्याय

अनुवाद
सुनीति जैन

व्योमकेश बक्षी

रक्तमुखी नीलम
आणि इतर ६ कथा

रहस्यकथा
४

रोहन
प्रकाशन

Vyomkesh Bakshi Rahasyakatha–4
व्योमकेश बक्षी रहस्यकथा ।।४।।

मराठी प्रकाशनाचे हक्क
'रोहन प्रकाशन'कडे सुरक्षित
मराठी भाषांतर © रोहन प्रकाशन

प्रकाशन क्र. : ४४९
पहिली आवृत्ती : जानेवारी २०१७
पुनर्मुद्रण : २०२३, २०२४

मुद्रक व प्रकाशक
प्रदीप चंपानेरकर
रोहन प्रकाशन
■ धवलगिरी, शॉप ५ व ६
४३० शनिवार पेठ
वीर मारुतीसमोर, पुणे ४११०३०
✆ ०२०-२४४८०६८६
■ वंदना अपार्टमेंटस्,
क्रांतिवीर राजगुरू पथ
गिरगाव, मुंबई ४००००४
✆ ०२२-२३८९२३७८

निर्मितीव्यवस्था : रोहन चंपानेरकर
संपादन : अनुजा जगताप
मुखपृष्ठ : चंद्रमोहन कुलकर्णी
मुद्रित शोधन : प्रभा वझे

अक्षरजुळणी
एच. एम. टाइपसेटर्स, पुणे ३०.

मुद्रण स्थळ
स्मिता प्रिंटर्स
१०१९ सदाशिव पेठ
पुणे ४११०३०.

मूल्य : दोनशे पंचाहत्तर रुपये (Rs. 275)

प्रकाशकाचं मनोगत

बऱ्याच वर्षांपूर्वी दूरदर्शनसाठी ‘व्योमकेश बक्षी’ रहस्यकथा मालिकेच्या स्वरूपात चित्रित करण्यात आल्या होत्या. छोट्या पडद्यावरील ही मालिका सर्वच दृष्टीने वैशिष्ट्यपूर्ण ठरली होती. मी आणि माझा १२ वर्षांचा मुलगा रोहन रविवारी प्रदर्शित होणारी ही मालिका नित्यनियमाने पाहत असू. उत्कंठावर्धक कथा आणि चित्रिकरणातील व सादरीकरणातील वेगळेपणा असलेली ही मालिका सर्वांना खिळवून ठेवत असे. विशेष म्हणजे १२ वर्षांचा रोहनही या मालिकेची उत्कंठेने वाट बघत असे आणि पाहताना त्यात रमत असे.

कालांतराने मोठेपणी रोहन माझ्या प्रकाशन व्यवसायात जेव्हा रूजू झाला, तेव्हा त्याने ‘व्योमकेश बक्षी रहस्यकथा’ आवर्जून मराठीत आणायचं ठरवलं. कारण या कथा मराठी वाचकांना आजही तितक्याच उत्कंठावर्धक वाटतील, रंजक वाटतील हे जाणून मराठी आवृत्तीसाठी आम्ही हक्क प्राप्त केले. २०११ साली या कथांचे तीन भाग आम्ही प्रसिद्ध केले. व्योमकेश बक्षीवरील प्रेम आणि पुस्तकांना मिळालेला उत्तम प्रतिसाद यामुळे आम्ही या मालिकेतील आणखी एका पुस्तकाचे हक्क प्राप्त केले.

पहिल्या तीनही भागांचा अनुवाद ज्येष्ठ पत्रकार व सुप्रसिद्ध अनुवादक तसंच माझे जवळचे मित्र अशोक जैन यांच्यावर सोपवला. चौथ्या पुस्तकाचा अनुवादही अर्थातच त्यांच्याचकडे सोपवला. मात्र दरम्यान त्यांची प्रकृती बिघडत गेली व अनुवादाचं काम लांबत गेलं. दरम्यान त्याचं दु:खद निधनही झालं. पहिल्या तीनही पुस्तकांचा अनुवाद करताना त्यांची पत्नी सुनिती हिने या अनुवादासाठी लेखनिक म्हणून काम केलं होतं. त्याचप्रमाणे काही संदर्भ शोधण्यास मदतही केली होती. तेव्हा चौथा भाग सुनितीने स्वतंत्रपणे अनुवादित करावा असं मी तिला सुचवलं. त्याप्रमाणे तिने हा अनुवाद केला आणि अतिशय चोखरीत्या हे काम पार पाडलं आहे.

शरदिन्दु बंद्योपाध्याय यांच्या लेखनाचं व व्योमकेश बक्षी रहस्यकथांचं वैशिष्ट्य अशोकने पहिल्या तीन भागांतील मनोगतात नेमकेपणाने

मांडलं आहे. त्यामुळे या चौथ्या भागातही अशोक जैन यांचं हे मनोगत पुढे देत आहोत.

प्रदीप चंपानेरकर (प्रकाशक)

कॉलेज जीवनात मी जसे खांडेकर-फडके वाचले तसेच अर्नाळकरांच्या रहस्य कादंबऱ्याही वाचल्या. त्या वाचताना त्यातील पिस्तुलांना सर्दी झालेली असावी की काय असा मला प्रश्न पडे. कारण पिस्तुलातून 'सूं सूं करत' गोळी आली असं वर्णन केलेलं असे. तसंच गुप्तहेर धनंजय व त्याचा साथीदार छोटू यांना गोळी कधी लागत नसे. गोळी फक्त कानाच्या पाळीला वा गालाला अथवा मानेला चाटून जाई याचं फार नवल वाटे. अशा केवळ चाटून जाणाऱ्या गोळ्या वेगळ्या मिळतात की काय अशी शंका येई. पुढे पेरी मेसन, ॲगाथा ख्रिस्ती आणि शेरलॉक होम्स हे वाचण्यात आले आणि शेरलॉक होम्सने तर माझ्या मनावर अमीट ठसा उमटवला.

मी अनेक पुस्तकांचे अनुवाद केले आहेत. पण रहस्यकथा अनुवादित कराव्या लागतील असं कधी वाटलं नव्हतं. तो योग आला रोहन प्रकाशनचे प्रदीप चंपानेरकर व त्यांचे चिरंजीव रोहन यांच्यामुळे. सत्यजीत रे यांनी 'फेलूदा' हा काल्पनिक गुप्तहेर केंद्रस्थानी कल्पून अनेक कादंबऱ्या लिहिल्या. त्यातील बारा कादंबऱ्या मी 'रोहन' साठी अनुवादित केल्या व त्याला चांगला प्रतिसाद लाभला. त्यानंतर रोहनने शरदिन्दु बंद्योपाध्याय यांच्या 'व्योमकेश बक्षी' रहस्यकथा अनुवादित करण्याचं काम माझ्यावर सोपवलं. इतर अनुवादांपेक्षा रहस्यकथा अनुवादित करताना भाषांतरकार त्यात गुंगून जातो. माझंही तसंच झालं. 'फेलूदा'च्या साहसकथांप्रमाणेच व्योमकेश बक्षी रहस्यकथाही अभिजात दर्जाच्या आहेत व त्या वाचकांना खिळवून ठेवतील असा ठाम विश्वास वाटतो.

शरदिन्दु बंद्योपाध्याय यांचा जन्म दि. ३० मार्च १८९९मध्ये उत्तर प्रदेशातील जौनपूर येथे झाला. त्यांचा पहिला काव्यसंग्रह १९१९

साली प्रसिद्ध झाला त्यावेळी ते कलकत्ता (आताचे कोलकाता) येथील महाविद्यालयात शिकत होते. ते हॅरिसन रोड (आताचा महात्मा गांधी रोड) वरील एका मेसमध्ये राहात होते. मेसमधील त्यांची खोली हे व्योमकेश बक्षीचंही पहिलं घर ठरलं. कायदेशास्त्राचा त्यांनी अभ्यास केला आणि नंतर त्यांनी लेखनास वाहून घेतलं. पहिली व्योमकेश बक्षी कथा त्यांनी लिहिली ती १९३२ साली. तोवर ते नामवंत लेखक झालेले होते.

१९३८ साली ते मुंबईला आले आणि 'बॉम्बे टॉकीज' व नंतर अन्य कंपन्यांसाठी पटकथा लेखन करू लागले. १९५२पर्यंत ते मुंबईत होते. पटलेखन त्यांनी थांबवले आणि पुन्हा ललित लेखनाकडे वळण्याचा त्यांनी निर्धार केला. त्यांनी पुण्याला स्थलांतर केलं. भूतकथा, ऐतिहासिक प्रणयकथा आणि बालकथादेखील त्यांनी बंगालीत लिहिल्या. उर्वरीत आयुष्य त्यांनी पुण्यातच व्यतीत केलं आणि २२ सप्टेंबर १९७० मध्ये त्यांचं निधन झालं.

व्योमकेशचा प्रवास १९३२ साली सुरू झाला. त्यांची पहिली कथा 'पाथेर काटा' ही 'वसुमती' या मासिकात प्रसिद्ध झाली व तात्काळ लोकप्रिय झाली. जेव्हा दुसरी कथा प्रसिद्ध झाली तेव्हा व्योमकेश कथांची मालिका करण्याचं त्यांनी ठरवलं. दुसरी कथा 'सत्यान्वेषी' १९३३मध्ये प्रसिद्ध झाली आणि व्योमकेश व त्याचा सहकारी अजित ही मुख्य पात्रं असलेल्या रहस्यकथामालेचा आरंभ झाला. पुढील ३५ वर्षात थेट मृत्यूपर्यंत त्यांनी व्योमकेशच्या एकूण ३२ कथा लिहिल्या. त्यात काही कादंबऱ्यांचाही अंतर्भाव आहे. बंगालीत या रहस्यकथा विलक्षण लोकप्रिय झाल्या. काही वर्षांपूर्वी काही कथांचं दूरचित्रवाणीवर सादरीकरणही करण्यात आलं आणि व्योमकेशला आणखी फार मोठा चाहतावर्ग मिळाला. शरदिन्दु बंद्योपाध्याय यांच्या जन्मशताब्दी वर्षी १९९९ साली त्यांच्या काही कथांचा इंग्रजी अनुवाद प्रसिद्ध झाला. त्यावरूनच मी या कथांचा मराठीमध्ये अनुवाद केला आहे. 'रोहन'तर्फे त्या तीन भागात प्रसिद्ध होत आहेत.

गुप्तहेरकथा वाङ्मयात बंद्योपाध्याय यांचं स्थान ठळकपणे उठून दिसतं ते त्यांच्या अपूर्व भाषाशैलीमुळे व पात्रांच्या सफाईदार विश्लेषणामुळे.

व्योमकेश त्याच्या तल्लख बुद्धिमत्तेमुळे वेगळा ठरतो. रहस्य उकलणं व आपली फी खिशात घालणं इथंच त्याचं काम संपत नाही. त्याचा शोध तर्कसंगत व बौद्धिक स्वरूपाचा असतो. तो सत्याचा शर्थीने शोध घेत असतो. त्यामुळे बंगालीत हजारो वाचकांचा तो लाडका बनला आहे. रोहन प्रकाशनाच्या पुढाकाराने प्रसिद्ध होत असलेल्या या तीन पुस्तकांच्या रूपाने आता मराठीतदेखील व्योमकेश बक्षी अवतरत असून मराठी वाचकांनादेखील तो भावेल अशी खात्री आहे.

कथांमधील बंगाली स्थळं, वातावरण, पात्रं व त्यांचे उच्चार यासाठी व अन्य गोष्टींसाठी अनेकांचं सहकार्य लाभलं त्या पैकी काहींचा उल्लेख अपरिहार्य आहे. डॉ. वीणा आलासे (कोलकाता), विलास गिते (अहमदनगर), अनुमिता घोष (चेन्नई), नीलिमा भावे, श्रीधर फडके, श्रीकांत लागू, शशिकांत तांबे, प्रा. नेहा सावंत (सर्व मुंबई) या सर्वांचा मी अत्यंत आभारी आहे.

या पुस्तकाचं हस्तलिखित तयार करण्याच्या कामी माझी पत्नी सुनिती हिचं मोठं सहकार्य लाभलं. तिने केलेल्या सूचनाही मोलाच्या होत्या. त्याचप्रमाणे सर्व मुद्रितंही तिने परिश्रमपूर्वक तपासली याबद्दल तिचे आभार मानल्यास तिला आवडणार नाही. परंतु तिची नाराजी पत्करून मी तिचा इथे विशेष उल्लेख करतो.

जेव्हा ललितकृती अनुवादित केली जाते तेव्हा मूळ कृतीतील आशयाचा काही अंश गमावला जातो. तरीदेखील शक्य तितक्या मूळ रूपात या कथा सादर करण्याचा प्रयत्न केला आहे. तो करताना काही उणिवा राहिल्या असतील तर त्याला सर्वस्वी मी जबाबदार आहे.

वर्सोवा, मुंबई   **अशोक जैन**

---

* व्योमकेश बक्षी रहस्यकथा या मालिकेतील पहिल्या तीन भागांसाठीचं अशोक जैन यांचं मनोगत.

———— ७४७ ————

।। आउ ।।

अनुवादिकेचे दोन शब्द

अशोकच्या पश्चात प्रसिद्ध होत असलेला व्योमकेश बक्षी रहस्यकथांचा हा चौथा भाग...

पहिले तीन भाग माझा पती अशोक याने अनुवादित केले आहेत. रोहन प्रकाशनाच्या प्रदीप चंपानेरकर व रोहन चंपानेरकर यांनी अशोकवर अनुवादाची सातत्याने जबाबदारी सोपवली. 'व्योमकेश बक्षी' रहस्यकथा असोत वा 'फेलुदा' गुप्तहेरकथांची वीस पुस्तकं असोत; या पुस्तकांतील लेखनात अनेक वैशिष्ट्यं व वैविध्य असल्याने आजारपण असूनही अशोक या कामात रमत गेला. खरं सांगायचं तर, अशोकच्या प्रदीर्घ आजारात त्याच्या लेखनाने त्याला प्राणवायू दिला असं म्हटलं तर अतिशयोक्ती होणार नाही. त्याला हाताने लिहिणं शक्य नव्हतं. त्यामुळे त्याची लेखनिक म्हणून काम करताना मीही त्या कामात गुंतत गेले. त्याच्या हातात जी अनुवादाची कामं होती ती त्याने जवळपास पूर्ण केली होती. मात्र व्योमकेश बक्षी मालिकेतील एक पुस्तक शिल्लक राहिलं होतं. त्या पुस्तकाच्या भाषांतराचं काम अशोकच्या पश्चात मी पूर्ण केलं आहे. माझ्याकडे त्याच्या कामाचा झपाटा नाही. पण एवढं खरं की मीही या कामात रमत गेले व हे काम थोड्या उशिरा का होईना पूर्ण केलं. प्रकाशक प्रदीप चंपानेरकर यांनी माझ्यावर दर्शवलेला विश्वास सार्थ ठरेल अशी आशा आहे.

सुनीति जैन

अनुक्रम

———————— ৸৹ ————————

रक्तमुखी नीलम

व्योमकेश आपले पाय टेबलावर ठेवून ते अस्वस्थपणे हलवत होता. त्याच्या मांडीवर वर्तमानपत्र उघडं पडलं होतं. त्या दिवशी चांगलाच पाऊस लागला होता. सकाळपासून आम्ही घरात आळशासारखे बसून राहिलो होतो. गेले चार दिवस असेच वाया गेले होते. आजचा दिवसही असाच वाया जाईल की काय या शंकेने आम्ही निराश झालो होतो. व्योमकेशच्या पायाची सतत हालचाल होत होती तरी त्याचं चित्त मात्र जराही ढळलं नव्हतं. तो वर्तमानपत्र वाचत होता. मी सिगरेट ओढत होतो... आम्ही एकमेकांशीसुद्धा काहीच बोलत नव्हतो, पण असं गप्प तरी किती वेळ बसणार? काहीतरी बोलायचं म्हणून मी म्हणालो, ''काय बातमी आहे रे?''

वर्तमानपत्रावरील नजर न उचलता व्योमकेश म्हणाला, ''बातमी गंभीर आहे. दोन बदमाशांना सोडण्यात आलं आहे.''

''कोण आहेत ते?'' मी विचारलं.

''एक म्हणजे शरदचंद्रांचा 'चरित्रहीन'!...

हा सिनेमा काही चित्रपटगृहांत झळकला आहे आणि दुसरा आहे रामनाथ नियोगी... तो अलिपूर कारागृहातून सुटला आहे. खरंतर ही दहा दिवसांपूर्वीची बातमी मात्र कालकेतुने ती आज छापण्याची कृपा केली आहे!'' त्याने वैतागून वर्तमानपत्र बंद केलं आणि तो उठला.

बातम्यांच्या या दुष्काळामुळे त्याचा संयम सुटला होता हे माझ्या लक्षात आलं. पावसाळ्यातील अशा कुंद दिवशी काहीही खुसखुशीत आणि सनसनाटी बातमी नसावी ही दुर्दैवाचीच गोष्ट म्हणायची. ''पण हा रामनाथ नियोगी आहे तरी कोण?'' मी विचारलं.

व्योमकेशने खोलीत येरझाऱ्या घालायला सुरुवात केली. खिडकीतून कुंद आणि चिंब वातावरणाकडे नजर टाकत तो म्हणाला, ''नियोगी हा काही अनोळखी माणूस नाही... काही वर्षांपूर्वी त्याचं नाव वर्तमानपत्रात ठळक अक्षरात छापून आलं होतं.''

''तू माझ्या प्रश्नाचं उत्तर नाही दिलंस... आहे कोण हा नियोगी?''

''तो एक चोर आहे... आणि साधा भुरटा चोर नाही, तर रत्नचोर आहे. तो अतिशय बुद्धिमान तर आहेच, पण धाडसी आणि हिंमतवाला आहे,'' उसासा टाकत व्योमकेश म्हणाला, ''आजकाल असे जिगरबाज गुन्हेगार सापडत नाहीत.''

मी उपरोधी स्वरात म्हणालो, ''हे आपल्या देशाचं खरोखरच दुर्दैव आहे. पण त्याचं नाव ठळकपणे का छापण्यात आलं होतं?''

''कारण शेवटी तो पकडला गेला आणि न्यायालयात त्याच्यावर खटला चालवण्यात आला.'' व्योमकेशने पत्र्याच्या डब्यातून एक सिगरेट उचलली आणि व्यवस्थित पेटवली. आपल्या खुर्चीत आरामात बसत तो म्हणाला, ''ही दहा वर्षांपूर्वीची गोष्ट असली तरी मला अजूनही ही घटना आठवतेय. मी नुकतीच कामाला सुरुवात केली होती... आपण भेटण्याच्या खूप आधीची गोष्ट आहे ही.''

त्याने जरी सहज म्हणून गोष्ट सांगायला सुरुवात केली असली तरी आठवणी सांगता सांगता तो उत्तेजित होऊ लागला होता हे माझ्या ध्यानात आलं. मी विचार केला की, अशा कुंद, कंटाळवाण्या पावसाळी हवेत रंजक कहाणी ऐकणं केव्हाही चांगलं. मी म्हणालो, ''सांग बरं मला ती गोष्ट.''

व्योमकेश म्हणाला, ''गोष्ट अशी नाही... सगळी घटनाच माझ्यासाठी एक गूढ बनून राहिली आहे. पोलिसांनी खूप प्रयत्न केले आणि त्यांना थोडंफार यशही मिळालं, पण खरी वस्तू काही त्यांना मिळवता आली नाही.''

''कोणती खरी वस्तू?''

''त्या वर्षी कोलकाता शहरात अचानक जवाहिऱ्यांच्या चोऱ्यांना ऊत आला...

आज जवाहरलाल हिरालालकडे चोरी झाली, तर दुसऱ्या दिवशी दत्त ज्वेलर्सचं दुकान फोडलं गेलं. पंधरा दिवसांत पाच दुकानांना लक्षावधी रुपयांचं नुकसान सोसावं लागलं. पोलिसांनी तपासाला सुरुवात केली.

यानंतर महाराजा रामेंद्र सिंह यांच्या घरात घरफोडी झाली. आता रामेंद्र सिंह कोण होते हे सांगून मी तुझ्या ज्ञानाचा अपमान करू इच्छित नाही. असे फारच थोडे बंगाली असतील ज्यांना त्यांचं नाव माहीत नसेल. ते जितके श्रीमंत होते तितकेच परोपकारीही होते. अशी माणसं हल्ली फार क्वचित दिसून येतात. सध्या ते जरा अडचणीत आहेत... पण ते जाऊ दे. त्यांच्याकडे अनेक मौल्यवान रत्नांचा संग्रह होता. ही सर्व रत्नं त्यांच्या घराच्या दुसऱ्या मजल्यावरच्या काचेच्या पेटीत मांडून ठेवण्यात आली होती. या खोलीची सातत्याने सुरक्षा राखण्यात येत होती... आणि तीही अगदी उत्तम तऱ्हेने. पण तरीही ती फोडली गेली. दोन सुरक्षारक्षक बेशुद्धावस्थेत पडल्याचं आणि अनेक मौल्यवान रत्नं चोरीला गेल्याचं आढळून आलं.

महाराजांच्या संग्रहात एक नीलम हिरा होता... या हिऱ्याने आपलं भाग्य उजळेल असा त्यांचा विश्वास असल्याने त्यांनी तो हिरा स्वत:कडे बाळगला होता... जो ते त्यांच्या अंगठीत बसवून वापरत होते, पण अलीकडे तो सैल झाला होता म्हणून त्यांनी तो त्या खोलीतच ठेवला होता आणि एखाद्या सोनाराला बोलावून ते तो दुसऱ्या अंगठीत बसवून घ्यायच्या विचारात होते. हा नीलम हिराही चोरीला गेला.

हिऱ्यांबद्दल तुला कितपत माहिती आहे मला ठाऊक नाही. पण नीलम हिरे फार दुर्मीळ आणि अत्युत्तम असतात. नीलम हिऱ्यांची किंमत केवळ त्यांच्या वजनावर अवलंबून नसते. विशेषत: आपल्या देशात तरी, एखाद्या माणसाचं नशीब बदलण्याची त्याची किती ताकद आहे यावर ती किंमत अवलंबून असते. नीलम हिरा हा शनीचा खडा समजला जातो. नीलम हिरा जर एखाद्या व्यक्तीने वापरला आणि त्याला तो लाभला तर, रंकाचा अगदी श्रीमंत माणूस बनू शकतो; आणि जर त्याला तो लाभला नाही, तर तो पार कंगालही बनतो. नीलम हिऱ्याचा परिणाम अत्यंत चांगला किंवा अत्यंत वाईट असू शकतो, पण तो वापरणाऱ्या व्यक्तीवर आणि त्याला तो लाभतो की नाही यावर ते अवलंबून असतं. म्हणून नीलम हिऱ्याची किंमत त्याच्या वजनावर ठरवता येत नाही. मी एका मारवाडी सद्गृहस्थांना अगदी छोट्या नीलम हिऱ्यासाठी हजारो रुपये मोजताना पाहिलं आहे. मी खरं तर अजिबात अंधश्रद्धा बाळगणारा नाही, पण मलाही या विशिष्ट खड्याच्या शक्तीवर विश्वास ठेवण्यास भाग पाडण्यात आलं होतं.

काही का असेना, हा हिरा त्यांच्या घरातून चोरीला गेला. महाराजांनी त्यावर

फारच गोंधळ घातला. यामुळे त्यांचं हजारो रुपयांचं नुकसान झालं असलं तरी त्यांच्यासाठी पैशापेक्षा तो हिरा गेल्याचं दु:ख जास्त मोठं होतं. त्या चोराला पकडलं नाही गेलं तरी चालेल, पण जर त्यांना कोणी तो हिरा परत आणून दिला तर ते त्याला भरघोस बक्षीस देतील असंही त्यांनी जाहीर केलं होतं. पोलिसांनी या चोरीचा कसून तपास सुरू केला. त्यांनी त्यांचा गुप्तहेर निर्मलबाबू यांच्यावर ही जबाबदारी सोपवली.

तुला निर्मलबाबू ठाऊक नाहीत, पण ते खरोखरच फार हुशार आहेत. माझी त्यांच्याशी ओळख झाली हे मी माझं भाग्य समजतो. आता ते निवृत्त झाले आहेत. सात दिवसांच्या आत निर्मलबाबूंनी चोराला पकडलं आणि त्याने चोरलेले सर्व हिरे परत मिळवले. तो चोर म्हणजे दुसरा-तिसरा कोणी नसून हा रामनाथ नियोगीच होता. त्याच्या घराची झडती घेतल्यानंतर सर्व हिरे परत मिळाले, पण तो नीलम हिरा मात्र त्यांत नव्हता.

त्यानंतर प्रदीर्घ काळ न्यायालयीन खटला चालल्यानंतर रामनाथला बारा वर्षांची तुरुंगवासाची शिक्षा ठोठावण्यात आली. तरीही तो नीलम हिरा काही सापडला नाही. रामनाथ काहीही बोलेना. महाराज रामेंद्र सिंह यांनी तो नीलम हिरा परत मिळवण्यासाठी पोलिसांवर दडपण आणण्यास सुरुवात केली. इतकं की, शेवटी रामनाथला तुरुंगवासात पाठवल्यानंतर तीन महिन्यांनंतर स्वत: निर्मलबाबूंनी तुरुंगात जाऊन त्याच्या कक्षाची झडती घेतली. तुरुंगातील गुन्हेगारांच्या वेषातील पोलिसांच्या हेरांनी सांगितलं की, त्यांनी तो हिरा रामनाथकडे बघितला होता म्हणून. पण शोधूनदेखील काहीही सापडलं नाही. त्या वेळी रामनाथ अलिपूर येथील तुरुंगात होता, परंतु त्याने हिरा त्या एव्हढ्याशा कक्षात कुठे लपवून ठेवला होता हे खरं रहस्य होतं. पोलिसांनी शेवटी तपास सोडून दिला.''

व्योमकेश काही मिनिटं शांत बसला होता. नंतर तो स्वत:शीच म्हणाला, ''विचित्रच आहे हा प्रकार - वेलदोड्याएवढा मोठा हिरा एखादा कैदी कुठे लपवून ठेवणार? मी या प्रकरणाचा शोध घेत असतो तर मला कदाचित तो हिरा सापडला असता आणि मला ते बक्षीसही मिळालं असतं.''

व्योमकेशचं स्वगत चालू असताना मधेच बाहेरच्या जिन्यावर आम्हाला पावलांचा आवाज ऐकू आला. मी उठून बसत म्हणालो, ''बहुतेक तुझं गिऱ्हाईक दिसतंय, व्योमकेश.'' शांतपणे ऐकून घेत व्योमकेश म्हणाला, ''म्हातारा माणूस, महागडे बूट, अगदी पावसातसुद्धा त्याचा करकर आवाज ऐकू येतोय. बहुधा गाडीतून फिरणारा असावा, म्हणजे तो चांगला सधन असणार. थोडासा लंगडतोय असं वाटतंय.'' अचानक उत्तेजित आवाजात व्योमकेश म्हणाला, ''अजित,

खिडकीतून जरा बाहेर नजर टाक आणि बघ एखादी भलीमोठी रोल्स रॉईस आपल्या दाराशी उभी आहे का. आहे ना? बरोबर आहे माझं. काय योगायोग आहे पहा, अजित, आपण ज्यांच्याबद्दल आत्ता बोलत होतो ते महाराज रामेंद्र सिंह माझ्याकडे आले आहेत, कशासाठी माहीत आहे?''

मी उत्साहात म्हणालो, ''अरे हो, मी वाचली आहे ती बातमी वर्तमानपत्रात. त्यांचे सचिव हरिपाद रक्षित यांचा अलीकडेच खून झाला आहे... कदाचित त्यासाठीच आले असावेत.''

दारावर टकटक झाली. व्योमकेशने आपुलकीने आणि आदराने पाहुण्यांचं स्वागत केलं. वर्तमानपत्रात नेहमी येणारी त्यांची छायाचित्रं मी पाहिली होती, तरी प्रत्यक्षात मात्र मी त्यांना प्रथमच पाहत होतो. कुठल्याही प्रकारचा भपका किंवा वलय त्यांच्याभोवती दिसत नव्हतं. ते अगदी साधे आणि सरळ वाटत होते. त्यांच्या पायाला काही तरी झालं होतं. त्याने ते जरासे लंगडत होते. त्यांचं वय साठीच्या पुढे असलं तरी त्यांच्या चेहऱ्यावर सुरकुत्या पडल्या नव्हत्या. त्यांच्या व्यक्तिमत्त्वाला एक प्रकारचा शांत प्रतिष्ठित बाज होता.

महाराज हसले आणि चकित होऊन प्रश्नार्थक मुद्रेने व्योमकेशकडे पाहत त्यांनी विचारलं, ''तुमच्या चेहऱ्यावरील भाव बघून असं वाटतंय की, बहुधा तुम्ही माझी वाट बघत होतात. मी येणार असा तुम्हाला काही अंदाज होता की काय?''

व्योमकेशही हसला आणि म्हणाला, ''माझा माझ्या भाग्यावर विश्वासच बसत नाहीये, पण जेव्हा पोलीस तुमच्या सचिवाच्या खुनाचं रहस्य सोडवू शकले नाहीत तेव्हा मला वाटलं की, तुम्ही कदाचित माझी मदत घ्याल म्हणून, पण आधी तुम्ही बसा ना.''

महाराज खुर्चीवर बसले आणि सावकाशपणे म्हणाले, ''होय, पाच-सहा दिवस होऊन गेलेत. पण पोलीस अजून काहीच करू शकलेले नाहीत. तेव्हा तुम्ही मला मदत करू शकाल असं वाटून मी तुमची भेट घायचं ठरवलं. हळूहळू मला हरिपाद आवडायला लागला होता. शिवाय त्याचा मृत्यू ज्या प्रकारे झाला ते फारच भयंकर होतं.'' महाराज काही क्षण थांबले आणि पुढे म्हणाले, ''अर्थात तो काही कोणी संत नव्हता. तुम्हाला माहीतच असेल की, अशा भरकटलेल्या लोकांना योग्य मार्गावर आणण्याचा मला छंदच आहे. तुम्ही कुठल्याही अंगाने पाहिलंत तरी, हरिपाद हा काही वाईट माणूस नव्हता. तो त्याच्या कामात तरबेज होता. शिवाय त्याच्या मनात माझ्याविषयी अपार कृतज्ञता होती. मी त्याचा अनुभवसुद्धा घेतला होता.''

''मला माफ करा,'' असं म्हणून व्योमकेश पुढे म्हणाला, ''हरिपाद हा

चांगला माणूस नाही हे मला माहीत नव्हतं. कोणत्या वाईट कृत्यात गुंतलेला होता तो?''

महाराज म्हणाले, ''रस्त्यावरच्या एका माणसाकडून कळलं होतं की, तो अगदी अट्टल गुन्हेगार होता म्हणून. अनेक वेळा तो तुरुंगाची हवा खाऊन आला होता. शेवटच्या वेळेस तो तुरुंगातून बाहेर आला तेव्हा मला भेटला.''

व्योमकेश म्हणाला, ''कृपया मला अगदी सुरुवातीपासून सांगाल का? मी त्याबद्दल वर्तमानपत्रांत आलेल्या बातम्या वाचल्या आहेत, पण त्यावरून काही निष्कर्ष काढण्यासाठी त्या पुरेशा नाहीत. मला या सर्व प्रकरणाबद्दल काहीही माहिती नाही असं समजून त्याच्याशी संबंधित असलेला सर्व तपशील सांगा. हे प्रकरण समजून घेण्यासाठी मला त्याचा उपयोग होईल.''

महाराज म्हणाले, ''ठीक आहे, सांगतो मी तुम्हाला.'' आपला घसा खाकरून ते पुढे म्हणाले, ''सहा महिन्यांपूर्वीची गोष्ट आहे. फेब्रुवारीच्या साधारण मध्याच्या सुमारास हरिपाद मला भेटायला आला होता. त्याच्या आदल्याच दिवशी तो तुरुंगातून सुटून बाहेर आला होता. हातचं काहीही राखून न ठेवता त्याने मला सगळं काही खरं सांगितलं. त्याने मला सांगितलं की, मी जर त्याला प्रामाणिकपणे जगण्याची एक संधी दिली तर तो पुन्हा त्या गुन्हेगारीच्या मार्गाने जाणार नाही.

मला त्याची हकिगत ऐकून फार वाईट वाटलं. तो चाळीस वर्षांचासुद्धा नव्हता, पण चार वेळा तुरुंगात जाऊन आला होता. शेवटच्या वेळेस तो चोरी आणि घरफोडीच्या आरोपाखाली तुरुंगात गेला होता. त्याची शिक्षा बरीच मोठी होती. त्याला मनापासून पश्चात्ताप झाला होता असं मला वाटलं. 'तू काय करू शकतोस?' असं त्याला विचारल्यावर तो म्हणाला की, त्याला शिक्षणाची फारशी संधी मिळाली नाही, कारण एकोणिसाव्या वर्षानंतर त्याला अनेक वेळा तुरुंगात पाठवलं गेलं होतं. तरीही त्याने शॉर्टहँड आणि टायपिंग शिकून घेतलं होतं. त्याने मला आश्वासन दिलं की, मी जर त्याला माझ्याकडे कामाला ठेवून घेतलं तर तो ते काम अत्यंत प्रामाणिकपणे करेल.

मी जेव्हा हरिपादला पहिल्यांदा बघितलं तेव्हाच माझ्या मनात त्याच्याबद्दल कणव दाटून आली. का कुणाला माहीत, पण अशा प्रकारच्या लोकांच्या आर्जवाकडे मला दुर्लक्ष नाही करता येत. म्हणून मला लघु आणि टंकलेखकाची गरज नव्हती, तरी मी त्याला ठेवून घेतलं. त्याचे कोणी नातेवाईक नसल्यामुळे त्याने जवळच एक छोटंसं घर भाड्याने घेतलं.

लवकरच माझ्या लक्षात आलं की, हा माणूस अतिशय कार्यक्षम आणि हुशारही आहे. जे काम त्याचं नव्हतं तेही तो उत्तमपणे पार पाडत असे. माझं

बरंचसं काम तो आधीच करून ठेवत असे. दोन महिन्यांमध्ये त्याची सेवा माझ्यासाठी अपरिहार्य ठरली. मी त्याच्यावर विसंबू लागलो.

त्याच दरम्यान माझे जुने सचिव अविनाशबाबू यांचं निधन झालं. मी त्यांच्या जागी हरिपादची नेमणूक केली. माझ्या इतर कर्मचार्‍यांना ही नेमणूक आवडली नाही, पण मी त्याची पर्वा केली नाही. या कामासाठी हरिपाद हाच योग्य माणूस आहे याची मला खात्री होती.

गेले चार महिने हरिपादने सचिव म्हणून त्याची जबाबदारी अत्यंत कार्यक्षमतेने पार पाडली. इतर कर्मचारी त्याची तक्रार करायचे, पण मी त्याकडे दुर्लक्ष केलं. हे खरं होतं की, हरिपादने तुरुंगाची हवा खाल्ली होती तरी मी निश्चितपणे सांगू शकतो की, तो पूर्ण बदलून गेला होता. मला वाटतं की, गरिबीमुळे तो गुन्हेगारीकडे वळला असावा आणि आर्थिक विवंचनेवर त्याने मात करताच तो आमूलाग्र बदलून गेला. याच कारणासाठी तुरुंगात गेलेल्या अशा अनेक गुन्हेगारांचं पुनर्वसन करण्याचा आपण प्रयत्न केला पाहिजे.

असो. गेल्या मंगळवारी जे काही घडलं ते विचार करण्याच्या पलीकडचं होतं. या घटनेबद्दल तुम्ही वर्तमानपत्रात वाचलंच असेल. हरिपादचा खून झाल्याची बातमी मला सकाळी कळली. मी पोलिसांना कळवलं आणि स्वत: त्याच्या घरी गेलो. तो त्याच्या शय्यागृहात जमिनीवर पडला होता आणि खोलीभर रक्ताचे शिंतोडे उडालेले दिसत होते. खुन्याने त्याचा गळा इतक्या निर्घृणपणे चिरला होता की, आज आठवतानाही माझ्या जिवाचा थरकाप उडतोय. त्याच्या श्वासवाहिनीच्या चिंधड्या झाल्या होत्या. असा जनावरासारखा हिंस्रपणे केलेला खून तुम्ही कधी पाहिला नसेल.'' महाराज थोडा वेळ थांबले. त्या नुसत्या आठवणीनेही त्यांच्या अंगावर काटा उभा राहिला होता.

व्योमकेशने विचारलं, ''त्याच्या अंगावर दुसरी कोणतीही जखम नव्हती का?''

महाराज म्हणाले, ''होती. त्याला भोसकून ठार मारण्यात आलं होतं. डॉक्टर म्हणाले की, त्याला भोसकल्यानंतर त्याचा गळा चिरण्यात आला होता. म्हणजे खुन्याने आधी त्याला भोसकून ठार मारलं असावं आणि नंतर त्याचा गळा चिरण्यात आला असावा. किती क्रूरपणा आहे हा! माणसं अशी जनावरांसारखी कशी काय वागू शकतात? माझ्या तर कल्पनेच्या पलीकडचं आहे हे सारं.''

थोडा वेळ सगळेच स्तब्ध झाले. महाराज बहुधा माणूस नावाच्या जनावराचा विचार करत असावेत. व्योमकेशदेखील खोल विचारात बुडून गेला होता.

अचानक मला व्योमकेशचे अर्धवट मिटलेले डोळे दिसले. क्षणार्धात मी

उत्तेजित झालो. अगदी तेच भाव जे मी अनेकवार पाहिले होते... कोणतीही चूक नव्हती! व्योमकेशला काही तरी सुगावा लागला होता.

आपल्या शांततेचा भंग करत महाराज म्हणाले, "मला जे माहीत होतं ते सगळं मी तुम्हाला सांगितलंय. तुम्ही पोलिसांच्या बरोबर काम करून हे रहस्य सोडवावं असं मला वाटतंय. अशा क्रूर खुन्याला समाजात मोकळेपणाने अजिबात फिरू देता कामा नये. हे प्रकरण हाती घ्यायला तुमचा नकार नसावा अशी मी आशा करतो."

व्योमकेश म्हणाला, "माझं काही पोलिसांशी वितुष्ट नाही. आम्ही निश्चितपणे एकत्र काम करू. हरिपादच्या शेवटच्या तुरुंगवासाचा काळ किती होता हे तुम्ही मला सांगू शकाल का?"

महाराज म्हणाले, "मला हरिपादने सांगितलं होतं की, त्याला चौदा वर्षांची शिक्षा झाली होती, पण त्याच्या चांगल्या वागणुकीमुळे त्याला अकरा वर्षांनी सोडून देण्यात आलं होतं."

व्योमकेश आनंदाने म्हणाला, "तुम्ही मला हरिपादबद्दल इतर आणखी काही माहिती सांगू शकाल का?"

महाराजांनी विचारलं, "तुम्हाला नक्की काय माहिती हवी आहे?"

"तुम्हाला त्याच्या मृत्यूच्या काही दिवस अगोदर त्याच्या वागण्यात काही अनैसर्गिक असं आढळलेलं आठवतंय का?" व्योमकेशने विचारलं.

महाराज म्हणाले, "होय, त्याच्या मरणाच्यां तीन-चार दिवस आधी हरिपाद सकाळी माझ्याजवळच काही काम करत बसला होता आणि अचानक त्याची तब्येत बिघडली. त्याच्याकडे बघताना तो कशामुळे तरी प्रचंड घाबरला आहे असं मला वाटलं."

"तुमच्या जवळ दुसरं कोणी नव्हतं का त्या वेळेस?"

महाराजांनी जरा विचार केला आणि म्हणाले, "आर्थिक मदतीसाठी आलेले काही अर्ज मी बघत होतो. एक अर्जदारही हजर होता तेव्हा."

"हरिपादची तब्येत त्या माणसासमोरच बिघडली, होय ना?"

"होय."

व्योमकेशने क्षणभराने विचारलं, "आणखी काही आठवतंय का तुम्हाला?"

महाराज थोडे विचारात पडले आणि नंतर म्हणाले, "मला एक लहानशी घटना आठवतेय. तुम्हाला हे आठवतंय की नाही हे मला ठाऊक नाही, पण काही वर्षांपूर्वी माझ्या घरातून एक नीलम हिरा चोरीला गेला होता."

"हो, अर्थातच, चांगलंच आठवतंय मला."

"मग तुम्हाला हेही आठवत असेल की, तो परत मिळवून देणाऱ्यास इनाम

देण्याचंही मी जाहीर केलं होतं.''

''होय, मला तेही आठवतंय. पण ती ऑफर अजूनही आहे की नाही ते मला ठाऊक नाही.''

महाराज म्हणाले, ''अगदी हाच प्रश्न हरिपादने टंकलेखकाची नोकरी स्वीकारताना मला विचारला होता. मला आश्चर्यच वाटलं, कारण तो नीलम हिरा मला परत मिळेल अशी कोणतीही आशा आता उरलेली नाही.''

''तेव्हा तुम्ही हरिपादला काय उत्तर दिलं होतं?''

''मी म्हणालो की, 'मला जर नीलम हिरा परत मिळाला तर मी नक्कीच ते बक्षीस देईन'.''

व्योमकेशने उत्साहाने विचारलं, ''समजा, मी तुम्हाला आत्ता हाच प्रश्न विचारला, तर तुमचं तेच उत्तर असेल का?''

महाराज आश्चर्यचकित झाले आणि म्हणाले, ''होय, अर्थातच... पण...''

व्योमकेश परत खाली बसला आणि म्हणाला, ''तुम्हाला हरिपादच्या खुन्याचं नाव माहिती करून घ्यायचंय?''

महाराज अचंबित झाले आणि म्हणाले, ''मला काही कळतच नाहीये. तुम्हाला त्याच्या खुन्याचं नाव माहीत आहे?''

''मला नाव माहीत आहे, पण त्याच्या विरुद्धचा पुरावा जमा करणं हे माझं काम नाही, ते पोलिसांचं काम आहे. मी तुम्हाला फक्त त्याचं नाव सांगेन. नंतर पोलीस त्याच्या घराची झडती घेतील आणि पुरावा शोधतील. ते काही अवघड आहे असं नाही मला वाटत.''

''मला तर हा सगळा चमत्कारच वाटतोय. तुम्हाला खरंच त्या गुन्हेगाराचं नाव ठाऊक आहे की काय?'' महाराजांनी थक्क होऊन विचारलं.

''या घडीला मी फक्त अंदाज बांधतोय... पण मला माहितेय की, माझं गृहित चुकीचं असणार नाही... खुन्याचं नाव आहे रामनाथ नियोगी.''

''रामनाथ नियोगी? नाव तर ओळखीचं वाटतंय.''

''अर्थात ते ओळखीचं वाटणारच. दहा वर्षांपूर्वी त्यानेच तुमचे हिरे चोरले होते... तो नुकताच तुरुंगातून सुटला आहे.''

''होय, मला आठवतंय, पण त्याने हरिपादला का मारलं? त्या दोघांचा परस्परांशी काय संबंध?''

''त्या दोघांमध्ये संबंध आहे... मी तुरुंगातील जुनी कागदपत्रं बघितली तर गोष्टी स्पष्ट होतील, पण आता जवळजवळ अकरा वाजायला आले आहेत. मी तुम्हाला इथे थांबवून ठेवत नाही. तुम्ही कृपया दुपारी चार वाजता परत येऊ शकाल का? सगळ्या गोष्टी स्पष्ट होतील तुम्हाला. कदाचित तुम्हाला तुमचा

नीलम हिराही परत मिळू शकेल... मी लावीन सगळ्याचा शोध.''

अचंबित झालेल्या महाराजांचा निरोप घेतल्यानंतर व्योमकेश बाहेर जाण्याची तयारी करू लागला.

मी त्याला विचारलं, ''इतक्या उशिरा तू कुठे बाहेर निघाला आहेस?''

तो म्हणाला, ''तुरुंगाच्या कार्यालयात जाऊन काही जुनी कागदपत्रं मला बघायला लागतील, शिवाय इतरही काही कामं आहेत. मी परत कधी येईन हे आत्ता नाही सांगता येणार. वेळ मिळाला तर मी कुठल्यातरी हॉटेलात जाऊन जेवीन.'' एवढं बोलून तो भर पावसात रेनकोट आणि छत्री घेऊन बाहेर पडला.

तो दुपारी तीन वाजताच्या सुमारास परत आला. आपले बूट काढता काढता तो म्हणाला, ''मला प्रचंड भूक लागली आहे... मी काहीही खाल्लेलं नाही. मी पटकन अंघोळ करून घेतो. पुतीराम, माझ्यासाठी काही तरी खायला कर. चार वाजता मॅटिनी शो सुरू होईल.''

मी आश्चर्याने विचारलं, ''कसला शो आणि कुठे?''

व्योमकेश म्हणाला, ''काळजी करू नकोस. शो इथे या खोलीतच सुरू होईल. अजित, प्रेक्षकांसाठी आणखी थोड्या खुर्च्या लावून घे ना.'' एवढं म्हणून तो अंघोळीला निघून गेला.

खाताना मी त्याला विचारलं, ''संपूर्ण दिवसभर तू काय करत होतास?''

व्योमकेशने ऑम्लेटचा एक मोठा तुकडा तोंडात टाकला. मोठ्या चवीने खात खात तो म्हणाला,''तुरुंग विभागात माझा एक मित्र आहे त्याला मी आधी जाऊन भेटलो. तिथे काही जुने संदर्भ मी चाळून पाहिले आणि लक्षात आलं की, माझा अंदाज बरोबर आहे.''

''काय अंदाज आहे तुझा?''

माझ्या प्रश्नाकडे दुर्लक्ष करत व्योमकेशने आपलं बोलणं पुढे चालू ठेवलं. ''तिथलं काम आटोपल्यानंतर मी बुद्धूबाबू... सॉरी, बिधुबाबूंच्याकडे गेलो, जे पोलीस इन्स्पेक्टर आहेत. हरिपादचा जिथे खून झाला तो भाग त्यांच्या कार्यक्षेत्रात येतो. या खुनाची चौकशी करणारे प्रमुख आहेत पूर्णाबाबू. मी पूर्णाबाबूंना सर्व काही समजावून सांगितलं, नंतर माझं काम करण्यासाठी मी बिधुबाबूंना भरपूर मस्काही लावला.''

''पण कसलं काम?'' मी उत्सुकतेने विचारलं.

''पहिलं काम म्हणजे रामनाथ नियोगीचा सध्याचा पत्ता शोधणं आणि दुसरं म्हणजे त्याला अटक करून त्याच्या घराची झडती घेणं. त्याचा पत्ता शोधणं

अगदीच सोपं होतं, पण घराच्या झडतीमध्ये काहीच निष्पन्न झालं नाही. त्याच्या घरात फक्त एक भला मोठा धारदार चाकू सापडला. त्याच्यावर मानवी रक्ताचा काही अंश आहे का हे तपासण्यासाठी तो चाकू न्यायवैद्यक प्रयोगशाळेकडे पाठवण्यात आला आहे, पण मला जे तिथे सापडेल असं वाटलं होतं ते काही तिथे सापडलं नाही. या माणसाची वस्तू लपवून ठेवण्याची कला केवळ विस्मयकारक आहे.''

''कोणती गोष्ट?''

''महाराजांचा नीलम हिरा.''

''मग, आता काय करणार आहेस तू?''

''थोडंसं नाटक. रामनाथच्या मनातील अंधश्रद्धेच्या भीतीला मी जरा धक्का लावणार आहे, बघू या त्यातून काही निष्पन्न निघतं का ते. हे घ्या. महाराज आलेसुद्धा. इतर जणही येतीलच एवढ्यात.''

''इतर आणखी म्हणजे कोण?''

''रामनाथ आणि त्याचे हवालदार.''

''ते इथे येणार आहेत?''

''होय, बिधुबाबूंना सांगून मी तशी व्यवस्था केली आहे. पुतीराम, या ताटल्या हलव बरं जरा इथल्या.''- त्याला आणखी काही प्रश्न विचारायला मला संधीच मिळाली नाही. घड्याळात चारचे टोले पडताच महाराज खोलीत शिरले. त्यांच्या तोलाचा माणूस जितका वक्तशीर असावा अशी अपेक्षा असेल तितकेच ते वक्तशीर होते.

ते आपल्या खुर्चीत स्थानापन्न होताच इतरांच्या पावलांची चाहूल आम्हाला ऐकू आली. थोड्याच वेळात बिधुबाबू, पूर्णाबाबू, दोन उपनिरीक्षक आणि रामनाथ खोलीत आले.

रामनाथच्या व्यक्तिमत्त्वात असाधारण असं काहीच नव्हतं. त्याच्या पेशाला हे असं चारचौघांसारखं दिसणं शोभणारंच होतं. त्याने त्याचे केस अगदी बारीक कापले होते, त्याचं कपाळ निमुळतं होतं. त्याची हनुवटी टोकदार होती आणि डोळे मिस्कील होते. त्याने रंगीबेरंगी, चामड्याची बटणे असलेला खेळाडूंसारखा अगदी जुना कोट अंगात घातला होता. (बहुधा तुरुंगात जाण्याआधी शिवलेला असावा.) त्याने पायापेक्षा बरेच मोठ्या मापाचे रबरी बूट घातले होते. तो फार विनोदी दिसत होता. तो फार धोकादायक माणूस आहे असं कोणाला स्वप्नातही वाटलं नसतं.

रामनाथकडे अंगुलीनिर्देश करत व्योमकेशने महाराजांना विचारलं, ''तुम्ही या माणसाला ओळखलंत का?''

"होय, हाच तो माणूस जो माझ्याकडे आर्थिक मदत मागायला आला होता."

"आता तुम्ही सर्वजण आपापल्या जागेवर कृपया बसून घ्या. बिधुबाबू, तुम्ही महाराजांना ओळखता... तुम्ही कृपया त्यांच्या शेजारी बसा. रामनाथ, तू इथे बस." व्योमकेशने टेबलाशेजारच्या एका खुर्चीकडे निर्देश केला. रामनाथ चुपचाप तिथे जाऊन बसला. दोन्ही उपनिरीक्षक त्याच्या दोन्ही बाजूंना बसले. बिधुबाबू सगळ्यांच्याकडे जरा शिष्टपणाने बघत होते. आपल्या स्वतःच्या उपस्थितीत काही अनधिकृत घडणार आहे ही गोष्ट त्यांना स्वीकारता येत नव्हती. त्यांचे भाव आणि त्यांचं वागणं यांवरून ते खूपच अस्वस्थ दिसत होते आणि सगळ्या प्रकाराबाबत रागावलेले दिसत होते.

सगळे जण बसल्यानंतर व्योमकेश टेबलाच्या समोर बसला. त्याने बोलायला सुरुवात केली, "मी तुम्हाला आता एक गोष्ट सांगणार आहे. अजित लिहितो तशी ही काल्पनिक गोष्ट नाही, तर ही अगदी खरीखुरी गोष्ट आहे. जितकं सत्याला धरून आणि अचूक सांगता येईल तेवढं सांगायचा मी प्रयत्न करणार आहे. माझं जर काही चुकलं तर रामनाथ मला दुरुस्त करेल. रामनाथशिवाय आणखी एकाला ही गोष्ट माहीत होती, पण तो आता हयात नाही."

या प्रस्तावानंतर व्योमकेशने गोष्ट सांगायला सुरुवात केली. रामनाथचा चेहरा अगदी मख्ख होता. त्याने वरही पाहिलं नाही आणि त्याने एक शब्दही उच्चारला नाही. तो त्याच्या हाताच्या बोटांनी टेबलावरती रेघोट्या मारत राहिला.

"माझ्या गोष्टीची सुरुवात मी रामनाथला तुरुंगात पाठवलं गेलं तेव्हापासून करतो. त्याला जरी तुरुंगात पाठवलं गेलं तरी त्याने महाराजांचा नीलम हिरा काही परत केला नाही. त्याने हे कसं केलं हे मलाही ठाऊक नाही आणि माझ्या गोष्टीत त्याचं काही महत्त्वही नाही. रामनाथ त्याची इच्छा असेल तर ते उघड करू शकेल." रामनाथने क्षणभर व्योमकेशकडे बघितलं आणि टेबलावर बोटं फिरवत राहिला, त्याच्या चेहऱ्यावर अगम्य भाव होते. व्योमकेश म्हणाला, "रामनाथने अनेक मौल्यवान हिरे चोरले होते जे पोलिसांनी त्याच्याकडून परत मिळवले होते... मात्र नीलम हिरा काही त्याने परत दिला नाही. त्याने तो कायम स्वतःकडेच ठेवला. तो हिरा अतिशय सुंदर आणि आकर्षक होता... निळ्या रंगाचा हिरा आणि मध्यभागी तांबूस छटा. तो हिरा स्वतःकडे ठेवण्याचा मोह त्याला अनावर झाला. हा खडा लाभदायी आहे असंही त्याला वाटलं. पण त्याला हे माहीत नव्हतं की, काही जणांसाठी तो अशुभही ठरू शकणारा होता. दुर्दैव एखाद्याच्या मागे लागलं की... त्यामुळे त्याचे आराखडे चुकायला लागतात.

असो, रामनाथला अलिपूरच्या तुरुंगात ठेवण्यात आलं होतं. काही दिवसांनी

पोलिसांना कळलं की, हिरा त्याच्याचकडे आहे म्हणून. त्याच्या कक्षाची कसून झडती घेण्यात आली. त्याच्या कक्षात एक दुसरा कैदी होता त्याचीही झडती घेण्यात आली, पण तपासात काहीही सापडलं नाही. मग कुठे होता तो हिरा?

त्याच्या कक्षातील दुसरा माणूस म्हणजे हरिपाद रक्षित. हरिपाद हा जुनाच गुन्हेगार होता. लहानपणापासून त्याने अनेक वर्षं तुरुंगात काढली होती. चोरी करण्याच्या अनेक क्लृप्त्या त्याला माहीत होत्या. ज्यांचा तुरुंगातील कैद्यांशी संबंध येतो त्यांना ठाऊक असतं की, काही गुन्हेगार त्यांच्या गळ्यात एक छोटीशी थैली बनवू शकतात. ऐकायला विचित्र वाटेल पण हे सत्य आहे. कैद्यांना तुरुंगात पैसे नेता येत नाहीत. परंतु, अनेक कैदी कुठल्या तरी व्यसनाच्या अधीन असतातच. या गोष्टी बाहेरून मागवण्यासाठी त्यांना वॉर्डनना लाच द्यावी लागते. त्यासाठी ते आपल्या गळ्यातील या थैलीत पैसे ठेवतात. लहानपणापासून शिक्षा झालेले कैदी यात वाकबगार असतात. ज्येष्ठ पोलीस अधिकाऱ्यांना हे माहीत असतं.

हरिपादने आपल्या गळ्यात अशी पिशवी बनवली होती. जेव्हा रामनाथ त्याच्या कक्षात राहायला आला तेव्हा... ते लवकरच एकमेकांचे मित्र बनले. त्याला हरिपादची ही विशेष युक्ती समजली.

नंतर एक दिवस पोलिसांनी तुरुंगाची झडती घेतली. हिरा लपवायला काही जागाच नव्हती. रामनाथ, तू तो हिरा हरिपादकडे देऊन त्याला तो त्याच्या गळ्यात लपवून ठेवायला सांगितलंस. हरिपादलाही त्या हिऱ्याचा मोह पडला होता... त्याने तो पटकन गिळून टाकला. पोलिसांना काहीच सापडलं नाही यात नवल ते काय!

तुरुंगाच्या अभिलेखाप्रमाणे दुसऱ्याच दिवशी हरिपादची रवानगी दुसऱ्या तुरुंगात झाली. हरिपादला वाटलं, तो फार भाग्यवान आहे. त्याने मित्राचा विश्वासघात केला... त्याने रामनाथला त्याचा हिरा परत केला नाही. रामनाथ कोणाकडे तक्रारही करू शकला नाही. एक चोर त्याच्याकडील चोरीला गेलेल्या वस्तूबद्दल कसा रडत बसणार! तेव्हापासून रामनाथने हरिपादचा बदला घेण्याचा विचार पक्का केला.''

या घटकेला माझ्या एक गोष्ट लक्षात आली की, रामनाथच्या चेहऱ्यावरील भाव जराही बदलले नसले तरी त्याच्या कपाळावरच्या शिरा उडत होत्या आणि त्याचे डोळे लाल झाले होते. व्योमकेशने पुन्हा सांगायला सुरुवात केली, ''दहा वर्षं निघून गेली. तुरुंगातून सुटल्यावर हरिपाद सरळ महाराजांच्याकडे आला. महाराजांशी ओळख वाढवायची आणि नंतर त्यांना त्यांचा हिरा परत करून त्यांच्याकडून बक्षीस मिळवायचं असा त्याचा इरादा होता. तो हिरा आपण

बाजारात विकायला गेलो तर आपण पकडले जाऊ हे त्याला पूर्ण ठाऊक होतं.

पण महाराज त्याच्याशी अगदी सुरुवातीपासूनच इतकं चांगलं वागले की, त्याची द्विधा मन:स्थिती झाली. तरीही त्याने हिऱ्याचा विषय महाराजांसमोर काढला. जो माणूस त्याच्याशी इतका चांगला वागला त्याला तो हिरा देऊन त्याच्याकडून बक्षीस उपटण्याच्या कल्पनेची त्यालाच खूप लाज वाटली. महाराजांच्या प्रेमळ स्वभावामुळे त्याच्यासारख्या अट्टल गुन्हेगाराच्या मनातसुद्धा कृतज्ञतेची भावना जागृत व्हावी ही फारच कौतुकास्पद गोष्ट आहे.

पण हरिपादचे दिवस भरले होते. काही दिवसांपूर्वीच रामनाथची तुरुंगातून सुटका झाली होती. हरिपाद कुठे असेल याची त्याला कल्पनाही नव्हती. पण नशिबाचा फेरा असा की, त्याच्या सुटकेनंतर चारच दिवसांनी त्याने त्याला महाराजांच्या घरी पाहिलं. रामनाथला बघितल्यानंतरच हरिपादची प्रकृती अचानक बिघडली, नाहीतर त्याला असं अकस्मात बरं न वाटण्याचं दुसरं काही कारणच नव्हतं.

गेली दहा वर्षं रामनाथच्या मनात धुमसत असलेला सूडाचा अंगार आता पेटून उठला. हरिपाद कुठे राहतो हे शोधून काढणं त्याला फार सोपं होतं. मग त्या भयंकर रात्री, तो तिथे गेला.''

आतापर्यंत व्योमकेश आमच्या सगळ्यांच्याकडे बघून बोलत होता... पण अचानक तो आता रामनाथकडे वळला. एखादा साप जसा फड काढून बघतो तसा रामनाथ व्योमकेशकडे रोखून बघत होता. व्योमकेश त्याच्याकडे बोट दाखवून शांतपणे पण धारदार आवाजात म्हणाला, ''रामनाथ, त्या दिवशी तू हिरा परत मिळवण्यासाठी हरिपादचा गळा चिरलास, कुठे आहे तो हिरा?''

व्योमकेशच्या भारलेल्या व्यक्तित्वामुळे रामनाथ दुसरीकडे कुठे बघू शकला नाही. आपल्या सुकलेल्या ओठावरून त्याने जीभ फिरवली, व्योमकेशच्या मोहिनीजालातून बाहेर पडत तो कसाबसा उभं राहायचा प्रयत्न करू लागला. तो चिरक्या आवाजात म्हणाला, ''मला नाही माहीत, मला नाही माहीत. मी हरिपादला ओळखत नाही. मी त्याचा खून केलेला नाही. मला त्या हिऱ्याबद्दल काहीही ठाऊक नाही. तो माझ्याकडे नाही.'' तो व्योमकेशकडे लालबुंद आणि बंडखोर नजरेने पाहत राहिला. त्याने आपले हात छातीवर घट्ट दाबून धरले.

व्योमकेश अजूनही त्याच्याकडे बोट दाखवत उभा होता. मला वाटलं, आम्ही आता एका उत्कंठावर्धक नाटकाच्या परमोच्च क्षणाला सामोरं जाणार आहोत. दोन जबरदस्त मन:शक्ती एकमेकींसमोर उभ्या ठाकल्या होत्या. त्या कमालीच्या गंभीर शांततेत शेवटची बाजी कोण मारणार याची आम्ही वाट पाहत होतो.

व्योमकेशच्या आवाजात बदल होऊन तो भयकारी झाला. तो रामनाथच्या जवळ वाकला आणि त्याच गंभीर आवाजात त्याला म्हणाला, ''रामनाथ, तुला त्या हिऱ्याचा शाप ठाऊक नाही म्हणून तो द्यायला तू तयार नाहीस. जरा विचार कर, जोपर्यंत तू तो हिरा चोरला नव्हतास तोपर्यंत तुला कोणीही पकडू शकलं नाही. तो चोरल्याबरोबर तू पकडला गेलास आणि तुझी तुरुंगात रवानगी झाली. हरिपादचं काय झालं त्याचाही विचार कर ना. त्याने तो हिरा त्याच्या गळ्यात लपवून ठेवला होता. काय झालं त्याच्या गळ्याचं... तुझ्यापेक्षा दुसऱ्या कोणाला जास्त चांगलं माहीत असणार ते? तुला जर जगायचं असेल तर तो भयंकर हिरा तू परत देऊन टाक. तो हिरा नसून जहरिल्या नागाचं विष आहे विष. तो हिरा तू हातात घातलास तर तुझ्या हातात बेड्या पडतील, गळ्यात घातलास तर तुला फाशी होईल. तो हिरा तुला वधस्तंभावर लटकवल्याशिवाय राहणार नाही.''

पुसटसा आवाज करत रामनाथ उभा राहिला. त्याच्या हृदयात काय खळबळ चालली आहे याचा आम्हाला अंदाज आला नाही. एखाद्या वेड्या माणसाप्रमाणे त्याने इकडेतिकडे पाहिलं आणि आपल्या कोटाचं बटण तोडून त्याने ते भिरकावलं. तो घाबरून किंचाळत म्हणाला, ''नको मला तो हिरा, नको मला. घेऊन टाका तुमचा हा शापित हिरा... मला जगू द्या.'' असं म्हणत त्याने सुस्कारा टाकला आणि तो बेशुद्ध पडला.

व्योमकेशने त्याच्या कपाळावरचा घाम पुसला. त्याचे हात अजूनही थरथरत होते. हा सामना तो जिंकला होता, पण त्याचीही चांगलीच कसोटी लागली होती.

त्याने रामनाथने फेकून दिलेलं ते बटण उचललं आणि त्याचं चामड्याचं आवरण फाडून टाकलं. कातर आवाजात तो म्हणाला, ''महाराज, हा घ्या तुमचा नीलम हिरा.''

खानदानी हिऱ्याची चोरी

गेले काही दिवस व्योमकेशला काही काम नव्हतं. आपल्या देशातील लोकांना चोरी- सारख्या लहानसहान गुन्ह्यांची पोलिसांना साधी खबरही न देण्याची फार वाईट खोड आहे...बरकतीपेक्षा शांतता असलेली बरी हे त्यांचं तत्त्व. काही तरी गंभीर घडलं तर पोलिसांना कळतंच...पण कोणी स्वतःचा पैसा खर्च करून खाजगी गुप्तहेर नेमायला तयार नसतं. काही दिवस ते रडतात, दुःख करतात, कुरकुर करतात, पोलिसांच्या नावाने खडेसुद्धा फोडतात आणि काही दिवसांनी सगळं काही विसरूनदेखील जातात.

आपल्या देशात खूनसुद्धा होतात. पण बहुतेक वेळा रागाचा भडका उडून अशा घटना घडतात...बरेचसे खून हे पूर्वनियोजित नसतात आणि हुशारीनेही केलेले नसतात...त्यामुळे खुन्यांना ताबडतोब पकडता येतं...तुरुंगात पाठवलं जातं आणि मग ते फासावर चढतात.

त्यामुळे सत्यान्वेषी व्योमकेशला सत्य शोधण्याजोगं काही काम नव्हतं यात काहीच आश्चर्य नव्हतं...अर्थात व्योमकेशला त्याची

काही पर्वा नव्हती. त्याने वर्तमानपत्रातील जगभरातून येणाऱ्या सर्व बातम्या तपशिलाने वाचणं चालूच ठेवलं आणि उरलेला वेळ तो दारं बंद करून त्याच्या ग्रंथालयात घालवू लागला. पण हे रिकामपण आता माझ्या अंगावर येऊ लागलं होतं. गुन्हेगारांना पकडणं हे काही माझं काम नव्हतं, तर वाचकांना माझ्या गोष्टी विनामूल्य उपलब्ध करून देणं...हे माझ्या आयुष्याचं ध्येय आहे. हे असं असलं तरी मला आता गुन्हेगारांना पकडायची सवय झाली होती. परिणामी माझं आयुष्य फारच अळणी झालं होतं.

त्यामुळे त्या दिवशी सकाळी मी चहाच्या वेळी व्योमकेशला विचारलं, "अरे दादा, काय चाललंय काय? बंगालमधील सारे चोर आणि गुन्हेगार साधू-संत झालेत की काय?"

व्योमकेश हसला आणि म्हणाला, "नाही, असं अजिबात नाहीये आणि त्याचे पुरावे आपल्याला दररोज वर्तमानपत्रांत वाचायला मिळताहेत की."

"खरं आहे रे, पण त्यांना पकडायची संधी आपल्याला का मिळत नाहीये?"

"हो, हो. जरा धीर धर थोडा. मिळेल आपल्याला तशी संधी. मासा योग्य वेळेला गळाला लागेल, आपण जबरदस्ती नाही ना करू शकत? आपल्या देशात बुद्धिमान गुन्हेगार असणं हा आता एक विरोधाभास व्हायला लागला आहे... हा काही माझा दोष नाही ना? पोलिसांच्या डायरीतील बहुतेक नावं अगदी किरकोळ आहेत. मोठे मासे स्वत:हून जाळ्यात अडकले न जाण्याची फार काळजी घेतात. मला त्यांच्यात रस आहे. तुला हे माहीतच असेल की, मोठे मासे असणारी तळी आणि नद्या यांचा माझ्यासारख्या माणसाला किती मोह आहे ते."

"तुझ्या उपमांना कुजक्या माशांचा वास येतोय. इथे जर एखादा मानसोपचारतज्ज्ञ असता तर त्याने नक्की म्हटलं असतं की, तू आता तुझा सत्य शोधण्याचा व्यवसाय बंद करून मासे विकायला सुरुवात करावीस म्हणून," मी म्हणालो.

"तसं जर तो म्हणत असेल तर मानसोपचारतज्ज्ञ मोठीच चूक करतोय असं म्हणावं लागेल."

त्याच वेळेस दरवाजावर टकटक झाली... पोस्टमन एक पत्र देऊन गेला. पत्र ही आमच्या जीवनातील फार दुर्मीळ गोष्ट होती, त्यामुळे ते येताच आमची जिज्ञासा जागृत झाली. हे पत्र व्योमकेशच्या नावाने आलेलं रजिस्टर्ड पत्र होतं.

त्याने ते पत्र लिफाफ्यातून बाहेर काढलं तेव्हा आमची उत्सुकता वाढली. त्या पत्रावर निळ्या रंगाचा आणि कास्याचा शिक्का होता. पत्राचा कागद जाड, गुळगुळीत आणि महागडा होता आणि त्यासोबत पाच हजार रुपयांचा चेकही होता. व्योमकेशने ते छोटंसं पत्र वाचलं आणि हसत माझ्याकडे दिलं. "हे घे,

फार गंभीर बाब आहे. उत्तर बंगालमधील एका प्रतिष्ठित धनवान घरातील रहस्य. त्यांनी मला तातडीने बोलावलं आहे आणि प्रवासखर्चसुद्धा आगाऊ पाठवला आहे. या सद्गृहस्थांच्या सचिवाने लिहिलं आहे... 'कुमार त्रिदिव नारायण रॉय यांच्या सांगण्यावरून मी तुम्हाला हे पत्र लिहीत आहे. त्यांनी तुमच्याबद्दल खूप ऐकलं आहे आणि एका गंभीर प्रकरणात त्यांना तुमची मदत आणि सल्ला हवा आहे. तुम्ही शक्य तेवढ्या लवकर इथे येऊ शकलात तर आम्ही उपकृत होऊ. तुम्ही कोणत्या गाडीने येत आहात हे कळवल्यास स्टेशनवर गाडी पाठवण्याची व्यवस्था करू.''

काय घडलंय याचा नेमका अंदाज या पत्रावरून लागत नव्हता. मी म्हणालो, ''खरंच काही तरी गंभीर दिसतंय. तुला या कागदावरून, पत्रावरून काही अर्थबोध होतोय का...असल्या बाबतीत तू जाणकार आहेस.''

''नाही, पण आपल्या देशातील धनवंतांच्या मला असलेल्या अनुभवातून मी एवढंच सांगू शकतो की, कुमार त्रिदिवेन्द्र यांना भयंकर स्वप्न पडलं असावं की, त्यांचा पाळीव हत्ती त्यांच्या शत्रूने चोरला असावा आणि धास्तावून त्यांनी गुप्तहेराला बोलावलं असावं. अशक्य नाही आहे हे.''

''नाही, नाही. मला वाटतं की, तू अतिशयोक्ती करतो आहेस. त्यांनी तुला आधीच पैसे पाठवले आहेत हे लक्षात येत नाही का तुझ्या...म्हणजेच काही तरी भयंकर घडलेलं असणार.''

''चुकतोयस तू. रुग्ण श्रीमंत आहे म्हणजे त्याचा आजारही गंभीर आहे असं वाटतंय तुला. ही धनाढ्य माणसं बारीकशा पुटकुळीवर इलाज करण्यासाठीसुद्धा डॉक्टरला घरी पाचारण करतात आणि एखादा गरीब रुग्ण मात्र गंभीर आजार झाला असला तरी बिचारा उपचाराविना मरतो.''

''बरं, तू जातोयंस ना?''

व्योमकेश क्षणभर विचारात पडला.

''सध्या मला काहीच काम नसल्याने दोन दिवस जाऊन येऊया. जरा नवीन स्थळंही बघता येतील. मला नाही वाटत तू या ठिकाणी गेला आहेस म्हणून.''

खरं तर मीसुद्धा जायला उत्सुक होतो, पण संकोचाने म्हणालो, ''मीही येऊ का? पण त्यांनी तर तुला एकट्यालाच बोलावलं आहे ना?''

व्योमकेश हसला आणि म्हणाला, ''तुझ्या येण्याने काहीच बिघडणार नाही. उलट कुमार बहादूरना आनंदच होईल आपल्या दोघांना बघून. शिवाय, दुसरा कोणीतरी पैसे खर्च करत असल्याने तिथे जाणं हे आपलं कर्तव्य आहे. धर्मग्रंथांच्याप्रमाणे तीर्थाटनाला जाताना नेहमी दुसऱ्या कोणाच्या तरी खर्चाने जावं हे उत्तम.''

असा शहाणपणाचा सल्ला कोणत्या धर्मग्रंथाने दिला आहे हे मला काही आठवेना... पण काही का असेना, व्योमकेशसोबत जाण्यासाठी माझं मन आणखी वळवण्याची गरज नव्हती.

आम्ही त्याच दिवशी संध्याकाळच्या गाडीने निघालो. प्रवासात आम्हाला एक मनमिळावू माणूस भेटला, याव्यतिरिक्त विशेष असं काही घडलं नाही. संपूर्ण डब्यात आम्ही फक्त तिघेजणच होतो. आमच्याशी थोडा वेळ गप्पा मारल्यानंतर त्या गृहस्थाने विचारलं, ''तुम्ही कुठे निघाला आहात?''

उत्तरादाखल व्योमकेश हसला आणि त्याने विचारलं, ''तुम्ही कुठे निघाला आहात?''

या प्रश्नाने जरा भांबावून जाऊन तो गृहस्थ म्हणाला, ''मी पुढच्या स्टेशनवर उतरणार आहे.''

व्योमकेश पुन्हा हसला आणि म्हणाला, ''आम्ही त्याच्या पुढच्या स्टेशनवर उतरणार आहोत.''

असं खोटं सांगण्याची खरं तर काहीच गरज नव्हती... पण माझ्या लक्षात आलं की, असं सांगण्याच्या मागे व्योमकेशच्या मनात काही तरी कारण असलंच पाहिजे. गाडी थांबताच तो गृहस्थ स्टेशनवर उतरला. बाहेर अंधार होता आणि तो त्या गर्दीत दिसेनासा झाला.

काही स्टेशनं गेल्यानंतर पाय मोकळे करण्यासाठी मी फलाटावर उतरलो. मला आमच्या पुढच्याच डब्यात तो माणूस दिसला...तो माझ्याकडे टक लावून बघत होता. आमची नजरानजर होताच त्याने मान वळवली. मी उत्तेजित होऊन व्योमकेशला सांगायला गेलो, तर तोच म्हणाला, ''मला माहीत आहे तो सद्‌गृहस्थ पुढच्या डब्यात बसला आहे ते. गोष्टी वाटतात तेवढ्या सोप्या नाहीत. पण ठीक आहे.''

या प्रकारानंतर मी त्या माणसाला प्रत्येक स्टेशनवर शोधायचा प्रयत्न केला, पण तो काही दिसला नाही.

दुसऱ्या दिवशी सकाळी आम्ही आमच्या नियोजित ठिकाणावर पोहोचलो. आम्हाला त्या घरी पोहोचण्यासाठी मोटारने आणखी सहा ते सात मैल जावं लागणार होतं. स्टेशन लहान होतं. श्रीयुत रॉय यांचा एक कर्मचारी महागडी गाडी घेऊन आमची वाट बघत होता. त्याने आमचं स्वागत केलं आणि आम्ही लवकरच मार्गस्थ झालो... एकाकी रस्त्यावरून आम्ही वेगाने जात होतो.

हा कर्मचारी वयस्कर होता आणि धोरणी होता, कारण व्योमकेशने थोडीफार चौकशी करायचा प्रयत्न केला, पण त्यावर तो 'काही माहिती नाही' असं म्हणत राहिला. आमचं स्वागत करून आम्हाला मालकाकडे घेऊन जाण्यासंबंधी मालकाने

त्याला दिलेल्या सूचनांचं तो फक्त पालन करत होता.

आम्ही एकमेकांकडे बघितलं आणि संपूर्ण रस्ताभर गप्पच राहिलो. तिथे पोहोचल्यानंतर आमच्या लक्षात आलं की, आम्ही एका प्राचीन हवेलीत प्रवेश करत आहोत. त्या घराला पाच बाजू होत्या. सुंदर बगीचा होता, पोहण्याचा तलाव होता. टेनिस कोर्ट, अतिथीगृह होतं. अनेक कामगार, नोकर, कर्मचारी भोवती होते. श्रीयुत रॉय यांच्या खाजगी सचिवाने आम्हाला आत नेलं. संपूर्ण दालनच आम्हाला देण्यात आलं. सचिव आम्हाला म्हणाला, ''तुम्ही ताजेतवाने व्हा आणि थोडा फराळही करा. तोपर्यंत कुमार बहादूरही तयार होतील आणि तुम्हाला भेटतील.''

सकाळचा भरपेट नाश्ता झाल्यानंतर आम्ही सिगरेट ओढत आरामात बसलो होतो. एवढ्यात सचिव आत आला आणि आम्हाला म्हणाला की, ''माझ्या बरोबर चला, कुमार बहादूर ग्रंथालयात तुमची वाट पाहत आहेत.'' आपण एका राजाच्या भेटीला चाललो आहोत की काय असं आम्हाला वाटलं. भव्य स्वागत, कुमार त्रिदिवेन्द्र नारायण रॉय असं भारदस्त नाव यामुळे जरा त्यांचा दबदबाच वाटत होता, पण आम्ही जेव्हा त्यांना भेटलो तेव्हा ते अगदी साध्या वेषातील, प्रसन्न, गोरेपान, देखणे तरुण गृहस्थ आहेत असं लक्षात आलं. त्यांच्या वागण्यात कोणत्याही प्रकारचा भपका नव्हता. आम्हाला पाहताच ते उठून उभे राहिले आणि हात जोडून त्यांनी आमचं स्वागत केलं, आणि व्योमकेशकडे साशंक नजरेने पाहत म्हणाले, ''व्योमकेशबाबू तुम्ही का?''

व्योमकेश माझी ओळख करून देत म्हणाला, ''हा माझा मित्र, साहाय्यक आणि माझा भावी चरित्रलेखक. मी जिथे जिथे जातो तिथे तिथे यालाही बरोबर घेऊन जातो.''

त्रिदिवेन्द्र नारायण हसले आणि म्हणाले, ''तुमचं चरित्र लिहायला अजून खूप अवकाश आहे. अजितबाबू तुमच्याबरोबर आले आहेत याचा मला खूप आनंद झाला आहे. अहो, यांच्या लिखाणातून तर मला तुमच्याबद्दलची माहिती मिळाली.''

हे ऐकून मलाही आनंद झाला. जेव्हा एखाद्याच्या लिखाणाबद्दल कोणी प्रशंसा करतं तेव्हा त्या लेखकाला जसा आनंद होतो अगदी तसाच. ते जरी खूप श्रीमंत असले तरी ते सुशिक्षित आणि बुद्धिमानही होते हे आमच्या लक्षात आलं. त्यांच्या ग्रंथालयात वेगवेगळ्या विषयावरची अनेक पुस्तकं खच्चून भरली होती. हे ग्रंथालय म्हणजे शोभेचा नमुना नव्हता, तर त्या पुस्तकांचा नियमित वापरही होत होता याची साक्ष त्यांच्या टेबलावर विखुरलेली पुस्तकं देत होती. थोड्याफार गप्पा झाल्यानंतर कुमार बहादूर यांनी त्यांच्या सचिवाला बाहेर

जाण्यास सांगितलं आणि पाठीमागचं दारही लावून घ्यायची सूचना केली.

त्यांनी बोलायला सुरुवात केली, "ज्या कामासाठी मी तुम्हाला एवढी तसदी दिली आणि इथवर बोलावून घेतलं ते काम अतिशय गंभीर आणि गोपनीय आहे. त्यामुळे मी तुम्हाला काही सांगण्यापूर्वी मला तुमच्याकडून एक वचन हवंय की, ही गोष्ट बाहेरच्या एकाही माणसाला कळता कामा नये कारण ती कुटुंबाच्या प्रतिष्ठेशी निगडित आहे."

व्योमकेश म्हणाला, "वचन वगैरे देण्याची मला तरी काही आवश्यकता वाटत नाही, कारण आमच्याकडे येणाऱ्या सर्वच प्रकरणांबाबत आम्ही कमालीची गोपनीयता पाळतो, कारण तो आमच्या व्यावसायिक शिष्टाचाराचा भाग आहे. पण, ठीक आहे, आम्ही कोणत्या पद्धतीने गोपनीयतेची शपथ घावी असं तुमचं म्हणणं आहे?"

कुमार हसून म्हणाले, "शपथ राहू दे, तुमचा शब्द मला तितकाच महत्त्वाचा वाटतो."

पण मी जरा का कू करत होतो, "मी एखाद्या कथेच्या रूपातसुद्धा या प्रकरणाचा उल्लेख नाही का करू शकणार?"

त्रिदिव ठामपणे म्हणाले, "नाही, मला यावर चर्चा नकोय."

एक चांगली गोष्ट लिहिण्याची संधी हुकल्यामुळे मी निराश होऊन सुस्कारा टाकला. व्योमकेश म्हणाला, "काही काळजी करू नका, आम्ही कोणाला काहीही सांगणार नाही."

कुमार काही क्षण शांत बसले आणि नंतर म्हणाले, "आमच्या कुटुंबाकडे काही जुनी रत्नं, खडे आणि हिरे आहेत...तुम्हाला कदाचित याबद्दल माहिती नसेल."

व्योमकेश म्हणाला, "मला अगदी जुजबी माहिती आहे...विशेषतः त्या हिऱ्याबद्दल जो अतिशय दुर्मीळ आणि अत्युत्तम असा आहे."

"तुम्हाला माहिती आहे त्याबद्दल? मग तुम्हाला हेही माहीत असेल की, गेल्या महिन्यात कोलकात्यात मौल्यवान रत्नांचं प्रदर्शन भरलं होतं ते... त्या वेळी हा हिरा तिथे प्रदर्शित करण्यात आला होता."

व्योमकेश होकारार्थी मान हलवत म्हणाला, "हो, मी त्याविषयी ऐकलं होतं, पण तो बघण्याचं काही माझ्या नशिबात नव्हतं."

कुमार स्तब्ध झाले आणि काही वेळाने म्हणाले, "तुम्हाला आता तो कदाचित कधीच बघायला मिळणार नाही. तो हिरा चोरीला गेलाय."

व्योमकेश म्हणाला, "काय, चोरीला गेलाय?"

त्रिदिव म्हणाले, "त्यासाठीच तर मी तुम्हाला इथे बोलावून घेतलंय. मी

सुरुवातीपासून सर्व काही सांगतो. आमच्या कुटुंबाचा इतिहास मोगलांच्या काळापासूनचा आहे. त्या काळात आमच्या पूर्वजांना ही जमीन इनाम म्हणून मिळाली होती. आमचा पूर्वज निर्भय आणि धाडसी होता. त्याने ही जमीन इनाम म्हणून देत असल्याबद्दलचा लेखी करार देण्याबाबत बादशहाचं मन वळवलं. आमच्या कुटुंबाकडे तो दस्तावेज अजूनही ठेवलेला आहे. त्याच वेळेपासून तो हिराही वंशपरंपरेने पुढच्या पिढ्यांकडे... अगदी आजपर्यंत...येत गेला आहे. असं म्हणतात की, जर तो हिरा आमच्या कुटुंबाकडे असेल तर कुटुंबावर कोणतंही संकट येणार नाही, पण तो जर कुटुंबाच्या दुसऱ्या शाखेकडे गेला तर...आमचं कुटुंब उद्ध्वस्त होईल.

संपत्तीचा वारसदार सर्वांत मोठा मुलगा असेल... आमच्या कुटुंबाचा नियमच आहे तो. धाकट्या मुलांना भत्ता मिळेल. तर दोन वर्षांपूर्वी माझ्या वडलांचं निधन झाल्यानंतर ही संपत्ती वारशाने मला मिळाली. मी एकुलता एक मुलगा आहे. सध्या माझे एक चुलते आहेत ज्यांना कुटुंबाच्या खजिन्यातून दरमहा काही हजार रुपये भत्ता मिळतो.

हे फक्त प्रास्तविक झालं. आता तो हिरा कसा गायब झाला हे मी तुम्हाला सांगतो. कोलकात्याच्या प्रदर्शनात माझा हिरा प्रदर्शित करण्यासाठी मला जेव्हा निमंत्रण मिळालं तेव्हा मी विशेष गाडीने कोलकात्याला गेलो. तो हिरा जेव्हा संघटकांच्या हाती सुपूर्त केला तेव्हा मी सुटकेचा निःश्वास टाकला. तुम्हाला माहीतच असेल की, या प्रदर्शनात बडोदा, हैदराबाद, पतियाला इत्यादी ठिकाणच्या राजघराण्यातील मौल्यवान आणि उत्तमोत्तम रत्नं आणि हिरे प्रदर्शित करण्यात आले होते... ही प्रतिष्ठेची बाब होती. सर्व हिऱ्यांची सुरक्षितता ही शासनाची स्वत:ची जबाबदारी होती. त्यामुळे हिरा चोरीला जाणं केवळ अशक्य होतं. हिरा काचेच्या पेटीत ठेवण्यात आला होता आणि त्याची किल्ली फक्त माझ्या एकट्याकडे होती.

प्रदर्शन सात दिवस चाललं होतं. आठव्या दिवशी मी हिरा घेऊन माझ्या घरी परत आलो तेव्हा हे उघडकीला आलं की, हिरा चोरीला गेला असून मी घरी जो घेऊन आलोय तो दोनशे रुपये इतक्या किरकोळ किमतीचा बनावट हिरा आहे.''

कुमार थोडा वेळ गप्प बसले. व्योमकेशने विचारलं, ''तुम्ही पोलिसांना किंवा आयोजकांना या चोरीबद्दल काही सांगितलंत का?''

कुमार म्हणाले, ''त्याचा काहीच उपयोग झाला नसता, कारण चोरी झाल्याचं लक्षात आलं तेव्हाच तो कोणी चोरला आहे हे मला कळून चुकलं.''

''ओह,'' व्योमकेश म्हणाला आणि कुमारांकडे शोधक नजरेने बघत म्हणाला,

"सांगा, पुढे?"

कुमार म्हणाले, "ही काही चर्चा करायची गोष्ट नाही. लोकापवाद होऊ नयेत, बाहेरच्या लोकांना काही कळू नये किंवा ही बातमी वर्तमानपत्रापर्यंत पोहोचू नये म्हणून मी अगदी जवळच्या नातेवाइकांनाही काही कळू दिलेलं नाही. माझ्याशिवाय दुसरी एकच व्यक्ती आहे जिला याबद्दल माहिती आहे ती म्हणजे आमचे जुने दिवाण, जे आमच्या कुटुंबाचे आर्थिक व्यवहार बघतात.

मी तुम्हाला सगळंच तपशीलवार सांगतो. मी तुम्हाला आधीच सांगितलंय की, माझे एक काका आहेत म्हणून. ते कोलकात्याला असतात आणि त्यांना आमच्या संपत्तीतून दरमहा काही हजार रुपये भत्ता म्हणून मिळतात. तुम्ही कदाचित त्यांच्याबद्दल ऐकलं असेल. त्यांचं नाव आहे सर दिगिन्द्र नारायण रॉय आणि ते सुप्रसिद्ध कलाकार व वैज्ञानिक आहेत. तसे ते फार विचित्र गृहस्थ आहेत. ते जर परदेशात जन्माला आले असते तर अत्यंत विद्वान माणूस म्हणून गणले गेले असते. त्यांचं ज्ञान अफाट आहे, आणि ते कमालीचे बुद्धिमान आहेत. त्यांच्या तरुण वयात त्यांनी प्लास्टर ऑफ पॅरिसबाबतच्या काही अज्ञात गोष्टी शोधून काढल्या होत्या...ब्रिटिश शासनाने त्यांना पदवी देऊन त्यांचा गौरव केला होता. कलेच्या जगतातसुद्धा त्यांचे गुण प्रसिद्ध आहेत... तुम्ही ऐकलंच असेल त्यांच्याबद्दल. पॅरिस येथे भरलेल्या कला प्रदर्शनात त्यांनी स्वत: भगवान शिवाचं जे शिल्प दगडातून साकारलं होतं त्याबद्दल त्यांना विशेष पुरस्कार मिळाला होता हे सर्वश्रुत आहे. त्यांच्यासारखा हरहुन्नरी माणूस मिळणं फारच दुर्मीळ," कुमार हसत म्हणाले.

"माझ्या काकांचं माझ्यावर खास प्रेम आहे, पण एका गोष्टीबाबत आमचं जमत नाही. त्यांनी माझ्याकडे तो हिरा मागितला होता. त्यांना त्या हिऱ्याची उगीचच लालसा होती. तो मौल्यवान होता म्हणून त्यांना तो हवा होता असं नाही, तर तो आपल्याकडे हवाच अशी त्यांची मनोमन इच्छा होती."

"काय किंमत असेल त्या हिऱ्याची?" मी विचारलं.

"साधारणपणे तीन कोटी रुपये किंवा जास्तच. आपल्या देशातील कोणीही एवढे पैसे मोजून तो विकत घेऊ शकत नाही. शिवाय आम्ही त्याचं कधी मूल्यमापनच केलेलं नाही. आमच्या कुटुंबात तो शुभसंकेतच मानला गेला होता...तो अमूल्य आहे.

ते असो, काकांनी तो हिरा माझ्या वडलांकडेसुद्धा मागितला होता, पण त्यांनी तो देण्यास साफ नकार दिला. माझे वडील गेल्यानंतर त्यांनी तो पुन्हा माझ्याकडे मागितला. ते म्हणाले की, 'मला कोणताही भत्ता वगैरे देऊ नकोस, पण तो हिरा मात्र मला दे.' माझ्या वडिलांनी त्यांच्या मृत्यूपूर्वी मला बजावलं

होतं. मी त्यांना सांगितलं की, 'तुम्ही इतर काहीही मागा, मी देईन, पण हिरा मागू नका. कारण तो देणं माझ्या मृत वडिलांच्या इच्छेविरुद्ध होईल.'

ते काही बोलले नाहीत, पण माझ्या लक्षात आलं की, ते माझ्यावर फारच नाराज झाले आहेत. त्यानंतर मी काकांना परत कधी भेटलो नाही.

पण कोलकात्यातील त्या प्रदर्शनानंतर मी परतलो तेव्हा मला त्यांचं पत्र मिळालं. ते पत्र अगदी छोटंसंच होतं, पण ते वाचून मला फिट यायचीच बाकी होती. वाचा हे पत्र.''

त्यांनी सचिवाच्या टेबलाचा ड्रॉवर स्वत:जवळच्या चावीने उघडला आणि ते पत्र बाहेर काढलं. अतिशय सुवाच्य अक्षरात ते पत्र लिहिलं होतं.

प्रिय त्रिदिव,

झाल्या गोष्टीबद्दल वाईट नको वाटून घेऊस. पण तुला तो हिरा मला द्यायचा नव्हता, म्हणून मी स्वत:च तो घेतला. तो हिरा तुझ्याकडून गेला तर तुमचं कुटुंब उद्ध्वस्त होईल वगैरे अंधश्रद्धेवर आधारलेल्या गोष्टींवर विश्वास ठेऊ नकोस. हा हिरा कुटुंबाच्या एकाच शाखेकडे राहावा म्हणून आपल्या पूर्वजांनी सांगितलेली ती निव्वळ एक दंतकथा होती. तुला शुभाशीर्वाद.

तुझा काका,
दिगिन्द्र नारायण रॉय

व्योमकेशने शांतपणे ते पत्र त्यांना परत केलं. कुमारांनी पुन्हा बोलायला सुरुवात केली. ''पत्र वाचताक्षणी मी तिजोरीच्या खोलीकडे गेलो आणि तिजोरी उघडली. मी त्यातून हिऱ्याची डबी बाहेर काढली, हिरा त्यात होता. मी दिवाणांना बोलावलं. त्यांनी तो एका अनुभवी जाणकाराकडून तपासून आणला आणि त्यांनी सांगितलं की, जरी तो मूळ हिऱ्यासारखा दिसत असला तरी तो बनावट हिरा आहे.'' कुमारांनी कपाट उघडलं आणि मखमलीची डबी बाहेर काढली. त्या गोलाकार खड्यातून प्रकाश परावर्तित होत होता आणि तो चमकत होता. कुमारांनी तो दोन बोटांत पकडला आणि व्योमकेशकडे दिला. ते म्हणाले, ''रत्नपारख्याशिवाय कोणालाही त्यातला फरक कळणार नाही. याची किंमत जेमतेम दोनशे रुपये आहे.''

काही वेळ आम्ही दोघंही हिरा पाहत राहिलो, नंतर त्याने तो त्रिदिव नारायण यांच्याकडे दिला आणि सुस्कारा टाकत म्हणाला, ''म्हणजे तो हिरा शोधून परत आणणं हे माझं काम आहे तर?''

व्योमकेशकडे उत्सुकतेने पाहत कुमार म्हणाले, "होय. तो कसा चोरीला गेला हे मला नको आहे, पण काहीही झालं तरी मला तो परत हवाच आहे. मी त्यासाठी वाटेल तेवढा पैसा मोजायला तयार आहे... खर्चाची काही काळजी करू नका. पण तुम्हाला एक विनंती आहे, काहीही झालं तरी वर्तमानपत्रांकडे याची वाच्यता होणार नाही याची पुरेपूर काळजी घ्या."

व्योमकेश सहजपणे म्हणाला, "हा हिरा तुम्हाला लवकरात लवकर म्हणजे किती दिवसांत परत हवाय?"

कुमारांचा चेहरा आशेने उजळला, "किती लवकर? म्हणजे तुम्हाला खात्री आहे की तो तुम्ही परत मिळवू शकाल म्हणून?"

व्योमकेश हसला आणि म्हणाला, "हे अगदी सोपं प्रकरण आहे. खूप गुंतागुंतीचं रहस्य असेल अशी माझी अपेक्षा होती. असो, आज शनिवार आहे, पुढच्या शनिवारपर्यंत मिळेल तो हिरा तुम्हाला परत," असं म्हणून तो उठला.

कोलकात्याला परत आल्यानंतर पहिल्या दिवशी आम्ही काहीच केलं नाही.

संध्याकाळी मी व्योमकेशला विचारलं, "मोहिमेची काही योजना ठरवली आहेस का?"

व्योमकेश म्हणाला, "नाही. आधी मला ते घर बघायला पाहिजे आणि थोडी माहिती गोळा करायला हवी आहे. त्यानंतरच मला काही योजना ठरवता येईल."

"तो हिरा घरातच असेल?"

"अर्थातच. त्याच्या मोहानेच तर काकांना आपल्या पुतण्याचा हिरा चोरण्यास भाग पाडलं. ते क्षणभर तरी त्या हिऱ्यापासून दूर जातील का? मला त्यांनी तो कुठे ठेवला आहे हे शोधून काढायला पाहिजे, मला वाटतं..."

"काय वाटतंय तुला?"

"नाही, माझा फक्त अंदाज आहे. कोणत्याही निर्णयापर्यंत येण्यापूर्वी मला दिगिन्द्र नारायण या वृद्ध गृहस्थांना भेटायला हवं."

थोड्या वेळानंतर मी म्हणालो, "व्योमकेश, या सर्व प्रकरणाच्या नैतिक बाजूचा विचार केला आहेस ना तू?"

"कसलं प्रकरण?"

"तो हिरा तू परत कसा मिळवणार आहेस ते?"

"होय, केलाय मी तो विचार. हे जर साध्या चोरीचं प्रकरण असतं तर... एका चोराला पकडण्यासाठी दुसऱ्या चोराला सांगणं म्हणजे मोठंच काम झालं की."

“असेलही, पण आपल्या देशातील कायदा ते कसं मान्य करणार?”

“माझा त्याच्याशी संबंध नाही. कायदे बनवणाऱ्या लोकांनी मला पकडून दाखववावं त्यांना जमत असेल तर.”

दुसऱ्या दिवशी दुपारी व्योमकेश एकटाच बाहेर गेला आणि संध्याकाळी खूप उशिरा परत आला. नंतर चहा घेता घेता मी त्याला विचारलं, “कुठवर आली आहे प्रगती?”

स्वत:च्याच विचारात तल्लीन झालेला व्योमकेश सामोशाचा लचका तोडत म्हणाला, “फार काही नाही. म्हातारबुवा भलतेच अवघड आहेत. त्यांचा चौकीदार फारच तीक्ष्ण नजरेचा आहे. काही का असेना, पण म्हातारबुवांना एक सचिव हवा आहे... म्हणून मी दोन अर्ज देऊन आलो आहे.”

“मला नीट सगळं सांग बघू.”

चहाचा घुटका घेत व्योमकेश म्हणाला, “कुमार बहादूर यांनी जे सांगितलं होतं ते सगळं खरं आहे. त्यांचा काका हा फारच धूर्त माणूस आहे. त्यांचं घर म्हणजे एक वस्तुसंग्रहालय आहे...एकाहून एक सुंदर वस्तूंचा संग्रह. ते एकटेच राहतात. पण त्यांच्याकडे प्रामाणिक आणि विश्वासू कर्मचाऱ्यांचा तुटवडा नाही. सगळ्यात पहिलं म्हणजे त्यांचं कम्पाउंड ओलांडणं हेच फार अवघड आहे... फाटकावर चार बंदूकधारी चौकीदार आहेत. तुम्हाला आत जायचं असेल तर ते तुम्हाला हजार प्रश्न विचारतात. आठ फुटाच्या भिंतीवर वरती लोखंडी खिळे ठोकलेले आहेत, त्यामुळे ती चढून वर जाणं शक्य नाही. त्या चौघा चौकीदारांची खुशामत करून तुम्ही कसेबसे फाटकातून आत जाऊ शकलात तर तुमची गाठ पडते ती उग्रे सिंग याच्याशी... हा नेपाळी नोकर एखाद्या हिंस्र वाघासारखा मुख्य दरवाजाशी बसलेला असतो. आत जाण्यासाठी तुम्ही जर त्याला पटणारं कारण देऊ शकला नाहीत तर...तुमच्या आत जाण्याचे सगळे मार्ग बंद. रात्रीची व्यवस्था तर अधिकच उत्तम आहे. चौकीदार तर आहेतच, पण त्यावर कडी म्हणजे पहाऱ्यावर चार कुत्रीही मोकळी सोडलेली असतात. तर रात्रीच्या शांततेत माझं काम उरकणं अशक्य कोटीतलं आहे.”

“मग, आता काय?”

“एक मार्ग आहे ना. या वृद्ध गृहस्थांना एक सचिव हवा आहे...तशी जाहिरात दिली आहे त्यांनी... हजार रुपये पगार आहे आणि त्याला घरातच राहावं लागेल. तो विज्ञानाचा पदवीधर असावा, त्याला लघु लेखनाचं आणि टंकलेखनाचं ज्ञान असावं आणि इतरही अनेक चांगले गुण त्याच्यात असावेत अशी अपेक्षा आहे. मी त्यांना दोन अर्ज देऊन आलो आहे. उद्या मुलाखतीला बोलावलं आहे.”

"पण तू दोन अर्ज कशासाठी दिले आहेस?"

"एक तुझ्यासाठी आणि एक माझ्यासाठी. म्हणजे एक जण नापास झाला तर दुसरा तरी पास होईल."

दुसऱ्या दिवशी म्हणजे सोमवारी सकाळी आम्ही दोघेजण सचिवपदाच्या मुलाखतीसाठी सर दिगिन्द्र नारायण यांच्या घरी गेलो. दक्षिण कोलकात्याच्या उच्चभ्रू वस्तीत त्यांचं घर होतं. चौकीदारांच्या अडथळ्यातून आत गेल्यानंतर आमच्या लक्षात आलं की, अनेक इच्छुक उमेदवार त्यांच्या मुलाखतीच्या प्रतीक्षेत आहेत. आम्हाला एका खोलीत बसवण्यात आलं होतं आणि आम्ही एकमेकांकडे संशयित नजरेने पाहत होतो. मी आणि व्योमकेश एकमेकांना ओळखत नाही असं भासवत होतो... ठरलंच होतं आमचं तसं.

घराचे यजमान घराच्या आतून कुठून तरी प्रत्येक उमेदवाराला स्वतंत्रपणे बोलवत होते. एखाद्या उमेदवाराची निवड झाली आणि आम्हाला बोलावलंच नाही, तर? अशी आम्हाला काळजी वाटत होती. पण सुदैवाने एकेक उमेदवार निराश होऊन बाहेर पडताना आम्हाला दिसत होता. सगळ्यात शेवटी मी आणि व्योमकेश असे दोघेच मुलाखत द्यायचे उरलो.

अर्जात आम्ही खोटी नावं दिली होती हे वेगळं सांगायची गरजच नाही. व्योमकेश निखिलेश आणि मी जितेंद्रनाथ होतो. विसरू नये म्हणून मी माझ्या नावाची मनातल्या मनात उजळणी करत होतो. एवढ्यात एका नोकराने आम्हाला दोघांना एकत्रच बोलावलं. आम्हाला जरा आश्चर्यच वाटलं. कारण आतापर्यंत प्रत्येक उमेदवाराला स्वतंत्रपणे बोलावलं जात होतं...मग आम्हालाच एकत्र का? काही का असेना, आम्ही त्या नोकराच्या मागे चालत यजमानांकडे गेलो.

एका प्रचंड मोठ्या खोलीत सचिवाचं एक मोठं टेबल सोडल्यास दुसरं कोणतंही फर्निचर तिथे नव्हतं. त्या टेबलाच्या मागे एका खुर्चीवर सर दिगिन्द्र नारायण दरवाजाकडे तोंड करून बसले होते. ते आडदांड होते आणि बिनबाह्यांची फिरन घालून बसले होते. एखादा करडी दाढी आणि मिश्या असलेला बुलडॉग डोळ्यासमोर आणू शकता का तुम्ही?...सर दिगिन्द्र तसेच दिसत होते. त्यांच्याकडे बघितल्यावर कोणाचीही प्रतिक्रिया अशीच झाली असती की, उलटं फिरावं आणि खोलीच्या बाहेर धूम पळावं. त्यांचं डोकं भल्या मोठ्या गोल पातेल्यासारखं होतं... शिवाय मध्यभागी टक्कल होतं. त्यांना हनुवटीच नव्हती. त्यांचे केसाळ हात मला भयंकर दिसणाऱ्या माकडाची आठवण करून देत होते, पण त्यांची बोटं मात्र लांब, पातळ, नाजूक आणि एखाद्या कलाकाराची होती. त्यांचे डोळे बारीक होते... कुठल्याही विपरीत गोष्टीचा आक्रमकतेने मुकाबला करण्याच्या तयारीत असावेत तसे. अरेबियन नाईट्समधील भल्या मोठ्या माणसाची आठवण

व्हावी असं त्यांचं व्यक्तिमत्त्व होतं... म्हणजे चांगलं आणि वाईट असं दोन्ही करू शकण्याची कुवत असलेलं. त्यांची भीतीही वाटत होती आणि त्यांच्याबद्दल आदरही वाटत होता.

आम्ही विनयाने त्यांना नमस्कार केला आणि टेबलासमोर जाऊन उभं राहिलो. त्यांचे बारीक डोळे आमच्याकडे आलटून-पालटून बघत राहिले आणि व्योमकेशवर स्थिरावले. नंतर त्या रुंद चेहऱ्यावर एक विचित्र हसू पसरलं. बुलडॉग हसतो की नाही मला ठाऊक नाही, पण हसत असेल तर तो नक्की यांच्यासारखाच दिसत असेल. एकाएकी त्यांचं हसू मावळलं, आणि त्यांनी त्यांच्या करड्या आवाजात आज्ञा केली, “उज्रे, दरवाजा बंद कर.”

नोकराने सांगितल्याप्रमाणे दार बंद केलं आणि तो बाहेर निघून गेला. यजमानांनी टेबलावर पडलेल्या आमच्या दोन्ही अर्जांवर नजर टाकली आणि विचारलं, “तुमच्यापैकी निखिलेश कोण आहे?”

व्योमकेश म्हणाला, “मी आहे निखिलेश.”

यजमान म्हणाले, “तुम्ही निखिलेश आणि तुम्ही जितेंद्रनाथ? तुम्ही दोघांनी काय संगनमत करून एकत्र अर्ज केलेत की काय?”

व्योमकेश म्हणाला, “नाही सर, मी त्यांना ओळखत नाही.”

“तुम्ही खरंच एकमेकांना ओळखत नाही? पण मला तर वेगळंच वाटतंय तुमचे अर्ज वाचून. असो, तुम्ही एम.एस्सी. झाला आहात ना?”

“होय, सर. कोलकाता विद्यापीठातून.”

त्यांनी टेबलावरील एक जाडजूड पुस्तक उचललं आणि विचारलं, “कोणत्या वर्षी?”

मी गर्भगळीत झालो, माझ्या लक्षात आलं की, ते पुस्तक म्हणजे विद्यापीठाचं राजपत्र होतं ज्यात मागील वर्षातील यशस्वी विद्यार्थ्यांची नावं होती. घाबरून मी घामाघूम झालो...आता आपण पकडले जाणार.

पण व्योमकेश अगदी शांतपणे म्हणाला, “मी यंदाच उत्तीर्ण झालो. माझा निकाल महिन्याभरापूर्वीच आला.”

मी सुटकेचा निःश्वास टाकला... या वर्षीच्या यशस्वी विद्यार्थ्यांची नावं काही या राजपत्रात समाविष्ट असणं शक्य नाही.

त्या सद्‌गृहस्थांनी पुस्तक बाजूला ठेवलं आणि व्योमकेशची उलटतपासणी सुरू केली, पण त्याच्या उत्तरात त्यांना काही चूक किंवा त्रुटी आढळल्या नाहीत. व्योमकेशने लघुलेखनाची परीक्षाही व्यवस्थितपणे पार पाडली. “छान, तुम्ही माझं काम करू शकाल, जरा तिकडे जाऊन बसा.”

व्योमकेश बसला. आमचे मालक कपाळाला आठ्या घालून टेबलाकडे

एकटक बघत राहिले. काही वेळानंतर त्यांनी अचानक आपलं डोकं उचललं आणि माझ्याकडे बघत म्हणाले, "अजितबाबू?"

"यस्?"

एखादा मोठा बॉम्ब पडावा असे ते जोरजोरात हसू लागले. हसू अनावर झाल्याने त्यांचं सारं शरीर गदगदत होतं. असा काय विनोद घडला हे न कळल्याने मी व्योमकेशकडे बघितलं. तो माझ्याकडेच बघत होता आणि त्याच्या चेहऱ्यावर मी काही तरी चूक केल्याचे भाव होते. मी खरोखरच घोडचूक केली होती. मी पार शरमिंदा झालो, मला पश्चात्ताप झाला. निष्काळजीपणामुळे मी एका क्षणात सगळं बिघडवून टाकलं होतं.

त्या सद्गृहस्थांचं हसणं पाच एक मिनिटं चालूच होतं आणि त्यांचा आवाज खोलीत घुमत होता. हसण्यामुळे डोळ्यांत आलेलं पाणी त्यांनी टिपलं आणि माझ्या शरमलेल्या चेहऱ्यावरील भाव न्याहाळत ते म्हणाले, "वाईट नका वाटून घेऊ...मी तुम्हाला पकडलं यात लाज वाटण्याजोगं काही नाही. परिपक्वता आणि बुद्धिमत्ता या बाबतीत तुम्ही इतके तरुण असताना मला फसवण्याचा तुम्ही विचार तरी कसा करू शकलात याचं मला आश्चर्य वाटतंय आणि गंमतही वाटतेय."

आम्ही शांतच होतो. त्यांनी व्योमकेशकडे पाहिलं आणि ते म्हणाले, "तुमच्याकडून असं मूर्खपणाचं वर्तन मला अपेक्षित नव्हतं. तुम्ही तरुण आहात, पण तुमच्या डोक्याचा आकार तुम्ही बुद्धिमान असल्याचं दर्शवतोय." त्यांनी व्योमकेशच्या डोक्याकडे टक लावून बघितलं आणि म्हणाले, "तुमच्या कवटीच्या आत किमान पंचावन्न औंसाचा मेंदू असेल. पण नुसता मेंदू असणं पुरेसं नाही... त्यावर किती सुरकुत्या आहेत यावर बरंच अवलंबून असतं. गालाची हाडं उंच असणं आणि जबड्याची हाडं ठळक असणं, बाकदार नाक, चेहऱ्याचा आकार... हे सर्व तुम्ही जलद विचार करता आणि चालता याचं प्रतीक आहे, तुम्ही धूर्त आणि हट्टी आहात... तुमच्यामध्ये चांगली अंत:प्रेरणा आहे, चांगली विचारशक्ती आहे... पण तुमच्यात अजून परिपक्वता आलेली नाही... हो, पण हेही खरं की काही प्रमाणात तुम्ही बुद्धिमान आहात."

मला वाटलं, ते जिवंत माणसाचं विच्छेदन करत आहेत की काय! ते अवयवविच्छेदन करता करता व्योमकेशच्या मेंदूचं वजन करत आहेत आणि मी बाजूला उभं राहून हे सर्व बघतो आहे.

या सद्गृहस्थांनी आपलं स्वगत थांबवलं आणि म्हणाले, "माझा मेंदू केवढा आहे हे माहीत आहे का तुम्हाला? साठ औंसांचा...तुमच्यापेक्षा पाच औंस जास्त. दुसऱ्या शब्दात सांगायचं तर माकडाच्या आणि माणसाच्या मेंदूच्या

वजनांतील फरक...तो फरक आहे तुमच्या आणि माझ्या मेंदूमध्ये...खरं तर थोडा जास्तच.''

व्योमकेश निर्विकार चेहऱ्याने पुतळ्यासारखा बसून होता.

सर दिगिन्द्र पुन्हा एकदा हसले आणि अचानक गंभीर होत म्हणाले, ''मला माहीत आहे माझ्या पुतण्याने तुम्हाला माझ्याकडून काही तरी चोरण्यासाठी पाठवलं आहे. तुम्हाला खरंच वाटतं की तुम्ही यशस्वी व्हाल म्हणून?''

व्योमकेशने यावरही काही उत्तर दिलं नाही. त्याचं मौन बघून त्यांनी विचारलं, ''काय झालं, व्योमकेशबाबू? तुम्ही बोलायचं विसरलात की काय? तुम्ही फार अवघड कामगिरी अंगावर घेतली आहेत. ती गोष्ट मिळवण्यासाठी तुम्ही स्वत:ची ओळख लपवायचा प्रयत्न केलात. काय वाटतं तुम्हाला? तुम्ही व्हाल यशस्वी?''

व्योमकेश थंडपणे म्हणाला, ''तो हिरा मी सात दिवसांच्या आत परत मिळवीन असं आश्वासन मी कुमार बहादूरना दिलं आहे.''

दिगिन्द्र यांचा भला मोठा चेहरा आता भयावह दिसू लागला. त्यांच्या केसाळ भुवयांसारखं जाळं आता त्यांच्या कपाळावरही दिसू लागलं.

''खरंच? तुम्ही फारच धाडसी आणि गोंडस आहात, पण तुम्ही तुमच्या कामगिरीत कसे काय यशस्वी होणार? मी या क्षणाला तुम्हाला माझ्या घरातून फेकून देईन... मग परत कसे येणार तुम्ही?''

व्योमकेश हसून म्हणाला, ''तुमच्या शब्दांनी काही गोष्टी स्पष्ट केल्या आहेत. जसं की, तो हिरा या घरातच आहे.''

त्यांच्या डोळ्यांत क्रोध दाटून आला आणि ते म्हणाले, ''होय, या घरातच आहे तो हिरा, पण तुम्हाला शोधता येईल का तो? तेवढी बुद्धिमत्ता आहे का तुमच्याकडे?''

व्योमकेश नुसता हसला. त्यामुळे ते अधिकच संतापले आणि त्यांचा आता स्फोट होणार असं वाटू लागलं. त्यांच्या कपाळावरच्या शिरा तटतटू लागल्या. सूडाच्या भावनेने डोळ्यात अंगार भरला. त्यांच्या हाताजवळ जर एखादं शस्त्र असतं तर... व्योमकेशच्या जिवाला तेव्हा नक्की धोका होता. नशीब, त्यांच्या हाताजवळ काहीही नव्हतं त्यामुळे त्यांनी आपलं डोकं हलवलं आणि म्हणाले, ''हे बघा व्योमकेशबाबू, तुम्ही स्वत:ला फार हुशार समजता, नाही का? अटलांटिकच्या या बाजूचे आपण सर्वांत मोठे गुप्तहेर आहोत असं वाटतंय ना तुम्हाला? मी तुम्हाला घराबाहेर काढणार नाही. या घरात येण्यासाठी आणि जाण्यासाठी तुम्हाला पूर्ण स्वातंत्र्य आहे. तुम्ही शब्द दिला आहे की, तुम्ही तो हिरा सात दिवसांत परत मिळवाल म्हणून. मी तुम्हाला सात वर्षं देतो...शोधून

दाखवाच तो हिरा, बघूया!'' ते उभे राहिले आणि त्यांनी हाक मारली, ''उग्रे सिंग!''

उग्रे सिंग तत्काळ तिथे हजर झाला. आमच्याकडे बोट दाखवत ते त्याला म्हणाले, ''या दोन्ही सद्‌गृहस्थांना नीट बघ. त्यांना घरात केव्हाही येऊ दे, अगदी मी नसलो तरी. ते घरात कुठेही फिरू शकतात...त्यांना थांबवू नकोस.''

उग्रे सिंग आमच्याकडे बघत म्हणाला, ''होय, सर,'' आणि तो बाहेर गेला.

नंतर सर दिगिन्द्र सिंहासारखे गरजले, ''जो शोधेल त्याला ते मिळेल... कळलं का तुम्हाला, व्योमकेशचंद्र?''

व्योमकेश म्हणाला, ''नुसतं व्योमकेश; व्योमकेशचंद्र नाही.''

''हरकत नाही. तुम्ही इथेच म्हातारे व्हाल आणि मराल, पण तुम्हाला हिरा काही मिळणार नाही. दिगीन रॉयने तो कुठे लपवलाय ते शोधून काढणं व्योमकेश बक्षीला अशक्य आहे. तुम्हाला माझ्या तिजोरीच्या चाव्या हव्या असतील तर मागा. त्यात माझ्या अनेक मौल्यवान वस्तू आहेत, पण मी तुमच्यावर अविश्वास दाखवणार नाही. तुम्हाला एका गोष्टीची मात्र ताकीद देऊन ठेवतो... तो हिरा शोधण्याच्या गडबडीत माझ्या कुठल्याही चित्राला किंवा पुतळ्याला नुकसान पोहोचता कामा नये. माझी कुठलीही कलावस्तू जर तुम्ही तोडली, फाडली किंवा खराब केली तर तुम्हाला हे घर तत्काळ सोडून जावं लागेल आणि हिरा शोधण्याची संधी तुम्ही कायमची गमावून बसाल.''

आमच्याशी असं सभ्य आणि सुसंस्कृत संभाषण करून आम्हाला खूष करत ते खोलीतून बाहेर पडले. आम्ही एकमेकांच्या समोर शांतपणे बसलो. म्हातारबुवा आणि व्योमकेश यांच्यामधील या संभाषणाचा व्योमकेशलाही आता कंटाळा आला होता. फिकटसं हसत तो म्हणाला, ''चल, आता घरी जाऊ या...आज काही होणं शक्य नाही.''

दुसऱ्याची फसगत करण्याच्या प्रयत्नात पकडलं जाणं हे अपमानास्पद आणि खच्चीकरण करणारं होतं... आम्ही निराश होऊन आणि पराभूत होऊन घरी परतलो.

कपभर चहा प्यायल्यानंतर मी जरासा सावरलो आणि म्हणालो, ''व्योमकेश, माझ्या मूर्खपणामुळे आज तुझा असा अपमान झाला.''

व्योमकेश म्हणाला, ''होय, तू मूर्खपणा केलासच...पण त्यामुळे फारसं काही बदललं नसतं. म्हातारबुवांना सगळं अगदी पहिल्यापासूनच माहीत होतं. तुला तो गाडीत भेटलेला माणूस आठवतोय? तोच जो पुढच्या स्टेशनवर उतरायचं म्हणाला आणि पुढच्या डब्यात जाऊन बसला तो? तो याच महाशयांचा

हेर होता. त्यांना आपल्याबद्दल तपशीलवार माहिती आहे.''

"त्यांनी आपल्याला खरंच मूर्ख बनवलं, असं पूर्वी कधीच घडलं नव्हतं.''

काही मिनिटांच्या शांततेनंतर व्योमकेश म्हणाला, "त्या माणसाकडे एक कमकुवतपणा आहे याबद्दल देवाचे आभारच मानायला हवेत. नाहीतर आपल्याला सगळा नादच सोडून द्यावा लागला असता.''

मी उठून बसलो, "काय? तुला अजूनही आशा वाटते आहे?''

"अर्थातच. त्यांनी आपल्याला घराबाहेर काढलं असतं तर फारच अवघड झालं असतं. काही का असेना, त्यांचा कमकुवतपणा आपल्याला कळला आहे ना... विजय मिळवण्यासाठी आपल्याला त्याचा उपयोग करून घ्यावा लागेल.''

"कोणत्या कमकुवतपणाबद्दल बोलतोयंस तू... त्यांच्या चिलखतात मला तर कुठे काही फट दिसली नाही...तो गृहस्थ पोलादासारखा कणखर आणि भक्कम दिसत होता.''

"पण त्यात भगदाड आहे, मोठं भगदाड आहे आणि त्यातूनच आपण त्या घरात शिरू शकलो. का ते मला माहीत नाही, पण अशी थोर माणसं नेहमी आपल्या अशा कमकुवतपणाची शिकार होतात. ते जितके बुद्धिमान असतात तितका त्यांचा अहंकार मोठा असतो. त्यामुळे त्यांची विद्वत्ता कधी कधी वाया जाते.''

"तू कोडी का घालतो आहेस? कोणत्याही खाचाखोचा न सांगता मला स्पष्टपणे सांग बरं.''

"म्हातारबुवांचा सगळ्यात मोठा कमकुवतपणा म्हणजे त्यांचा स्वतःच्या बुद्धिमत्तेबाबत असलेला अहंकार. हे माझ्या अगदी सुरुवातीलाच लक्षात आलं आणि त्याचाच मी आपल्या कामासाठी वापर करून घ्यायचं ठरवलं. मला घरात शिरता आलं यातच मी अर्धी लढाई जिंकली आहे. आता प्रश्न आहे तो फक्त हिरा शोधायचा.''

"तू पुन्हा जाणार आहेस की काय तिथे?''

"अर्थातच. आता मात्र मी ही संधी माझ्या हातून निसटू देणार नाही.''

"तू जर परत तिथे गेलास तर उग्रे सिंग तुला आपल्या कट्यारीने ठार मारेल. बघ बुवा, तुला जे करायचं ते कर... मी मात्र त्यात नाही.''

व्योमकेश हसला आणि म्हणाला, "ते शक्य नाही. तुला माझ्याबरोबर यावंच लागेल. आपण दोघांनीच शोधायचा आहे तो हिरा.''

दुसऱ्या दिवशी सकाळी आम्ही लवकरच सर दिगिन्द्र यांच्या घरी पोहोचलो.

त्यांच्या घरात शिरताना तिकिट खरेदी न करता प्रवास करणाऱ्या प्रवाशासारखा मी भेदरून गेला होतो. चौकीदारांनी आम्हाला काहीच विचारलं नाही. उग्रे सिंगने आम्हाला बघून न बघितल्यासारखं केलं. व्योमकेश नोकरांशी बोलला तेव्हा त्याला कळलं की, घरमालक त्यांच्या स्टुडिओत बसले आहेत.

मग आमचा शोध सुरू झाला. इतक्या मोठ्या हवेलीत तो बारीकसा खडा शोधण्याची हिंमत फक्त व्योमकेशच करू जाणे. दुसरा एखादा निराश होऊन काम सोडून निघून गेला असता. हे सगळं म्हणजे गवताच्या गंजीत सुई शोधण्यासारखं अवघड होतं. एक तर मौल्यवान वस्तू सहसा ठेवल्या जातात अशी कपाटं, तिजोऱ्या वगैरे ठिकाणी तो खडा शोधणं व्यर्थ होतं. अशा नेहमीच्या ठिकाणी हिरा न ठेवण्याइतका हा म्हातारा नक्कीच धूर्त होता. पण मग तो असणार कुठे? मी एडगर ॲलेन पोची गोष्ट वाचली होती ज्यात एक महत्त्वाचा कागद अगदी निरुपयोगी ठिकाणी लपवून ठेवलेला असतो.

व्योमकेश आपला वेळ वाया घालवणाऱ्या लोकांपैकी नव्हता. त्याने त्याचा नेहमीचा शोध सुरू केला. त्याने भिंतींवर ठोकून त्या कुठे पोकळ आहेत का ते तपासून पाहिलं. त्याने भल्या मोठ्या कपाटातील जवळजवळ प्रत्येक पुस्तक बाहेर काढून बघितलं. अनेक सुंदर पेंटिंग्ज आणि शिल्पं असलेलं सर दिगिन्द्र याचं घर म्हणजे खरं तर एक कलादालनच होतं. प्रत्येक खोलीत सुंदर चित्रं आणि प्लास्टर ऑफ पॅरीसने बनवलेले पुतळे ठेवलेले होते. पण त्यांच्या घरामधलं फर्निचर फारच मामुली होतं. सगळं घर शोधायला दोन तासांपेक्षा जास्त वेळ लागला नाही. आमच्या शोधातून अर्थातच काहीही हाती लागलं नाही. शेवटी सर दिगिन्द्र जिथे काम करत बसले होते त्या त्यांच्या स्टुडिओत आम्ही गेलो.

आम्ही दारावर टकटक केली आणि आतून 'आत या' असा खोल आवाज आला.

ती खोली खूप मोठी होती. खोलीची एक पूर्ण बाजू टेबलाने अडवली होती. त्या टेबलावर अनेक वैज्ञानिक उपकरणं होती. आम्ही खोलीत प्रवेश करताच सर दिगिन्द्र मोठ्याने हसून म्हणाले, "हॅलो व्योमकेशबाबू, तुम्हाला तुमचा खडा मिळाला की नाही? तो खडा मिळेपर्यंत तुमची दाढी म्हाताऱ्या रिप व्हॅन रिंकलप्रमाणे लांबलचक वाढेल."

व्योमकेश म्हणाला, "मला तुमची लोखंडी तिजोरी बघायची आहे."

सर दिगिन्द्र म्हणाले, "हो, नक्की. या घ्या किल्ल्या. मी तुम्हाला हिरा शोधायला मदत केली असती, पण मी आत्ता या प्लास्टरच्या कामात व्यस्त आहे. अजितबाबू तुम्हाला मदत करतील...किंवा हवं असेल तर उग्रे सिंग."

त्यांच्या तिरकस बोलण्याला लगाम घालत व्योमकेश म्हणाला, "हे तुम्ही काय बनवताय?"

ते किंचित हसत म्हणाले, "तुम्ही माझ्या जगप्रसिद्ध नटराजाच्या पुतळ्यांबद्दल ऐकलं असेलच. त्याचाच हा छोटा पुतळा बनवतो आहे... एक माझ्या टेबलावर ठेवला आहे... तो बघितलाच असेल तुम्ही. पेपरवेट म्हणून काही वाईट नाही तो."

त्यांच्या टेबलावर ठेवलेला तो नटराजाचा सुंदर पुतळा मला आठवला... त्यांच्या प्रसिद्ध नटराजाच्या पुतळ्याचाच तो छोटा नमुना असणार. मी कौतुकाने म्हणालो, "तुम्ही पॅरिसच्या प्रदर्शनात ठेवला होतात तोच पुतळा ना?"

ते सहजपणे म्हणाले, "मूळ पुतळा दगडात बनवला होता आणि आता तो लुव्र इथे आहे."

ते खोलीच्या बाहेर आले. त्यांचा अष्टपैलूपणा पाहून मी फारच प्रभावित झालो होतो. त्यामुळे व्योमकेश जेव्हा तिजोरी तपासायला लागला तेव्हा मी नुसता त्याच्या बाजूला उभा राहिलो. इतक्या हरहुन्नरी माणसाशी दुश्मनी घेणं शक्य आहे का?

तिजोरी तपासल्यानंतर व्योमकेशने उसासा टाकला आणि म्हणाला, "नाही, इथे काहीच सापडलं नाही, चल, जरा दिवाणखान्यात जाऊन थोडा वेळ बसूया."

आम्ही दिवाणखान्यात आलो, तर सर दिगिन्द्र आधीच तिथे येऊन बसले होते आणि आपल्या शरीराला शोभेल असा सिगार ओढत होते. व्योमकेशकडे बघत ते म्हणाले, "नाही मिळाला का? हरकत नाही, थोडा वेळ आराम करा आणि मग पुन्हा शोधायला सुरुवात करा."

व्योमकेशने त्यांच्या चाव्या त्यांना परत केल्या. त्यांनी त्या सहजपणे खिशात टाकल्या आणि मला विचारलं, "अजितबाबू, तुम्ही लेखक आहात...तुम्ही खरी कला आणि सौंदर्य यांचा नक्की आस्वाद घेत असणार. या छोट्याशा पुतळ्याबद्दल तुमचं काय मत आहे?" असं म्हणत त्यांनी नटराजाचा छोटा पुतळा माझ्याकडे दिला. हा पुतळा सहा इंच उंचीचा होता आणि त्याचा घेर होता सुमारे तीन इंच. पण इतका लहान असूनही तो अतिशय सुंदरपणे बनवण्यात आला होता. नटराजाच्या तांडव नृत्याचे अगदी सूक्ष्म बारकावे त्या छोट्याशा मूर्तीमध्ये सुरेखपणे कोरले होते. मी भारावून जाऊन त्यांना म्हटलं, "अप्रतिम, अतुलनीय!"

व्योमकेशने त्यात जराही रस न दाखवता त्यांना विचारलं, "तुम्ही स्वत:च बनवलात का याचा साचा?"

तोंडात भरलेला धूर बाहेर सोडत सर दिगिन्द्र म्हणाले, "माझ्याशिवाय

दुसरं कोण बनवणार?''

व्योमकेशने माझ्याकडून ती मूर्ती हातात घेतली आणि तिच्याकडे पाहत त्याने विचारलं, ''हा बाजारात उपलब्ध आहे का?''

सर दिगिन्द्र म्हणाले, ''नाही...का बरं? उपलब्ध असता तर तो काय विकत घेणार होतात का तुम्ही?''

''कदाचित. तुम्ही त्याचा प्लास्टरचा साचा करून मोठ्या प्रमाणावर त्याचं उत्पादन करून बाजारात विक्रीला का नाही ठेवत... मला वाटतं, अशा व्यापारात भरपूर पैसा मिळू शकतो.''

दिगिन्द्र संतापून म्हणाले, ''मला जर पैशाची तितकीच गरज पडली ना तर मी तुमचा सल्ला घेईन. परंतु आत्ता मला माझ्या कलेचं मूल्य कमी करून ती बाजारात विकायला ठेवायची नाही.''

व्योमकेश उठला आणि म्हणाला, ''आम्ही आता निघतो आणि परत दुपारी येतो.'' असं म्हणत व्योमकेशने हातातील पुतळा टेबलावर जोरात आपटला.

दिगिन्द्र दचकले आणि संतापून म्हणाले, ''तुम्हाला वेडबिड तर लागलं नाहीये ना? आत्ता तोडला असतात तुम्ही तो पुतळा.'' चिडलेल्या वाघासारखे व्योमकेशकडे बघत ते म्हणाले, ''मी तुम्हाला आधीच बजावलं आहे की, माझ्या कुठल्याही चित्राला किंवा शिल्पाला धक्का लागला तर तुम्हाला या घराबाहेर फेकून देण्यात येईल.''

व्योमकेश पस्तावलेला दिसला आणि आपल्या निष्काळजीपणाबद्दल त्याने त्यांची माफी मागितली. सर दिगिन्द्र जरा शांत झाले आणि म्हणाले, ''माझ्या कलावस्तूंच्या बाबतीत मी कोणताही निष्काळजीपणा खपवून घेत नाही. बरं, ठीक आहे... या आता दुपारी. या वेळेला घराची कोणती बाजू तपासणार आहात तुम्ही? तुम्हाला बागेत खोदून बघायचं असेल तर सांगा, मी तशी व्यवस्था करीन. तुमच्या निर्धाराचं मला कौतुक वाटतंय.''

त्यांच्या उपहासाकडे आम्ही दुर्लक्ष केलं आणि घरातून बाहेर पडलो.

व्योमकेश म्हणाला, ''चल, जरा नॅशनल लायब्ररीत जाऊया.''

लायब्ररीत व्योमकेशने प्लास्टरच्या घडणीबद्दल बरीच माहिती वाचून काढली. तो कशामुळे तरी उत्तेजित झाला असल्याचं माझ्या लक्षात आलं. घरी आल्यानंतर मी त्याला विचारलं, ''तुला प्लास्टरच्या मूर्तींच्या घडणीबद्दल एवढी उत्सुकता का वाटतेय?''

व्योमकेश म्हणाला, ''काही वेळा मी उगीचच उत्तेजित होतो हे माहीत आहे न तुला...माझा कमकुवतपणा आहे तो.''

''मला माहीत आहे ते. काय सापडलं तुला?''

"लायब्ररीमध्ये वाचलेल्या माहितीनंतर हे माझ्या लक्षात आलं आहे की, प्लॅस्टरची मूर्ती घडवणं अगदी सोपं आहे. कोणीही करू शकतं ते. प्लॅस्टर ऑफ पॅरिस पाण्यात मिसळायचं आणि घट्ट होईपर्यंत खूप ढवळायचं आणि नंतर हळूहळू हव्या त्या साच्यात घालायचं. दहा मिनिटांत ते कडक होतं... नंतर ते साच्यातून बाहेर काढायचं. अवघड गोष्ट एकच आहे ती म्हणजे साचा बनवणं."

"तू कशासाठी या सगळ्याचा विचार करतोयंस?"

एखाद्याने प्लॅस्टर ऑफ पॅरिस साच्यात ओतताना छोटासा गोल खडा जर त्यात मिसळला तर तो त्या मूर्तीतच राहील ना?"

"तुला म्हणायचंय तरी काय?"

व्योमकेश उपहासाने माझ्याकडे बघत म्हणाला, "ज्याला समजेल त्याला कळेल."

दुपारी आम्ही परत सर दिगिन्द्र यांच्या घरी गेलो. आम्ही घराची पुन्हा एकदा कसून तपासणी केली, पण ती निष्फळ झाली. सर दिगिन्द्र अधूनमधून खोचक शेरे मारण्यासाठी येत होते. अखेर थकून आम्ही बैठकीच्या खोलीत येऊन बसलो आणि थोडा वेळ विश्रांती घेतली. आम्हाला चहा आणि फराळ देण्यात आला. मला खरं तर चहा घ्यायला संकोच वाटत होता. व्योमकेशने मात्र त्याला जे देण्यात आलं होतं ते न लाजता सर दिगिन्द्र यांच्याशी प्रेमाने गप्पा मारता मारता विनासंकोच संपवून टाकलं होतं.

सर दिगिन्द्र यांनी विचारलं, "तुम्ही किती दिवस प्रयत्न करत राहणार आहात? ही कामगिरी सोडून द्यायचा विचार नाही का?"

व्योमकेश म्हणाला, "आज बुधवार आहे... माझ्याकडे अजून दोन दिवस आहेत."

सर दिगिन्द्र मोठ्याने हसले. व्योमकेशने कसलीच प्रतिक्रिया दिली नाही, पण त्याने टेबलावरचा नटराजाचा पुतळा उचलला आणि विचारलं, "हा पुतळा तुम्ही कधी तयार केलात?"

दिगिन्द्रांनी क्षणभर विचार केला आणि म्हणाले, "पंधरा ते वीस दिवसांपूर्वी... का?"

"काही नाही, सहज विचारलं. आम्ही आता उद्या येऊ. चला, निघतो." व्योमकेश उभा राहिला.

आम्ही घरी पोहोचताच पुतीरामने...आमच्या नोकराने... एक बंद लिफाफा आमच्या हातात दिला. कोणी गणवेषातील माणसाने त्याला तो आणून दिला होता. लिफाफ्यात फक्त कुमार त्रिदिवेन्द्र नारायण रॉय यांचं व्हिजिटिंग कार्ड होतं... त्या कार्डाच्या मागच्या बाजूला पेन्सिलीने लिहिलं होतं, "मी आजच इथे

पोहोचलो आहे आणि ग्रँड हॉटेलमध्ये उतरलो आहे. कुठवर आली आहे शोधाची प्रगती?''

व्योमकेशने कार्ड बाजूला ठेवलं आणि तो आरामखुर्चीत विसावला. कुमार बहादूर असे अचानक आल्याने त्याला काही आनंद झालेला दिसला नाही. मी त्याला त्याबद्दल विचारलं, तर म्हणाला, ''त्यांच्या या घायकुतेपणाचा दुसऱ्या पक्षावर परिणाम होऊ शकतो. त्यांच्या आगमनामुळे म्हातारबुवा काळजीत पडू शकतात आणि त्यामुळे त्यांनी आपले बेत बदलले तर... मला सगळं पहिल्यापासून सुरू करावं लागेल.''

व्योमकेश संध्याकाळभर आरामखुर्चीत पडून राहिला. आम्ही एकाच खोलीत स्वतंत्र पलंगांवर झोपलो. खरं म्हणजे एरवी आम्ही झोपायच्या अगोदर बराच वेळ गप्पा मारत बसतो, पण त्या रात्री व्योमकेश अगदी शांत होता. मी काही वेळ मनातल्या मनात स्वत:शीच बोललो आणि नंतर झोपून गेलो.

मला रात्री स्वप्न पडलं की, व्योमकेश, सर दिगिन्द्र आणि मी हिरे घेऊन गोट्या खेळत आहोत. व्योमकेश सगळे हिरे जिंकत होता आणि सर दिगिन्द्र लहान मुलासारखे आकांत करत होते. मी दचकून उठलो.

मी पाहिलं तर व्योमकेश माझ्या अंथरुणाजवळ अंधारात बसला होता. मी जागा असल्याचं त्याच्या लक्षात आलं तेव्हा तो म्हणाला, ''मला खात्री आहे की, तो हिरा दिवाणखान्यातील टेबलावरच आहे.''

मी झोपाळू स्वरात विचारलं, ''रात्रीचे किती वाजलेत रे?''

''पहाटेचे अडीच वाजलेत. तुझ्या लक्षात आलं का, म्हातारबुवा जेव्हा जेव्हा खोलीत येतात तेव्हा नेहमी टेबलाकडे बघत असतात.''

''असेलही. पण तू आता डोळे मीट आणि शांतपणे झोपी जा.''

व्योमकेश स्वत:शीच बोलायला लागला. ''ते टेबलाकडे का बघतात? टेबलाच्या खणात आहे का तो? नाही, तो टेबलावरच आहे. टेबलावर काय काय वस्तू आहेत बरं?... शाईची हस्तिदंती दौत, लहानसं घड्याळ, गोंदाची बाटली, काही पुस्तकं, टिपकागद, टाचण्यांची उशी, सिगारचा एक डबा, नटराज...''

मी झोपून गेलो, पण रात्री जेव्हा कधी जाग आली तेव्हा व्योमकेशला खोलीत येरझाऱ्या घालताना पाहिलं.

सकाळी व्योमकेशने कुमार त्रिदिवना एक पत्र लिहिलं आणि पोस्टात टाकलं. त्याने त्यांना कळवलं होतं की, तो त्यांना शनिवारी भेटेल तोपर्यंत वाट पहा आणि काळजी करू नका.

आम्ही पुन्हा बाहेर पडलो. माझ्या लक्षात आलं की, रात्रभराच्या जागरणानंतर

तो काही निष्कर्षापर्यंत पोहोचलेला असावा.

सर दिगिन्द्र दिवाणखान्यात बसले होते. आम्हाला पाहताच त्यांनी आमचं स्वागत केलं. ''या, मित्रांनो, तुमचं स्वागत आहे. आज बरेच लवकर आलात. या दोघांसाठी चहा आणा बरं. व्योमकेशबाबू... तुमचा चेहरा सुकलेला दिसतोय आणि तुम्ही थकलेलेही वाटताय. काळजीपोटी झोप नाही का लागली नीट?''

व्योमकेशने टेबलावरचा नटराज उचलला आणि म्हणाला, ''मी या मूर्तीच्या प्रेमात पडलोय... त्यामुळे मला काल रात्री झोप नाही लागली.''

एक मिनिट त्यांची नजर एकमेकांना भिडली. त्या दोघांत शीतयुद्ध चालू आहे असं वाटलं. काही क्षणांनंतर सर दिगिन्द्र हसले आणि म्हणाले, ''व्योमकेश, मला कळलं तुम्हाला काय म्हणायचंय ते... तुम्ही मला म्हाताऱ्याला फसवू नाही शकत. या मूर्तीमुळे तुम्हाला काल झोप आली नाही म्हणालात नं... ठीक आहे. मी ही मूर्ती तुम्हाला भेट म्हणून देतो.''

व्योमकेश खरोखरच चकित झाला...त्याच्या चेहऱ्यावरचे भाव बघून ते वृद्ध गृहस्थ म्हणाले, ''आता काय? तुम्हाला अपेक्षा नव्हती, होय ना? पण जपून ठेवा ही मूर्ती. खराब नका होऊ देऊ. माझ्यासाठी ती फार मोलाची आहे.''

व्योमकेश क्षणभरात सावरला, त्याने रुमालात ती मूर्ती गुंडाळली आणि ती खिशात ठेवत तो म्हणाला, ''आभारी आहे.''

आम्ही परत आमच्या निष्फळ तपासाला सुरुवात केली आणि घरी परतलो. खुर्चीत बसता बसता व्योमकेश म्हणाला, ''माझी चूक होती.''

मी विचारलं, ''काय झालं? तुमच्या दोघात काय झालं त्यातलं मला काहीही कळलं नाही.''

मूर्ती बाहेर काढत व्योमकेश म्हणाला, ''बराच विचार केल्यानंतर माझी खात्री पटली होती की, हिरा याच मूर्तीत आहे म्हणून. जरा विचार कर, हिरा लपवण्यासाठी ही सर्वांत उत्तम जागा होती. मूर्ती सर्वांच्या डोळ्यासमोर आहे, पण कोणाच्या मनात संशयही येणार नाही. प्लॅस्टर ऑफ पॅरीस साच्यामध्ये घालताना दिगिन्द्रनाथ यांना तो हिरा त्यात लपवणं सहज शक्य होतं. शिवाय दिगिन्द्रनाथ यांना तो हिरा इतका आवडला होता की, त्यांना तो सतत स्वत:जवळ ठेवता आला असता आणि कोणाला कसला संशयही आला नसता. म्हणून मला खात्री वाटत होती की, नक्की या मूर्तीतच तो हिरा असणार आणि मी ते म्हातारबुवांना स्वीकारायला लावलं असतं. पण माझं चुकत होतं. मी कोणत्या अंगाने विचार करतोय एवढंच त्यांच्या लक्षात आलं असं नाही, तर माझी सगळी योजनाच फिसकटली आहे. माझ्या जखमेवर मीठ चोळण्यासाठी म्हातारबुवांनी ती मूर्ती मला भेट म्हणूनही दिली. माझा तपास मला आता पुन्हा नव्याने सुरू

करावा लागणार.''

''अरे, पण आता वेळ कुठंय? फक्त एकच दिवस शिल्लक राहिलाय,'' मी म्हणालो.

व्योमकेशने मूर्ती उलटी केली आणि त्यावर पेन्सिलीने आपली आद्याक्षरं लिहिली आणि म्हणाला, ''खरंय, एकच दिवस उरलाय. मी माझं वचन पूर्ण करीन असं नाही वाटत मला. कुमार कोलकात्यात येऊनसुद्धा बसलेत. या म्हाताऱ्याने माझं पार हसं करून टाकलंय.'' असं म्हणत व्योमकेशने ती मूर्ती टेबलावर ठेवली आणि डोकं मागे टाकून तो खुर्चीत बसला.

दुपारी नेहमीप्रमाणे व्योमकेश आणि मी सर दिगिन्द्र यांच्या घरी पोहोचलो. तिथे गेल्यावर आम्हाला कळलं की, यजमान बाहेर गेलेले आहेत म्हणून. व्योमकेशने नवीन पवित्रा घेऊन बघितला... त्याने मला दूर जायला सांगितलं जेणेकरून तो उग्रे सिंगशी मोकळेपणाने बोलू शकेल. मी बागेत चकरा मारत असताना माझ्या लक्षात आलं की, उग्रे सिंग आणि व्योमकेश गप्पा मारत आहेत. हे खरं आहे की, व्योमकेशला दुसऱ्या माणसाचा विश्वास अगदी सहज संपादन करता येतो, पण या उग्रे सिंगसारख्या हिमालयाचा बर्फ तो वितळवू शकेल की नाही याची मला शंका होती. दोन तासांनंतर आम्ही दोघं जेव्हा त्या घरातून बाहेर पडलो तेव्हा व्योमकेश म्हणाला, ''माझे सारे प्रयत्न वाया गेले. एक तर तो उग्रे सिंग मूर्ख आहे किंवा माझ्यापेक्षा बराच हुशार आहे.''

आम्ही घरी परतलो तेव्हा पुतीरामने आम्हाला सांगितलं की, कोणीतरी माणूस आम्हाला भेटायला आला होता आणि अर्धा तास आमची वाट पाहून तो परत येईन असं सांगून निघून गेला होता. व्योमकेश थकलेल्या आवाजात म्हणाला, ''तो नक्की कुमारांचा माणूस असणार.''

या सगळ्या प्रकारचा मला आता कंटाळा आला होता. मी व्योमकेशला म्हटलं की, ''सोडून दे हे प्रकरण आता...या वेळेस तुला पराभव स्वीकारावा लागेल. कुमारसाहेबांना सरळ सॉरी म्हणून टाक. त्यांना कशाला आशेला लावून ठेवायचं?''

टेबलापाशी बसून व्योमकेश नटराजाच्या मूर्तीशी खेळत होता. म्हणाला, ''बघूया. उद्याचा दिवस आहे आपल्याकडे अजून.'' त्याचं वाक्य पूर्ण व्हायच्या आत माझ्या लक्षात आलं की, कसल्या तरी जबरदस्त उत्सुकतेने त्याच्या चेहऱ्यावरील भाव बदलून गेले आहेत. तो त्या मूर्तीकडे टक लावून बघत होता.

''काय झालं?'' मी विचारलं.

थरथरत्या हाताने ती मूर्ती माझ्याकडे देत तो म्हणाला, ''तुला आठवतंय का, मी त्या मूर्तीच्या तळाशी माझी आद्याक्षरं लिहिली होती... अरे, पण या

मूर्तीच्या खाली नाहीयेत ती.''

मी पाहिलं तर मूर्तीच्या तळाशी ती आद्याक्षरं नव्हती. पण त्यामुळे इतकं उत्तेजित व्हायचं काय कारण होतं? आद्याक्षरं पेन्सिलीने लिहिली होती ती पुसलीही गेली असू शकतात.

''अरे, लक्षात कसं येत नाही तुझ्या?'' असं म्हणत तो मोठ्याने हसला. ''त्या म्हाताऱ्याने आपल्याला किती मूर्ख बनवलंय. पण राक्षसाला मारणाराही राक्षसच असतो. पुतीराम,'' त्याने हाक मारली.

आमचा नोकर पुतीराम बाहेर आला तेव्हा व्योमकेशने त्याला विचारलं, ''आमची वाट बघत बसलेला तो पाहुणा कुठे बसला होता?''

''याच खोलीत बसला होता, साहेब.''

''तो होता तोवर तू सारा वेळ इथंच थांबला होतास का?''

''हो, पण मधेच त्यांनी मला पाणी आणायला सांगितलं म्हणून...''

''ठीक आहे. जा तू आता.''

व्योमकेश स्वत:शीच हसत म्हणाला, ''तुला हे ऐकून आश्चर्य वाटेल की, सकाळपासून ते संध्याकाळपर्यंत हिरा इथे माझ्या या टेबलावरच होता.''

मी खरोखरच चकित झालो होतो. व्योमकेशचं डोकं तर फिरलं नाहीये ना?

तो त्रिदिवेन्द्र नारायण यांच्याशी फोनवर बोलताना मी ऐकलं : ''उद्या सकाळी दहा वाजेपर्यंत तुम्हाला तुमचा हिरा मिळेल. तुमची खास रेल्वे गाडी तयार असेल. तुम्हाला तुमची वस्तू मिळताच तुम्ही इथून निघायला पाहिजे... ती वस्तू सोबत ठेवून तुम्ही इथे राहणं सुरक्षित नाही. तुम्ही कोलकात्याहून दहा वाजता निघायचं बघा. ठीक आहे. मी तुमच्यासाठी खास रेल्वे गाडीची सोय करतो. मात्र कोणालाही याच्याबद्दल काहीही सांगू नका...अगदी तुमच्या सचिवालासुद्धा.''

नंतर तो बाहेर निघून गेला, बहुधा खास रेल्वे गाडीची सोय करायला गेला असावा... मला म्हणाला की, तू जेवून घे आणि झोप, मला यायला उशीर होईल म्हणून. व्योमकेश कधी परत आला ते मला कळलं नाही. दुसऱ्या दिवशी सकाळी साडेआठ वाजता आम्ही नेहमीप्रमाणे बाहेर पडलो. टेबलावर नटराजाची मूर्ती तिच्या जागी नसल्याचं माझ्या लक्षात आलं... व्योमकेशला विचारलं तर म्हणाला, ''मी उचलून ठेवली आहे.''

सर दिगिन्द्र त्यांच्या दिवाणखान्यात बसले होते. आम्हाला बघून ते म्हणाले, ''मला आता तुमची सवय झाली आहे...म्हणजे खरं सांगायचं तर तुम्ही येण्याची मी वाट बघत असतो.''

व्योमकेश दिलगिरी व्यक्त करत म्हणाला, ''आम्ही तुम्हाला खूप त्रास

दिला आहे...आता नाही देणार, तेच सांगायला आलो आहोत आम्ही तुम्हाला. अशा प्रकारच्या सामन्यात कोणी तरी एक जिंकतो आणि दुसरा हरतो... पण त्याबद्दल वाईट वाटून घेण्यात अर्थ नाही, आपली हार स्वीकारावी हे बरं. आम्ही उद्यापासून तुम्हाला भेटणार नाही. तुमचा पुतण्या इथे येऊन पोहोचला आहे हे तुम्हाला माहीतच आहे. मी त्यांना कोलकाता सोडून जायला सांगितलं आहे...मी आज त्यांना अखेरचं उत्तर देईन.''

सर दिगिन्द्र व्योमकेशकडे बघत राहिले आणि नंतर मोठ्याने हसत म्हणाले, ''तुम्हाला शहाणपण आलंय हे पाहून मला बरं वाटलं. जा, आणि माझ्या पुतण्याला सांगा की, वेळ फुकट दवडू नकोस म्हणून.''

''ठीक आहे,'' म्हणत व्योमकेशने टेबलावरची नटराजाची दुसरी मूर्ती उचलली आणि म्हणाला, ''अरेच्या, तुम्ही नवीन मूर्ती बनवलेली दिसतेय. मी तुमची भेटवस्तू अगदी सांभाळून ठेवली आहे, बरं का. ती नुसतीच खूप सुंदर आहे म्हणून नाही, तर तुमची आठवण म्हणून. ती जर तुटली बिटली तर... मला दुसरी मिळेल ना?''

सर दिगिन्द्र खूष होते, म्हणाले, ''होय, मिळेल तुम्हाला दुसरी मूर्ती. तुम्ही माझ्या घरात येऊन कलेचा आस्वाद घ्यायला शिकला आहात... ही मोठी गोष्ट आहे.''

व्योमकेश अत्यंत विनम्रपणे म्हणाला, ''खरंच, गेल्या काही वर्षांत माझ्या मनाचा हा कोपरा पार अंधारात होता. तुमच्या सहवासात मी कलेचा आस्वाद घ्यायला शिकलो आणि कला ही किती अनमोल असते हेही माझ्या लक्षात आलं. मला तुमच्या मागे लावलेलं ते पेंटिंगही फार आवडलं...तुम्हीच केलं आहेत का ते? ते फारच सुंदर पेंटिंग आहे...'' सर दिगिन्द्र यांनी ते बघण्यासाठी मान वळवली. एका सेकंदात खिशातील आणि टेबलावरच्या मूर्तींची अदलाबदल करून व्योमकेशने आपल्या हातचलाखीचं कौशल्य दाखवलं. सर दिगिन्द्र पुन्हा वळले...व्योमकेश कौतुकाने त्या पेंटिंगकडे बघत होता. सर दिगिन्द्र म्हणाले, ''होय, माझंच पेंटिंग आहे ते.'' माझं काळीज आता धडधडू लागलं... मला त्यांचा आवाज दूरवरून येतोयसं वाटलं...माझं नशीब बलवत्तर म्हणून त्यांनी माझ्या चेहऱ्यावरचे भाव बघितले नाहीत... नाहीतर मला खात्री आहे त्यांनी आम्हाला पकडलं असतं.

व्योमकेश सावकाश उठला आणि त्यांना म्हणाला, ''आम्ही आता निघतो. तुमच्याकडे आल्याने माझा फायदाच झाला आहे...मी कधीच विसरणार नाही ते. मला आशा आहे की, तुम्हीही मला विसरणार नाही. मी सत्यान्वेषी आहे... सत्य शोधून काढणं हा माझा छंद आहे आणि ध्यासही आहे. तुम्हाला कधीही

माझी गरज वाटली तर तुम्हाला मदत करायला मी उत्सुक असेन. चल, अजित. येतो, सर.''

मी वळून पाहिलं तर सर दिगिन्द्र प्रश्नार्थक मुद्रेने व्योमकेशकडे पाहत होते... त्याची व्यंगोक्ती न कळल्यामुळे.

आम्ही टॅक्सी पकडली आणि ग्रँड हॉटेलकडे निघालो.

मी व्योमकेशचा हात धरून विचारलं, ''अरे काय चाललंय तुझं?''

व्योमकेश हसला आणि म्हणाला, ''तुला समजलं नाही का? हिरा त्या मूर्तीतच आहे हा माझा अंदाज बरोबर होता. म्हातारबुवांच्या ते लक्षात आलं आणि त्यांनी मला कोड्यात टाकलं, मला तीच मूर्ती भेट म्हणून दिली. नंतर त्यांनी हुबेहूब तशीच दुसरी मूर्ती बनवली आणि माझ्याच घरात मला दिलेल्या मूर्तीशी तिची अदलाबदल केली. मी जर त्या मूर्तीच्या तळावर माझी आद्याक्षरं खरडली नसती तर मला कधीही पत्ता लागला नसता.'' त्याने मूर्ती उलटी केली आणि मला अस्पष्ट झालेली आद्याक्षरं दाखवली. ''काल संध्याकाळी जेव्हा माझ्या लक्षात आलं की, माझी आद्याक्षरं त्या मूर्तीच्या तळभागावर नाहीत, तेव्हा मूर्तींची अदलाबदल झाल्याचं माझ्या लक्षात आलं. पुढचं सगळं स्वच्छ होतं. नंतर सर दिगिन्द्र यांच्या पुढ्यातच मूर्तींची अदलाबदल करण्यासाठी मी काय क्लृप्ती योजली ते तू पाहिलंसच.''

''तुला खात्री आहे की तो हिरा या मूर्तीतच आहे म्हणून? आणि नसला तर?''

''तो तिथे नसला तर मी म्हणेन की, जगात तर्कशास्त्र किंवा अंदाज किंवा सत्य नावाचं काहीही शिल्लक नाही म्हणून.''

हॉटेलमध्ये गेल्यावर कुमार बहादूर म्हणाले, ''हा तर काकांचा नटराज आहे, माझा हिरा कुठे आहे?''

''या मूर्तीच्या आत आहे.''

''मला काहीच समजत नाहीये... तुम्हाला खात्री आहे?'' कुमार उतावळेपणाने म्हणाले.

व्योमकेशने पेपरवेट मारून ती मूर्ती तोडली... तिचे तुकडे तुकडे झाले. प्लॅस्टर ऑफ पॅरीसच्या त्या तुकड्यांमधून व्योमकेशने तो हिरा उचलला आणि कुमारांच्याकडे दिला... ''हा घ्या तुमचा हिरा.''

त्या हिऱ्याला प्लॅस्टर ऑफ पॅरीसचे काही तुकडे अजूनही चिकटलेले असले तरी अननुभवी माणसालासुद्धा ही वस्तू अमूल्य आहे हे सहज कळलं असतं.

कुमार बहादूर यांनी व्योमकेशच्या हातातून तो हिरा अक्षरशः खेचून घेतला...

त्यांनी तो निरखून बघितला आणि आनंदून म्हणाले, "होय, हाच आहे माझा हिरा... तुमचे आभार कसे मानावेत तेच मला कळत नाही. बघा याच्याकडे, निळ्या रंगाची किरणं त्यातून बाहेर पडताहेत."

व्योमकेश म्हणाला, "आता तुम्ही जितक्या लवकर कोलकात्याच्या बाहेर निघता येईल तेवढ्या लवकर निघा. तुमच्या काकांना जर कळलं की, तो हिरा तुमच्याकडे आहे, तर... ते आणखी एखादी योजना आखतील."

"नाही, नाही, मी लगेचच निघतो...पण तुमची फी?"

"मला पैसे नंतर द्या... आधी तुम्ही तुमच्या घरी सुखरूपपणे पोहोचा."

आम्ही कुमारांना स्टेशनवर पोहचवलं, घरी परतलो आणि आमच्या खोलीत निवांत बसलो. व्योमकेश म्हणाला, "म्हातारबुवांना जेव्हा आपलं नुकसान झाल्याचं कळेल ते काय बरं करतील?"

काही दिवसांनंतर आम्हाला कुमार बहादूर यांच्याकडून एक रजिस्टर्ड लिफाफा मिळाला.

प्रिय व्योमकेशबाबू,

मी अत्यंत कृतज्ञतापूर्वक ही लहानशी रक्कम तुम्हाला पाठवत आहे... कृपया तिचा स्वीकार करावा. तुमच्या कौशल्याच्या मानाने ही फारच तुटपुंजी रक्कम आहे याची मला जाणीव आहे. पण मी लवकरच तुम्हाला प्रत्यक्ष भेटू इच्छितो. मी जेव्हा परत कोलकात्याला येईन तेव्हा हे सगळं कसं काय घडलं हे मी तुमच्याकडून जाणून घेईन. कृपया अजितबाबूंनाही माझ्याकडून आभार सांगा...ते लेखक आहेत. पैसे देऊ करून मला त्यांच्या कलेचा अपमान करायचा नाही. (ओह, बिचारे लेखक.) त्यांना जर या हिऱ्याच्या रहस्याची गोष्ट लिहायची असेल तर ते व्यक्तींची आणि स्थळांची नावं बदलून कथा लिहू शकतात. मी हरकत घेणार नाही. माझे प्रणाम.

आपला चाहता
सर त्रिदिवेन्द्र नारायण रॉय.

७

एका सुडाची कथा...

गेल्या फेब्रुवारी महिन्यात मी आणि व्योमकेश विरेनबाबूंच्या मुलीच्या लग्नासाठी गेलो होतो. ते ठिकाण कोलकात्यापासून जवळच होतं. ते एक प्राचीन आणि गलिच्छ शहर होतं. कोलकात्याहून तिथे पोहोचायला आम्हाला रेल्वेने सुमारे तीन तास लागले.

विरेनबाबूंचे आणि आमचे बऱ्याच वर्षांपासूनचे जवळचे संबंध होते. ते कोलकात्यात पोलीस अधिकारी होते. ते अतिशय स्नेहशील आणि मदत करायला सदैव तत्पर अशा प्रकारचे गृहस्थ होते. दोन वर्षांपूर्वी ते निवृत्त झाले आणि आपल्या वडिलोपार्जित घरात येऊन स्थायिक झाले. आम्ही त्यांच्या मुलीच्या लग्नासाठी यावं म्हणून त्यांनी बराच आग्रह केला होता. व्योमकेशही मोकळा होता त्यामुळे आम्ही जायचं ठरवलं.

आम्ही घरी पोहोचलो तेव्हा आमच्या कानावर सनईचे सूर पडले. लोक लगबगीने इकडून तिकडे जाताना दिसले. विरेनबाबूंनी आमचं प्रेमाने स्वागत केलं आणि आम्हाला ते एका सजवलेल्या खोलीत घेऊन गेले.

नवरा मुलगा आणि त्याचे वऱ्हाडी संध्याकाळी याच खोलीत उतरणार होते. तूर्तास ती रिकामी होती. आम्ही तिथे विसावलो आणि चहा-फराळ घेतला. व्योमकेश विरेनबाबूंना म्हणाला, "आज तुमची फारच गडबड असणार. तुम्ही नि:संकोचपणे तुमच्या कामाला जाऊ शकता. आम्ही अगदी आरामात आहोत इथे."

विरेनबाबूंची काळजी मिटल्यासारखी वाटली. इतक्यात आम्हाला बाहेरून एक खोल गेलेला आवाज ऐकू आला, "विरेन, तू तुझ्या मुलीच्या लग्नाची कशी काय व्यवस्था केली आहेस ते बघायला मी आलो आहे."

विरेनबाबू पटकन बाहेर गेले आणि एका वयोवृद्ध गृहस्थांना घेऊन खोलीत आले. "सर, तुम्ही आलात त्यामुळे मला फार बरं वाटलं. हे माझे दोघे मित्र कोलकात्याहून आले आहेत. हे आहेत सुप्रसिद्ध सत्यान्वेषी व्योमकेश बक्षी आणि हे त्यांचे प्रसिद्ध लेखक मित्र... अजित बॅनर्जी."

"हो, हो, अर्थातच मी ऐकलंय यांच्याबद्दल," ते वृद्ध गृहस्थ आमच्याकडे तीक्ष्ण नजरेने बघत म्हणाले.

विरेनबाबू म्हणाले, "हे आहेत नीलमणी मजुमदार. सुप्रसिद्ध पोलीस अधिकारी. निवृत्तीनंतर तेसुद्धा इथेच स्थायिक झाले आहेत."

ते उंच आणि गोरेपान गृहस्थ होते. वय साठीच्या पुढे असलं तरी ते अगदी ताठ होते. त्यांच्या हातात चालकाठी असली तरी त्यांना तिची गरज आहे असं वाटत नव्हतं. त्यांचा आवाज भारदस्त होता आणि त्यांच्या व्यक्तिमत्त्वाचा दरारा जाणवत होता.

व्योमकेशने त्यांना बसायची विनंती केली. विरेनबाबू आमचा निरोप घेऊन कामाला निघून गेले. "तुमचंही वडिलोपार्जित घर आहे की काय इथे?" व्योमकेशने विचारलं.

नीलमणीबाबू म्हणाले, "नाही, माझं घर पूर्व बंगालमध्ये होतं. फाळणीच्या वेळी सगळं काही गेलं. निवृत्तीनंतर मी इथे स्थायिक झालो.

व्योमकेशने पुन्हा विचारलं, "तुमचे कोणी नातेवाईक आहेत का इथे?"

नीलमणीबाबू म्हणाले, "नाही, मला कोणीही नातेवाईक नाहीत. मी अविवाहित आहे. पोलीस खात्याच्या नोकरीत मी इतका गुंतला गेलो होतो की, मला दुसरं काही करायला वेळच मिळाला नाही. नंतर मी निवृत्त झालो आणि इथे येऊन स्थिरावलो. मला या शहराबद्दल आपुलकी आहे. पोलीस निरीक्षक म्हणून मी नोकरीला सुरुवात केली, तेव्हा माझी पहिली नियुक्ती याच शहरात झाली होती. आणि निवृत्त होण्यापूर्वीही माझी याच शहरात नेमणूक झाली."

व्योमकेश हसला आणि म्हणाला, "तुमचं प्रेम आहे या गावावर. किती

वर्षांपूर्वी निवृत्त झालात तुम्ही?''

''सात वर्षं झाली.''

नेहमीप्रमाणेच याही वेळेस व्योमकेश नीलमणीबाबूंच्या उत्सुकतेचा विषय बनला होता. पण इतर चाहत्यांच्या मनात जशी कौतुकाची झाक असते त्यापेक्षा वेगळी झाक त्यांच्या नजरेत होती. ते व्योमकेशला आणि त्याच्या बुद्धिमत्तेला आजमावत होते.

ते बोलायला लागले तेव्हा वाटलं की, ते बहुधा साशंक होते आणि त्याच वेळी उत्सुकही होते. ते म्हणाले, ''व्योमकेशबाबू, मी तुमच्याविषयी आणि तुमच्या कामाविषयीही खूप वाचलं आहे. तुमच्याकडे आलेल्या प्रत्येक प्रकरणाचा तुम्ही उलगडा केला आहे हेही मला ठाऊक आहे. मला हे समजून घेण्याची उत्सुकता आहे की, तुम्ही कधीच अयशस्वी झाला नाहीत का? तुमच्या हातून कधीच काही चूक झाली नाही का?''

व्योमकेश विनम्रपणे हसत म्हणाला, ''माझ्या हातून कधीच चूक झाली नाही किंवा मी कधीच अयशस्वी झालो नाही असं मला म्हणता येणार नाही. उलट काही प्रकरणांत मी गुन्हेगारांना पकडू शकलेलो नाही. पण मी प्रत्येक रहस्याच्या तळापाशी पोहोचलो आहे आणि सत्य हुडकून काढलं आहे. अहो, मी सत्यान्वेषी आहे. पण अर्थात तुमच्याकडे माझ्यापेक्षा कितीतरी अधिक प्रकरणं आली असतील.''

व्योमकेशच्या उत्तराने नीलमणीबाबूंचं समाधान झाल्यासारखं वाटलं. त्यामुळे ते अधिक मोकळेपणाने आमच्याशी बोलू लागले. ''असं बघा, आमच्या नोकरीत अनेक अडचणी असतात. बहुतेक प्रकरणं लहान स्वरूपाची आणि सामान्य गुन्हेगारांशी निगडित असतात. मोठ्या गुन्हेगारांशी संबंधित प्रकरणं फार क्वचित येतात. आणि माझा अनुभव असा आहे की, लहान गुन्हेगारांपेक्षा मोठे गुन्हेगार पकडणं जास्त सोपं असतं.''

व्योमकेश म्हणाला, ''अहो, डॉक्टर्स पण असंच म्हणतात की, साध्या सर्दीपडशापेक्षा गंभीर आजार बरं करणं अधिक सोपं असतं म्हणून. बरं, तुम्ही तुमच्या सगळ्या महत्त्वाच्या गुन्हेगारांना पकडण्यात यशस्वी झाला आहात की नाही?''

नीलमणीबाबू काही क्षण स्तब्ध बसले. नंतर त्यांनी धारदार नजरेने व्योमकेशकडे बघितलं.

''माझ्या आयुष्यातील शेवटचं एक प्रकरण सोडलं तर बहुतेक प्रकरणांत मी यशस्वी झालो आहे. ते प्रकरण याच शहरात घडलं आहे, पण मी मात्र ते सोडवू शकलो नाही.''

"तुम्हाला गुन्हेगार कोण ते ठाऊक होतं, पण तुम्ही ते सिद्ध करू शकला नाहीत, असं काहीसं झालंय का?" व्योमकेशने विचारलं.

नीलमणीबाबू अडखळत म्हणाले, "मला खात्री होती की, तो विशिष्ट माणूसच त्यात गुंतलेला होता, पण तो तिथे नव्हताच हे त्याचं म्हणणं मी खोडून काढू शकलो नाही. नंतर पुन्हा एक घटना अशी घडली की, माझी सगळी चौकशीच उलथीपालथी झाली. मी काही खरा गुन्हेगार कोण होता ते शोधू शकलो नाही."

व्योमकेश शांत बसला होता. त्याच्याकडे धारदार नजरेने बघत नीलमणी मजुमदार यांनी त्याला विचारलं, "तुम्हाला ऐकायची आहे का ही कहाणी?"

व्योमकेश उत्सुकतेने उत्तरला, "हो, हो, अर्थातच. फारच रंजक दिसतेय कहाणी."

"ती रंजक आहे की नाही हे तुम्हीच ठरवाल. मला या प्रकरणाबाबत जे काही ठाऊक आहे ते सगळं मी तुम्हाला सांगतो. मला जे जमलं नाही ते कदाचित तुम्हाला जमेल."

त्यांच्या आवाजात एक प्रकारचं आव्हान होतं. व्योमकेश हसून म्हणाला, "तुमच्यासारख्या अनुभवी माणसाला जे जमलं नाही ते मला जमेल असं मला नाही वाटत. मला फक्त कहाणी ऐकण्यात रस आहे."

नीलमणीबाबूंनी आपल्या भरदार आवाजात कहाणी सांगायला सुरुवात केली :

निवृत्तीच्या आधी काही काळ नीलमणीबाबूंची नेमणूक या शहराच्या पोलीस ठाण्याचे प्रमुख म्हणून झाली होती. त्यांच्याकडे तीन महत्त्वाचे गुण होते ते म्हणजे बुद्धिमत्ता, कष्टाळूपणा आणि सचोटी... त्यांनी कधीच लाच घेतली नाही. हे शहर तसं छोटंसं असलं तरी गुन्हेगारीसाठी कुप्रसिद्ध होतं. नीलमणींना या शहराची चांगली माहिती होती त्यामुळे इथे बदली होताच त्यांनी पोलीस प्रशासनाची सूत्रं त्यांच्या पोलादी हातात घेतली.

वर्ष-दीड वर्ष सरलं. नीलमणींमुळे शहरात काही प्रमाणात शांतता होती. त्यांना आठवड्यातून दोन वेळा मध्यरात्री त्यांच्या सायकलवरून फेऱ्या मारायला जायची सवय होती. ते अशा फेऱ्या मारायला केव्हा जाणार हे कोणालाही ठाऊक नसायचं. शहरातील एका भागात गुन्ह्यांचं प्रमाण जास्त होतं. नीलमणींना तो भाग जास्त आवडायचा. ते लहान गल्ल्यांमधून, बोळांमधून फिरत राहायचे आणि नियुक्त केलेले पोलीस आपापली कर्तव्यं नीट पार पाडत आहेत याची खात्री करून घ्यायचे. त्यांच्या सायकलीला दिवा नव्हता, पण त्यांच्या हातात

रिव्हॉल्व्हर आणि टॉर्च मात्र नेहमी असे.

या विशिष्ट रात्री ते आपल्या नेहमीच्या फेरीवर होते. रात्र खूपच अंधारी होती आणि जवळपास कोणीही नव्हतं. उच्चभ्रू वस्ती आणि गुन्हेगारांच्या अंधाऱ्या गल्ल्या यांच्यामधे असलेली ही जागा होती. ही जागा आमराईने वेढलेली होती. या भागात काही मोडकळीस आलेली घरं होती. या भागातील लोक ना इकडचे होते ना तिकडचे.

या भागातून फिरताना नीलमणी यांनी पाहिलं की, सुमारे पन्नास यार्डांवर काही माणसं बांबूच्या खाटेसारखं काहीतरी खांद्यांवर घेऊन जात आहेत. त्यांचं वागणं संशयास्पद होतं.

ते पटकन सायकलवर बसले आणि त्या लोकांच्या दिशेने निघाले आणि त्यांच्यावर विजेरीचा झोत टाकत त्यांनी हटकलं, "थांबा!"

ते चौघेजण खाट तिथेच टाकून अंधारात दिसेनासे झाले. पण नीलमणींनी त्यांतील एकाचा चेहरा नीट पाहिला होता. तो तिथेच राहणारा एक इसम होता... सुरेश्वर घोष.

ती माणसं चहुबाजूला पांगली असल्याने त्यांचा माग घेण्यात काही अर्थ नव्हता. नीलमणी त्या खाटेजवळ गेले आणि त्यांनी पाहिलं की, तो एका तरुण आणि सुदृढ स्त्रीचा मृतदेह होता. तिच्या अंगावर कुठल्याही जखमा नव्हत्या, पण ती मृत होती.

नीलमणींनी शिटी वाजवली आणि हळूहळू पोलीस आणि इतर माणसं तिथे गोळा होऊ लागली. शेजाऱ्यापाजाऱ्यांनी तो मृतदेह तत्काळ ओळखला... ती हाशी होती... सुरेश्वरची पत्नी. सुरेश्वर आणि त्यांच्या पत्नीच्या घराशेजारी दुसरं कोणीही राहत नव्हतं.

काही शेजाऱ्यांना घेऊन नीलमणी त्या घरात शिरले. सहा खोल्या असलेलं ते चांगलं मोठ्ठं घर होतं. पण बऱ्याच खोल्या वापरात नव्हत्या. फक्त दोनच खोल्या वापरात असलेल्या दिसत होत्या...त्यांतील एक शय्यागृह होतं. ती भली मोठी खोली होती. त्यात दोन पलंग होते, त्यांपैकी एकावर कोणीतरी झोपल्याचं दिसत होतं...दुसऱ्यावर मात्र कोणी झोपलेलं वाटत नव्हतं. पण घरात दुसरं कोणीही नव्हतं. बाहेर बागेतही कोणी नव्हतं. बागेत आंब्याचं आणि फणसाचं झाड होतं. नीलमणींनी शेजाऱ्यांना विचारलं, "ही मुलगी आजारी होती का?"

कोणीतरी म्हणालं, "नाही, मी आज दुपारीच तिला फाटकापाशी विनोदबाबूंशी बोलताना पाहिलं होतं."

"हे विनोदबाबू कोण?"

"विनोद सरकार... ते सराफ आहेत आणि त्यांचं बाजारात दुकान आहे."

आणखी काही पोलीस शिपाई उपनिरीक्षकासोबत तिथे आले आणि त्यांच्या बरोबर त्यांनी तो मृतदेह शवविच्छेदनासाठी पाठवून दिला.

शेजारी अजूनही तिथेच उभे होते आणि आपसात कुजबुजत होते. त्यांना नीलमणींनी विचारलं, ''त्या मुलीच्या नवऱ्याचं नाव काय?''

''सुरेश्वर घोष.''

''कुठे आहे तो?''

कोणीच काही बोलेना. थोड्या वेळाने एक माणूस निरीच्छेने म्हणाला, ''रात्रीच्या जेवणानंतर सुरेश्वर घराबाहेर जातो आणि मध्यरात्री दीड-दोनच्या पुढे घरी परत येतो.''

''जातो कुठे तो?''

''आम्ही ऐकलंय की तो कालीकिंकर दासच्या दुकानात जुगार खेळायला जातो.''

''कालीकिंकर दासचं दुकान आहे कुठे?''

शेजाऱ्यांनी त्याचा पत्ता दिला. एका शिपायाला घरातच थांबायला सांगून नीलमणी उपनिरीक्षकासोबत दुकान शोधायला निघाले, त्यांनी शेजाऱ्यांना सांगितलं, ''मी उद्या सकाळी तुमची जबानी नोंदवायला परत येईन.''

कालीकिंकरचं दुकान सुरेश्वरच्या घरापासून अर्ध्या मैलावर होतं... बाजाराच्या टोकाजवळ. ते लोखंड आणि पोलादाचं दुकान होतं. बाजाराच्या या भागाला लोहापट्टी म्हणायचे.

बाजाराच्या ओसाड भागातून चालत नीलमणी दुकानात पोचले. दुकानाच्या पुढे लोखंडाच्या कांबींचा ढीग पडला होता. पण दुकानाचा दरवाजा बंद होता. नीलमणींनी भोवताली बघितलं आणि मग नंतर खिडकीच्या भोकातून आत बघितलं.

आत जमिनीवर पसरलेल्या गालिचावर बसून चार माणसं पत्ते खेळण्यात मश्गुल झाली होती. मधोमध काही पैसे ठेवले होते. अर्थातच ती माणसं पैसे लावून जुगार खेळत होती. ते फ्लश खेळत होते.

नीलमणींनी उपनिरीक्षकास खूण केली. तो दारापाशी उभा राहिला आणि नीलमणींनी खिडकीचा दरवाजा ठोठावला. चौघांचे डोळे दचकून खिडकीकडे वळले. एकाने मधे ठेवलेले पैसे गोळा करून आपल्या खिशात टाकले.

नीलमणींनी कठोर आवाजात सुनावलं, ''दरवाजा उघडा.''

चौघांनी एकमेकांकडे बघितलं आणि एकाने आवाज चढवत विचारलं, ''कोण आहे?''

नीलमणी म्हणाले, ''पोलीस. दरवाजा उघडा.''

पुन्हा ते एकमेकांकडे बघू लागले आणि बहुधा कालीकिंकर उठला. आता नीलमणी खिडकीपासून दूर झाले आणि दरवाजासमोर येऊन उभे राहिले. दरवाजा उघडला गेला. एका बारीक, मरतुकड्या माणसाने दोघा पोलीस अधिकाऱ्यांकडे पाहिलं आणि दचकून मागे सरत तो म्हणाला, "काय? काय हवंय तुम्हाला?"

नीलमणींनी विचारलं, "कालीकिंकर दास तूच आहेस का?"

"होय, मीच. काय पाहिजे आहे तुम्हाला?"

"आत आणखी कोण आहे तुझ्याबरोबर?"

"माझे तीन मित्र आहेत."

उपनिरीक्षकाला घेऊन नीलमणी दुकानात शिरले. या खोलीच्या पुढे दुकानाच्या कार्यालयात जाणारा एक दरवाजा होता. नीलमणी कार्यालयात शिरले तेव्हा ते तिघंजण अजूनही पत्ते खेळत होते. नीलमणी प्रत्येकाकडे निरखून पाहत होते. त्यांची वयं पस्तीस ते चाळीसच्या दरम्यान होती. दोघंजण अगदीच किरकोळ वाटत होते. पत्ते वाटणारा तिसरा माणूस मात्र तगडा वाटत होता. तो त्यांचा म्होरक्या असावा.

नीलमणीबाबूंनी विचारलं, "तुमच्यापैकी सुरेश्वर घोष कोण आहे?"

त्या तगड्या माणसाने वर बघितलं, हातातले पत्ते खाली टाकले आणि उभा राहत तो म्हणाला, "मी आहे सुरेश्वर घोष, काय हवंय तुम्हाला?"

त्याचा आवाज संथ होता.

नीलमणींची नजर प्रत्येकावर फिरत होती. "तुम्हाला काय वाटलं, तुम्ही मृतदेह शांतपणे मिट्ट काळोखात घेऊन जाल आणि घाटावर जाऊन त्याचं दहन कराल? आणि एकदा का देह पूर्णपणे जळला की गुन्ह्याचा कोणताच पुरावा राहणार नाही?"

ते चौघंजण खरोखरच आश्चर्यचकित झाले. "मृतदेह? कोणाचा मृतदेह?"

"उगीच सोंग आणू नका. मी विजेरीच्या उजेडात पाहिलंय तुम्हाला. मृतदेह वाहून नेणाऱ्या चौघांपैकी तू एक होतास."

सुरेश्वर म्हणाला, "तुम्ही कोणत्या दिवसाबद्दल बोलताय?"

"मी आजच्या दिवसाबद्दलच बोलतोय...आत्ता काही वेळापूर्वी. रात्री बारा वाजता."

"काहीतरीच काय बोलताय तुम्ही? आम्ही रात्री साडेआठ वाजता पत्ते खेळायला सुरुवात केली आणि त्यानंतर कोणीही अगदी एक मिनिटासाठीसुद्धा बाहेर गेलेला नाहीये."

"तर तुम्ही पत्ते खेळत होतात... जुगार?"

अपराधीपणाच्या भावनेने तिघा जणांनी मान खाली घातली. सुरेश्वर धीट होता. तो म्हणाला, "होय, आम्ही खेळत होतो जुगार. आम्ही चौघेजण अधूनमधून एकत्र खेळतो."

नीलमणींच्या लक्षात आलं की, इथे यांच्याकडून काहीही माहिती मिळणं शक्य नाही; त्यांना पोलीस ठाण्यावरच नेलं पाहिजे. ते म्हणाले, "मी आत्ता तुम्हाला जुगार खेळण्याच्या आरोपाखाली अटक करत आहे. चला माझ्याबरोबर पोलीस ठाण्यावर."

त्यांनी थोडीफार कुरकुर केली, पण नंतर ते पोलीस ठाण्यावर जायला तयार झाले. नीलमणीबाबू म्हणाले, "तुम्ही जर जामीन मिळवू शकलात तर मी तुम्हाला रात्री जाऊ देईन."

पोलीस ठाण्यावर जाताना सुरेश्वरने विचारलं, "तुम्ही मघाशी त्या मृत देहाबद्दल काही तरी विचारत होतात ना? कसला मृतदेह?"

नीलमणी म्हणाले, "तुझ्या पत्नीचा."

सुरेश्वर रस्त्यातच उभा राहिला आणि म्हणाला, "काय, माझ्या पत्नीचा? अहो, काय सांगताय काय?"

"मी तेच सांगतोय तुला की, तुझ्या पत्नीचा खून झाला आहे."

"नाही, नाही, माझा विश्वासच बसत नाहीये... हाशी... नाही, मला घरी जायला हवं."

"घरी जाण्यात काही अर्थ नाही. मृतदेह घरी नाही. शवविच्छेदनासाठी पाठवण्यात आला आहे."

पोलीस ठाण्यावर नीलमणीबाबूंनी प्रत्येकाला स्वतंत्रपणे प्रश्न विचारायला सुरुवात केली. प्रथम त्यांनी सुरेश्वरला बोलावलं. तो बसल्यावर नीलमणीबाबूंनी त्याला विचारलं, "तू काय काम करतोस?"

"मी वेगवेगळे व्यवसाय करतो. मी धनवान माणूस आहे, कोणी आलतूफालतू धंदेवाला नाही."

"हे घर तुझं स्वतःचं आहे?"

"होय."

"ते तू कधी विकत घेतलंस?"

"सुमारे पाच-सहा वर्षांपूर्वी."

"तुझं लग्न कधी झालं?"

"सात वर्षांपूर्वी."

"तुझी सासुरवाडी कुठे आहे?"

"याच गावात आहे."

"तुझ्या सासऱ्यांचं नाव काय?"

"दिनमणी हलदर."

"सध्या कुठे आहेत ते?"

"नक्की ठाऊक नाही... बहुधा तुरुंगात."

"तुरुंगात?"

"होय. त्यांचा बराचसा वेळ ते तुरुंगातच घालवतात."

"तुझे आणि तुझ्या सासऱ्यांचे संबंध चांगले आहेत का?"

"मला ते डोळ्यासमोरही चालत नाहीत."

नीलमणीबाबूंनी क्षणभर विचार केला आणि त्याला विचारलं, "तुझे तुझ्या पत्नीशी चांगले संबंध आहेत का?"

थोडा वेळ काचकूच करत सुरेश्वर म्हणाला, "सात वर्षांच्या वैवाहिक जीवनानंतर जितके चांगले असायला पाहिजेत तितके चांगले आहेत."

"तुम्हाला मुलं आहेत का?"

"नाही, माझी पत्नी वांझ होती."

नीलमणीबाबू त्याच्याकडे अंगुलीनिर्देश करत म्हणाले, "रात्री बारा वाजता मी तुला आणि तुझ्या तीन मित्रांना तुझ्या पत्नीचा मृतदेह घेऊन जाताना पाहिलं आहे. माझ्या विजेरीचा झोत मी तुझ्या चेहऱ्यावर टाकला होता."

सुरेश्वर स्वस्थ आवाजात म्हणाला, "तुम्ही चुकताय. रात्री बारा वाजता मी माझ्या तीन मित्रांबरोबर कालीकिंकरच्या दुकानात पत्ते खेळत बसलो होतो."

"तुझ्या पत्नीचं चारित्र्य कसं होतं?"

"स्त्रियांच्या चारित्र्याबद्दल कोण काय सांगणार... पण शेजारी तिच्याबद्दल वाईट बोलतात."

"पण ते का वाईट बोलतात?"

"मी रात्री उशिरा घरी येतो. असं वाटतंय की, एक माणूस गेले काही महिने हाशीला भेटायला येत होता."

"तू तुझ्या पत्नीला त्याबद्दल काही विचारलंस?"

"होय, पण ती म्हणाली की, ते सगळं खोटं आहे."

"आणखी काही?"

"आणखी काय असणार? मी एकदा तिचं कपाट उघडलं आणि त्यात काही दागिने मला सापडले जे मी तिला दिले नव्हते."

"तू विचारलं नाहीसं तिला ते दागिने कुठून आले म्हणून?"

"विचारून काय उपयोग? एखाद्या बाईने गैरमार्गाने जायचं ठरवलं असेल तर तिला कोण वाचवू शकणार?"

"मग तिला कोण ठार मारू शकतं?"

"मी हाशीला मारलेलं नाही."

नीलमणीबाबूंनी सुरेश्वरला जंगजंग पछाडलं पण त्याने काहीही कबूल केलं नाही. उलट असं वाटलं की, तो स्पष्टवक्ता आहे आणि खरं तेच बोलतोय.

नंतर त्यांनी कालीकिंकरला बोलावलं. त्याच्या कृश आणि कमजोर शरीरात कणखर, मजबूत हृदय होतं. नीलमणीबाबू त्याच्याकडूनही काही वदवून घेऊ शकले नाहीत. त्याच्या म्हणण्यानुसार त्या चौघांनी रात्री साडेआठ वाजता पत्ते खेळायला सुरुवात केली आणि पोलीस तिथे जाऊन धडकेपर्यंत ते तिथेच होते. तोही स्पष्ट बोलणारा होता.

तो आणि सुरेश्वर बालमित्र होते. सुरेश्वर आधी काही श्रीमंत माणूस नव्हता, पण त्याने युद्धाच्या काळात कॉन्ट्रॅक्ट्समधून चांगले पैसे मिळवले. त्याने हाशीशी विवाह केला तेव्हा तो गरीब होता. हाशीचा बाप चोर होता आणि मूर्ख होता. तो चोरी करताना नेहमी पकडला जाई आणि मग बराच काळ तुरुंगात घालवत असे. हाशीच्या आईचं नाव बदनाम होतं. झोपडपट्टीत राहणाऱ्या त्या स्त्रीने आपलं शील भ्रष्ट केलं होतं. हाशीचा बाप तुरुंगात असे तेव्हा तिच्याकडे अनेक गिऱ्हाइकं येत आणि ती त्यांची इच्छा पुरी करत असे. म्हणून जेव्हा सुरेश्वरने हाशीशी लग्न करायचं ठरवलं तेव्हा त्याच्या मित्रांनी त्याला परावृत्त करण्याचा प्रयत्न केला. पण त्याने कोणाचंही ऐकलं नाही. नंतर सुरेश्वर चांगल्यापैकी श्रीमंत झाला. त्याने घर विकत घेतलं, पण दरम्यान त्याचे आणि त्याच्या पत्नीमधील संबंध दुरावले गेले. तो घरात फारसा थांबायचाच नाही, बराचसा काळ बाहेरच घालवायचा. पण म्हणून त्याने त्याच्या पत्नीचा खून केला असेल असं मात्र नाही. तो काही त्या प्रकारचा माणूस नव्हता. तो चांगल्या कुटुंबातून आला होता आणि सुरुवातीच्या काळात त्याला खूप झगडावं लागलं होतं. पण तो सहृदय माणूस होता.

त्याने एवढं सांगितल्यावर नीलमणीबाबूंनी त्याला विचारलं, "सुरेश्वरचा सासरा दिनमणी हलदर सध्या कुठे असतो?"

कालीकिंकर म्हणाला, "दोन वर्षांपूर्वी दिनमणी हलदर आपल्या मुलीला शोधत आला होता...त्याची बायको तेव्हा हयात नव्हती. तो आपल्या मुली आणि जावयासोबत दोनतीन दिवस राहिला. पण एक दिवस त्याचं सुरेश्वरशी भांडण झालं...आणि दिनमणी निघून गेला. त्यानंतर मी त्याला पाहिलं नाही. तो वृद्ध झाला होता, तुरुंगातील वास्तव्यामुळे कमजोरही झाला होता...तो कदाचित मेला असेल आता."

आता पाळी होती देबू मंडोलची. देबू कोळसा आणि जळाऊ लाकडाच्या

व्यवसायात होता. तो धनवान माणूस होता. हाही सुरेश्वरचा बालमित्र होता. त्याच्या म्हणण्यानुसार सुरेश्वरने आपल्या पत्नीचा खून केला आणि तो तिचं शव जाळण्यासाठी घेऊन गेला हे धादांत खोटं आहे. ते पत्ते खेळत होते. त्याने हाशीच्या चारित्र्यावर काहीही बोलण्यास नकार दिला... त्याच्या मते तिचं घराणं काही चांगलं नव्हतं.

नीलमणींनी विचारलं, "तुझं स्मशानघाटावर जळाऊ लाकडाचं दुकान आहे का?"

देबू जरा दचकला आणि म्हणाला, "माझ्या गावात दोन वखारी आहेत आणि एक स्मशानघाटावर आहे."

नीलमणीबाबूंनी कपाळाला आठी घालत त्याच्याकडे पाहिलं आणि ते म्हणाले, "आता मला खरं खरं काय ते सांग."

"मी खरं तेच सांगतोय."

चौथा क्रमांक होता विलास दत्ता याचा... बिल्डिंग कॉन्ट्रॅक्टर... गोडबोल्या, विनम्र आणि गमत्या स्वभावाचा. पण त्या दिवशी रात्री साडेआठ ते पोलीस येईपर्यंत ते तिथेच पत्ते खेळत होते याबद्दल त्याच्याही मनात कसलाही संदेह नव्हता. विलास हा खूप निरर्थक बडबड करणारे पण सत्य न बोलणारे जे लोक असतात त्यांच्या पंथातील होता असं नीलमणीबाबूंना वाटलं.

निराश होऊन त्यांनी विलासला विचारलं, "तू कॉन्ट्रॅक्टर आहेस म्हणजे तुझ्याकडे खूप बांबू असणार."

विलास म्हणाला, "बांबू? होय, अनेक बांबू आहेत माझ्याकडे. इमारतींच्या भोवती पराती बांधण्यासाठी मला त्यांची गरज असते."

"मृतदेह वाहून नेण्यासाठी खाटा बनवण्यासाठीही तुला त्याची गरज भासत असेल."

या चौघांची चौकशी संपेपर्यंत पहाटेचे चार वाजून गेले होते. पण त्यांना पोलीस कस्टडीत जास्त काळ थोपवून ठेवता आलं नाही, कारण त्यांच्या वकिलाने दुसऱ्याच दिवशी त्यांना जामिनावर सोडवलं.

सुरेश्वरनेच आपल्या पत्नीचा खून केला आहे याची नीलमणीबाबूंना खात्री होती, पण ते सिद्ध करू शकत नव्हते. इतर तिघांचाही या खुनात सहभाग होता याचीही त्यांना खात्री होती, पण त्यांच्याकडे कोणताही पुरावा नव्हता. त्यांनी जे पाहिलं त्याचा कोणी साक्षीदारही नव्हता. त्यामुळे त्यांचा वकील त्यांना कोर्टात खोटं ठरवू शकला असता. त्यामुळे त्या चौघांवर जुगाराखेरीज खुनाचा आरोप ठेवू शकले नसते.

पण तरीही त्यांनी या प्रकरणाची चौकशी चालूच ठेवली. त्यांनी सुरेश्वरच्या

शेजाऱ्यांची चौकशी केली, त्याच्या दोन साहाय्यकांचे जाब नोंदवले. नंतर ते त्याच्या घरी गेले. फाटकावर असलेल्या शिपायाने त्यांना सांगितलं की, सुरेश्वर अकाराच्या सुमारास परत आला आणि आता तो घरातच आहे.

नीलमणीबाबू घरात शिरले आणि त्यांनी त्याला पलंगावर झोपलेलं पाहिलं. त्यांच्या पावलांचा आवाज ऐकून त्याने आपले तांबारलेले डोळे उघडले आणि झोपेतच विचारलं, "आता काय हवंय तुम्हाला?"

नीलमणीबाबू म्हणाले, "मला तुमच्या घराची झडती घ्यायची आहे."

"तुम्हाला काय करायचं ते करा, पण मला झोपू द्या." रात्रभरच्या जागरणाची तो भरपाई करत असावा. पण त्याला आपल्या बायकोच्या जाण्याबद्दल काहीच कसं वाटत नव्हतं? त्याने जरी तिचा खून केला नसला तरी... त्याचं हे वागणं नीलमणीबाबूंना खटकलं होतं आणि त्याच्या या बेपर्वा वृत्तीचा त्यांना रागही आला होता.

त्याने सुरेश्वरला झोपू दिलं नाही. ते म्हणाले, "मला तुझ्या बायकोचे दागिने बघायचे आहेत."

सुरेश्वर वैतागत उठला आणि त्याने कपाटातून दागिन्यांचा डबा बाहेर काढला. नीलमणीबाबूंनी त्याला विचारलं, "यापैकी तू कोणते दागिने तिला दिले नव्हतेस?"

सुरेश्वरने त्यातील एक अंगठी, कानातल्याचा जोड, आणि केसाची एक पिन त्या डब्यातून उचलली. नीलमणींनी त्या वस्तू घेतल्या आणि आपल्या खिशात टाकल्या आणि म्हणाले, "मी या वस्तू घेऊन जातोय. नंतर परत करीन."

पोलिसांनी संपूर्ण घराची आणि बागेची झडती घेतली, पण त्यांना काहीही संशयास्पद सापडलं नाही.

दुपारी तीन वाजण्याच्या सुमारास नीलमणीबाबू सुरेश्वरच्या घरातून निघाले आणि विनोद सरकारच्या म्हणजे त्या सराफाच्या दुकानात गेले.

ते एक भलं मोठं दुकान होतं. एका बाजूला कारागीर बसून दागिने घडवत होते. उत्तम सजावटीच्या एका खोलीत विनोद बसले होते. ते पन्नाशीचे होते, पण त्यांची आवड मात्र छानछोकीची होती. त्यांनी रेशमी कुडता घातला होता, ते उंची धोतर नेसले होते आणि त्यांच्या मिश्या रेखीव पद्धतीने कोरलेल्या होत्या. सगळ्या बाजूचे केस वळवून आपलं टक्कल झाकायचा त्यांनी प्रयत्न केला होता. ते बुटके आणि जरासे जाडगेले होते. आपल्या दारात पोलीस बघून ते थोडे भांबावलेले दिसले. "माझ्या दुकानात काही झालंय का? काय झालंय तरी काय?"

नीलमणी त्यांच्या समोरच्या खुर्चीवर बसले आणि म्हणाले, “नाही. मी काही माहिती घ्यायला आलो आहे.”

“हं, बोला?”

“सुरेश्वरच्या पत्नीचं निधन झालं आहे. तुम्हाला त्याबद्दल काही माहिती आहे का?”

विनोदबाबू ताडकन आपल्या खुर्चीतून उठले, “काय, हाशी वारली? पण मी तर तिला काल संध्याकाळी बघितलं होतं.”

“ती काल रात्री गेली.”

“पण संध्याकाळपर्यंत तर ती ठीक होती. अशी कशी गेली ती?”

“मला वाटतं, तिचा खून झाला आहे.”

“खून!” विनोदबाबू मटकन खुर्चीत बसले आणि शून्यात बघू लागले. टेबलावर हात आपटत ते म्हणाले, “सुरेश्वरने मारलं असणार तिला. मला खात्री आहे.”

“पण गुन्हा घडला तेव्हा आपण तिथे नव्हतो असं स्पष्ट करणारा पुरावा आहे त्याच्याकडे.”

“मला नाही त्या पुराव्याशी काही देणं-घेणं. त्याने आणि त्याच्या तीन मित्रांनी मिळून मारलं आहे त्या मुलीला. ते सगळे नीच लोक आहेत. ते कोणत्याही थराला जाऊ शकतात.”

“हाशीला तुम्ही केव्हापासून ओळखता?”

“ती तीन-चार वर्षांची होती तेव्हापासून ओळखतोय मी तिला.” नंतर नीलमणींकडे चोरटा आणि शरमिंदा कटाक्ष टाकत ते म्हणाले, “तुम्ही पोलीसवाले आहात. मी तुमच्यापासून काहीही लपवून ठेवणार नाही. तरुण असताना माझे हाशीच्या आईशी संबंध होते. म्हणजे सुमारे वीस वर्षांपूर्वी. हाशीचा बाप हा बदमाश, चोर, तस्कर आणि दारुडा माणूस होता. आपल्या बायको आणि मुलीचं पोटही तो भरू शकत नव्हता. त्यामुळे दारिद्र्यापोटी ती माझ्याकडे...पण जाऊ दे नं ते आता. काही वर्षांपूर्वी हाशीची आई वारली. सुरेश्वर हा हलकट माणूस असल्याने तिने मरायच्या आधी मला हाशीची काळजी घ्यायला सांगितलं होतं. तिची शेवटची विनंती मी टाळू शकलो नाही. म्हणून मी हाशीला भेटायला तिच्याकडे जात असे. हे खरंय की, हाशीची आई स्वतः काही फार विश्वासार्ह होती असं नाही...पण माणूस म्हणून ती चांगली होती. तिचा स्वभावही फार गोड होता.”

थोडा वेळ कोणीच काही बोललं नाही. नंतर नीलमणीबाबू म्हणाले, “तर सुरेश्वरनेच हाशीचा खून केला असावा असा तुमचा संशय आहे?”

आठवणींच्या सागरातून भानावर येत विनोदबाबूंनी वेंधळेपणाने विचारलं, "काय? होय, मला तरी वाटतंय तसं."

"पण त्यामागे कारण काय असावं?"

"असं बघा, सुरेश्वरने हाशीशी विवाह केला तेव्हा तो गरीब माणूस होता. नंतर युद्धाच्या काळात तो बराच श्रीमंत झाला. आता त्याला प्रतिष्ठितांच्या संगतीत राहावंसं वाटू लागलं होतं. पण हाशी जिवंत असेपर्यंत ते शक्य नव्हतं. हाशीच्या कुटुंबाबद्दल सगळ्यांनाच सारं काही ठाऊक होतं. म्हणून त्याने तिला ठार मारलं. आता तो पुन्हा दुसरं लग्न करेल आणि सभ्य गृहस्थ बनून समाजात वावरेल."

"हाशीचं चारित्र्य आणि वर्तन कसं होतं?"

"कोणताही दांभिकपणा किंवा धूर्तपणा नसलेली ती एक साधी मुलगी होती. हं, तिला पुरुषांच्या संगतीत राहायला आवडायचं, म्हणजे ती संध्याकाळी फाटकापाशी उभी राहून लोकांना गप्पा मारायला बोलवायची. अर्थात त्यासाठी तिला दोष देण्यात काही अर्थ नाही... तिला कोणाची तरी सोबत हवी असायची. आसपासच्या बायका तिच्या पूर्वेतिहासामुळे तिला टाळायच्या. मी छातीठोकपणे सांगू शकतो की, याव्यतिरिक्त तिच्या चारित्र्यावर बोट ठेवण्याजोगं काहीही नव्हतं."

नीलमणीबाबूंनी त्यांच्या खिशातून हाशीचे दागिने बाहेर काढले आणि म्हणाले, "हे ओळखता का तुम्ही?"

"हे हाशीचे दागिने आहेत? पण मी तर कधीच पाहिलं नाही तिला हे दागिने घातलेलं."

"तुम्ही तिला दागिने कधीच भेट दिले नव्हतेत?"

"नाही. दुर्गापूजा आणि होळीच्या वेळेस मी तिला साड्या भेट दिल्या आहेत. दागिने कधीच दिले नव्हते."

"हे तुमच्या दुकानात घडवलेले आहेत का?" नीलमणीबाबूंनी विचारलं.

"नाही, हे माझ्या दुकानात बनवलेले नाहीत. एक मिनिट..." त्यांनी एका नोकराला बोलावलं, "जरा रामदयाळला पाठव माझ्याकडे."

एक वृद्ध माणूस आत आला; विनोदबाबूंनी त्याला दागिने दाखवत विचारलं, "हे दागिने तुम्ही बनवले आहेत का, रामदयाळ?"

ते दागिने नीट निरखून पाहत ते म्हणाले, "नाही, मालक हे दागिने कोलकात्यामध्ये घडवलेले आहेत."

"ठीक आहे, जा तुम्ही आता."

नीलमणीबाबू उठत म्हणाले, "गरज पडली तर परत येईन मी तुमच्याकडे."

"अवश्य या."

त्या संध्याकाळी नीलमणीबाबू सिव्हिल सर्जनना त्यांच्या बंगल्यावर जाऊन भेटले. त्यांचं कार्यालय घराच्या एका बाजूला होतं. नीलमणीबाबू तिथे पोचले तेव्हा मेजर बर्मन आपलं काम आवरत असताना दिसले. "मी अहवाल आला का ते बघायला आलो होतो."

मेजर बर्मन म्हणाले, "बसा, मी शवविच्छेदन केलं आहे. अहवाल उद्या मिळेल."

"काय सापडलं त्यातून तुम्हाला? कशामुळे तिला मृत्यू आला असावा?"

"ती रात्री दहाच्या सुमारास मेली."

"पण कशामुळे मेली ती?"

"तिच्यावर घाला घातल्याच्या कोणत्याही खुणा तिच्या शरीरावर नव्हत्या."

"मग काय विषप्रयोग?"

मेजर बर्मन सावकाशपणे म्हणाले, "नाही, विषप्रयोगही नव्हता. तिला फारच नावीन्यपूर्ण पद्धतीने मारण्यात आलंय. तुमच्या संशयितांमध्ये कोणी लष्करातील माणूस आहे का?"

नीलमणी म्हणाले, "नाही, पण तिचा नवरा युद्धाच्या काळात मिलिटरी कॉन्ट्रॅक्टर होता. तिथे नियुक्त असलेल्या अमेरिकन सैनिकांच्या बरोबर त्याने काम केलं होतं. पण का? असं का विचारताय तुम्ही?"

मेजर बर्मन म्हणाले, "तिच्या अंगावर माराच्या कोणत्याही खुणा नव्हत्या, मात्र तिच्या घशातील थायरॉईड कार्टिलेज पूर्णपणे तुटलेलं होतं."

नीलमणी म्हणाले, "म्हणजे तिचा गळा आवळून खून करण्यात आला का?"

"नाही, तिचा गळा आवळला असता तर तिच्या गळ्यावर बोटांच्या खुणा दिसल्या असत्या."

"मग?"

मेजर बर्मन म्हणाले, "गेल्या युद्धात सैनिकांना शस्त्राविना लढण्याचं शिक्षण देण्यात आलं होतं."

"पण कसं?"

"समजा, जंगलात युद्ध चालू आहे. तुमच्याकडे कोणतंही शस्त्र नाही आणि तुम्ही स्वतःचं संरक्षण करू शकत नाही आणि तुम्हाला सशस्त्र सैनिकाने पकडलं आहे. तुम्ही निसटून जाऊ शकत नाही. प्रयत्न केलात तर तो तुम्हाला गोळ्या घालेल. अशा वेळी तुम्ही काय करणार? धूर्तपणे तुम्ही शत्रूच्या उजव्या बाजूला जायचं आणि अचानक उलटं फिरून त्याच्या गळ्यावर उजव्या पंजाच्या

कडेने सणसणीत ठोसा द्यायचा. या जोरदार फटक्यामुळे त्याचं थायरॉईड कार्टिलेज तुटतं आणि त्याला तत्काळ मृत्यू येतो... तुमच्या आधुनिक कराटेच्या फटक्यासारखा.''

''तत्काळ मृत्यू?''

''होय.''

नीलमणीबाबूंनी विचारलं, ''तुम्हाला खात्री आहे का तिला अशाच पद्धतीने मारण्यात आलंय म्हणून?''

''होय, माझी खात्री आहे.''

''ठीक आहे, मी उद्या कोणाला तरी अहवाल घ्यायला पाठवतो.''

सुरेश्वरनेच हाशीला मारलं आहे याबद्दल मनात कुठलाही संदेह न ठेवता नीलमणीबाबू पोलीस ठाण्यावर परतले. एक रहस्य मात्र अजूनही उलगडलं नव्हतं. ते म्हणजे– हाशीला रात्रीच्या वेळेस भेटायला कोण येत असे? भेटायला येणाऱ्या व्यक्तीनेच तिला ते दागिने दिले होते का? हाशीचे त्या माणसाशी काय संबंध होते? पण तो जर तिचा मित्र होता तर...तो तिला कशाला मारेल?

दुसऱ्या दिवशी नीलमणीबाबू उपनिरीक्षकाला आणि एका शिपायाला बरोबर घेऊन सुरेश्वरच्या घरी गेले. त्याच्याकडून कबुलीजबाब घ्यायचाच असा त्यांनी निर्धार केला होता.

सुरेश्वरचं घर सताड उघडं होतं आणि घरात कोणीच नव्हतं. त्यांनी थोडा वेळ त्याला हाका मारल्या आणि नंतर ते घरात शिरले.

शय्यागृहाच्या जवळ जाता जाता ते अचानक थबकले. सुरेश्वर जमिनीवर मरून पडला होता.

सुरेश्वर त्याच्या मित्राकडे पत्ते खेळायला गेला होता आणि मध्यरात्री केव्हातरी परतला होता. त्यामुळे काय घडलं ते कोणालाच माहीत नव्हतं.

मेजर बर्मन यांनी सुरेश्वरच्या शवविच्छेदनाचा अहवाल दिला. त्याचा मृत्यूही जोरदार ठोशामुळे– थायरॉईड कार्टिलेज तुटल्याने झाला होता. म्हणजेच हाशी आणि सुरेश्वर दोघांचाही मृत्यू एकाच पद्धतीने झाला होता.

कहाणी सांगून झाल्यावर नीलमणीबाबू काही वेळ थांबले...व्योमकेश त्यांना काही प्रश्न विचारेल असं त्यांना वाटलं.

''मला जे ठाऊक होतं ते सगळं मी तुम्हाला सांगितलंय. मला आधी असं वाटलं होतं की, हाशीचा खून सुरेश्वरने केला आहे म्हणून. पण नंतर सुरेश्वरलासुद्धा त्याच पद्धतीने मारण्यात आलं. त्यामुळे हाशीला ज्याने मारलं त्यानेच सुरेश्वरलाही

मारलं असणार. तुम्हाला काय वाटतं?''

व्योमकेश त्यांचं बोलणं लक्षपूर्वक ऐकत होता. ''मला तुम्हाला आणखी काही प्रश्न विचारायचे आहेत.''

''विचारा ना. मला जर उत्तरं माहीत असतील तर मी सांगेनच तुम्हाला.''

व्योमकेशने विचारलं, ''सुरेश्वरचा वारसदार कोण आहे?''

''सुरेश्वरची कोणी चुलतबहीण...त्याने मृत्युपत्र केलेलं नव्हतं. ती बहीण विधवा असून निष्कांचन आहे. तिला त्याची सगळी संपत्ती मिळाली.''

''त्याचा खून झाला तेव्हा त्याचे तिघं मित्र कुठे होते?''

''सुरेश्वर घरी निघून गेल्यानंतर ते तिघेजण कालीकिंकरच्या दुकानात जवळपास रात्रभर पत्ते खेळत बसले होते. माहिती देण्यासाठी मी माझे खबरे तिथे नेमले होते. त्यांनी नाही खून केला सुरेश्वरचा.''

''विनोद सरकारचं काय?''

''नाही. मला त्याचा संशय नव्हता... खुनामागे त्याचा काय हेतू असणार? त्याला हाशी मनापासून आवडायची.''

''त्या वेळी दिनमणी हलदर कुठे होता?''

''तो पन्नास मैल अंतरावरील आपल्या गावी आवेच्या दुखण्याने खूप आजारी होता. तो हलूही शकत नव्हता. शिवाय अशा विशिष्ट पद्धतीने मारण्याचं कसब त्याला कुठून माहीत असणार?''

''ठीक आहे. तुम्हाला असं वाटतं का की, हाशीचं चारित्र्य भ्रष्ट होतं म्हणून?''

''नाही. मला वाटतं, ती एक चांगली मुलगी होती.''

व्योमकेशने थोडा वेळ विचार केला आणि नंतर त्याने विचारलं, ''पण ती एका चरित्र्यहीन स्त्रीची मुलगी होती. तिचं काय नाव होतं म्हणालात तुम्ही?''

''अमला.''

व्योमकेश एकाग्रपणे नीलमणीबाबूंकडे रोखून पाहू लागला. तेही व्योमकेशकडे बघू लागले आणि जरा ताठरले. नंतर व्योमकेश एका खुर्चीत विसावला.

नीलमणी म्हणाले, ''तुम्हाला आणखी काही माहिती हवी आहे का?''

व्योमकेश निरीच्छेने म्हणाला, ''आता आणखी अजून काही जाणून घेण्याची माझी इच्छा नाही.''

''तुम्हाला काही समजलं आहे का?'' नीलमणीबाबूंनी तिरकसपणे विचारलं.

व्योमकेश गंभीरपणे म्हणाला, ''नीलमणीबाबू, मला सगळं समजलंय.

नीलमणी काही वेळ स्तब्ध होते. ते म्हणाले, ''हाशीला कोणी मारलं ते तुम्हाला समजलं का?''

"होय, अर्थातच. तिला सुरेश्वरनेच मारलं."

"खरंच? मग सुरेश्वरला कोणी मारलं?"

"सुरेश्वरला हाशीच्या बापाने मारलं."

"पण मी तुम्हाला आत्ताच तर सांगितलं की तो पन्नास मैल दूर गावात राहत असून तो खूप आजारी आहे म्हणून."

"मी दिनमणी हलदरबद्दल बोलत नाहीये. मी तिच्या खऱ्याखुऱ्या वडिलांबद्दल बोलतोय. तिच्या जन्मदात्या पित्याबद्दल बोलतोय."

नीलमणी अगदी शांत होते. मला ते पांढरे पडल्यासारखे वाटले. ते जेव्हा बोलले तेव्हा त्यांचा आवाज अस्फुट होता. ते पुटपुटल्यासारखं म्हणाले, "जन्मदाता पिता? काय म्हणायचंय तुम्हाला?"

व्योमकेशने खेदाने आपलं डोकं हलवले आणि म्हणाला, "तुम्हाला पूर्ण माहीत आहे नीलमणीबाबू, मी कोणाबद्दल बोलतोय ते. तुम्ही मला ही कहाणी सांगायलाच नको होती.

यावर नीलमणीबाबू काय म्हणाले असते मला ठाऊक नाही, पण त्याच वेळेस विरेनबाबू आत आले आणि म्हणाले, "जेवण तयार आहे, व्योमकेशबाबू. नीलमणीदा, तुम्हीसुद्धा थांबा ना जेवायला."

नीलमणीबाबू घाईघाईने उठले आणि म्हणाले, "नाही, नाही. मी जातो. मला आधीच उशीर झालाय."

आमच्याकडे अजिबात न बघता ते तातडीने खोलीबाहेर पडले.

जेवण झाल्यावर आम्ही त्याच खोलीत विश्रांती घेत बसलो होतो.

मी व्योमकेशला विचारलं, "तुला नीलमणीबाबूंचा संशय कसा काय आला?"

व्योमकेश म्हणाला, "त्यांची कहाणी ऐकताना माझ्या एक गोष्ट लक्षात आली की, त्यांचा कल हाशीच्या बाजूला झुकतोय म्हणून. आणि तसं वाटण्याचं काही कारण दिसत नव्हतं. त्यांच्या म्हणण्यानुसार हाशी जिवंत असताना ते तिला ओळखत नव्हते. त्यांनी सांगितलेल्या कहाणीवरून आपल्याला एवढंच कळलं की, हाशी परपुरुषांशी मोकळेपणे बोलत असे, तिच्या नवऱ्याला तिच्याबद्दल संशय होता, एक अनोळखी माणूस रात्री तिला भेटायला येत असे. मग नीलमणीबाबूंचा कल तिच्याकडे का झुकावा?

तिची आईही काही चारित्र्यसंपन्न नव्हती. अमलाचा नवरा दिनमणी हलदर घरापेक्षा तुरुंगातच जास्त वेळ असे. त्यामुळे दिनमणी हलदर हा काही हाशीचा खरा बाप असू शकणार नाही.

विनोद सरकार हाशीचा बाप असणं शक्य नाही, कारण तो तिच्या आईला अमलाला भेटला तोच मुळी हाशी तीनचार वर्षांची असताना. मग हा अनोळखी माणूस कोण?

नीलमणीबाबूंनी ही कहाणी सांगायला सुरुवात करण्याच्या आधीच आपल्याला सांगितलं होतं की, त्यांची पहिली नेमणूक याच गावात झाली होती म्हणून. दिनमणी हलदर हा सराईत चोर होता. घराची झडती घ्यायला किंवा त्याला अटक करायला नीलमणीबाबू दिनमणी आणि अमलाच्या घरी गेले असण्याची शक्यता आहे. त्या वेळी या तरुण पोलीस अधिकाऱ्याचे चोराच्या आकर्षक पत्नीशी संबंध आले असू शकतात.

त्यानंतर एक किंवा दोन वर्षांनी त्यांची बदली दुसरीकडे झाली. पण या वेळेपर्यंत त्यांना हे माहीत झालं असणार की, अमलाला त्यांच्यापासून एक मुलगी झाली असून तिचं नाव हाशी आहे म्हणून. दुसऱ्या ठिकाणी त्यांच्या बदल्या झाल्या असल्या तरी ते हाशी आणि तिची आई अमला यांच्या संपर्कात राहिले असणार. त्यांनी विवाह केला नव्हता... त्यामुळे त्यांच्या रक्ताचं असं कोणी असेल तर ती फक्त हाशीच होती. त्यांच्या कारकीर्दीतील शेवटची नेमणूक याच गावात झाली होती. त्या वेळेपर्यंत हाशीची आई मरण पावली होती आणि हाशीचा विवाह झालेला होता. नीलमणीबाबूंना रात्रीच्या वेळेस सायकलवरून गस्त घालायची सवय होती. अशाच वेळी ते हाशीला भेटत असावेत. आणि या भेटीत त्यांनी तिला काही दागिने दिले असावेत. तिला त्यांच्याशी असलेलं तिचं नातं ठाऊक नसावं. पण तिने कदाचित अंदाज बांधला असावा. पण तिच्या शेजाऱ्यापाजाऱ्यांनी त्यातून चुकीचा अर्थ काढला की नवऱ्याच्या पश्चात ती कोणा परपुरुषाला भेटते म्हणून.

हाशीचा ज्या दिवशी खून झाला त्या दिवशी नीलमणी बहुधा तिला भेटायला जाणार असावेत. त्यानंतर काय झालं ते त्यांनी सांगितलेल्या गोष्टीवरून आपल्याला माहीतच आहे. मला वाटतं, सुरेश्वरने आपल्या बायकोचा खून केला आणि आपल्या तीन मित्रांना तिचा मृतदेह जाळण्यासाठी मदत करण्याची विनंती केली. सगळ्या मित्रांनी ठरवलं की, आपण या सगळ्या प्रकारचा कोणताही धागादोरा मागे सोडायचा नाही आणि दुसऱ्या दिवशी सर्वांना सांगायचं की, हाशी पळून गेली म्हणून. काही झालं तरी ते एकमेकांचे सच्चे मित्र होते!

नीलमणी चौघांना घेऊन पोलीस ठाण्यावर आले खरे, पण गुन्ह्याच्या ठिकाणी ते नव्हते हे त्यांचं म्हणणं खोडून काढण्यात ते यशस्वी होऊ शकले नाहीत. जेव्हा त्यांच्या लक्षात आलं की, आपल्या मुलीच्या खुन्याला ते फाशी देऊ शकत नाहीत तेव्हा त्यांनी तिच्या खुनाचा बदला म्हणून स्वतःच त्याला

ठार मारायचं ठरवलं. त्यांनी जराही विलंब न करता चोवीस तासाच्या आत त्यालाही त्याच पद्धतीने ठार मारलं जसं त्याने तिला मारलं होतं. हातात कोणतंही शस्त्र नसतानाही शत्रूला ठार मारायची कला ते डॉक्टरांकडून नुकतेच शिकले होते.

पण जरा विचार कर अजित, मी आत्ता जे काही सांगितलं ते केवळ तर्काच्या आधारावर आहे. मी हे सिद्ध तेव्हाच करू शकलो असतो जेव्हा मला नीलमणीच हाशीचे पिता आहेत हे सिद्ध करता आलं असतं. म्हणून मी त्यांना एका सापळ्यात अडकवायचं ठरवलं. मी त्यांना अचानक प्रश्न विचारला, हाशीच्या आईचं नाव काय आहे म्हणालात तुम्ही?

कसलाही विचार न करता ते म्हणाले, 'अमला'. त्यांना तिचं नाव माहीत असायचं कारणच काय? या प्रकरणाच्या संदर्भात तिच्या नावाचा कोणी उल्लेखही केला नव्हता. ती दहा वर्षांपूर्वी वारली होती. आता माझ्या मनात कुठलाही संभ्रम राहिला नाही. ज्या क्षणी त्यांनी अमलाचं नाव मला सांगितलं त्या क्षणी ते माझ्या सापळ्यात अडकले आहेत हे माझ्या लक्षात आलं. त्यांच्या चेहऱ्यावरील भाव पाहून माझ्या लक्षात आलं की माझा संशय खरा आहे. नीलमणीबाबूंचा अनोळखी गुन्हेगार ते स्वत:च होते.''

लाल कोटातील 'तो' माणूस

व्योमकेशने फोन उचलला.

"हॅलो."

फोनवर दुसऱ्या बाजूला पोलीस निरीक्षक राखालबाबू होते. "व्योमकेशबाबू, मी राखाल बोलतोय. मी नेताजी रुग्णालयातून बोलतोय. तुम्ही थोड्या वेळासाठी इथे येऊ शकाल का?"

"काय झालंय सांगाल का पण आधी?"

"खुनाचा प्रयत्न...कोणीतरी एका माणसाला गोळी घातलीये...पण त्याला ठार करण्याचा प्रयत्न यशस्वी झालेला नाही. जखमी माणसाला रुग्णालयात हलवण्यात आलं आहे. तो काही तरी विचित्रच गोष्ट सांगतोय."

"अच्छा? पोचतोच मी."

व्योमकेश केयातालातील त्याच्या नव्या घरात राहायला गेला होता...तिथून नेताजी रुग्णालय फारसं दूर नव्हतं. संध्याकाळी पाचच्या सुमारास व्योमकेश अर्ध्या तासात त्या ठिकाणी पोचला तेव्हा आपत्कालीन कक्षाजवळ त्याला राखाल उभे असलेले दिसले.

तिथे उभं असतानाच त्याला या प्रकरणाच्या संदर्भातील बरीच माहिती कळली. त्या जखमी

माणसाचं नाव गंगापाद चौधरी असं होतं. ते चांगले गृहस्थ होते. फ्रेजर रोडच्या एका गल्लीत पहिल्या मजल्यावरील खोलीत ते जमिनीवर बेशुद्धावस्थेत आढळले. अर्धवेळ काम करणारा एक नोकर दुपारी तीन वाजता घरी आला तेव्हा त्याला ते तिथे पडलेले दिसले. याच नोकराने पोलिसांना आणि रुग्णालयाला या घटनेबाबत कळवलं होतं. गंगापाद आता शुद्धीवर आले होते, पण खूप रक्तस्राव झाल्याने त्यांना फार अशक्तपणा जाणवत होता. पहिल्या मजल्यावरच्या गल्लीसमोरच्या खिडकीत उभं राहून ते बाहेर बघत असताना एक गोळी त्यांच्या मस्तकाला चाटून गेली, पण कवटीच्या हाडात न घुसता नुसतीच चाटून गेली.

ती गोळी त्यांच्या खोलीत सापडली. ती रिव्हॉल्व्हरमधून झाडण्यात आली होती आणि आता ती परीक्षेसाठी पाठवण्यात आली होती. राखाल व्योमकेशला घेऊन त्या गृहस्थांकडे गेले. त्यांना रक्त देण्यात आलं होतं आणि त्यामुळे त्यांना आता जरा बरंही वाटत होतं.

गंगापाद चौधरी एका लहान चिंचोळ्या खोलीत एका लोखंडी पलंगावर झोपले होते. भलं मोठं बँडेज त्यांच्या मस्तकाभोवती फेट्यासारखं बांधलं होतं. त्यांचा चेहरा बारीक आणि निमुळता होता. खूप रक्तस्राव झाल्यामुळे त्यांचा चेहरा फिकट दिसत होता. ते सुमारे पस्तीशीचे असावेत. ते सज्जन आणि साधे गृहस्थ दिसत होते.

व्योमकेश आणि राखालबाबूंनी दोन खुर्च्या ओढल्या आणि ते दोघं पलंगाच्या दोन्ही बाजूंना बसले. गंगापाद यांनी एकदा व्योमकेशकडे आणि नंतर राखालबाबूंकडे बघितलं. त्यांच्या फिकट ओठांवर अस्पष्ट असं हास्य दिसलं. हा माणूस सुदैवाने मरणाच्या दारातून परत आला होता, पण त्यांच्या चेहऱ्यावर भीतीचा लवलेशही नव्हता.

राखालबाबू म्हणाले, ''हे व्योमकेश बक्षी. हे तुमचं म्हणणं ऐकायला आले आहेत.''

गंगापाद यांचा चेहरा उजळला, उत्तेजित होत ते बिछान्यावर पटकन उठून बसू लागले. व्योमकेशने त्यांना परत झोपवत त्यांचं डोकं उशीवर ठेवलं आणि म्हणाला, ''नाही, उठू नका, पडून रहा.''

गंगापादांनी त्याला हात जोडून नमस्कार केला आणि धपापलेल्या आवाजात म्हणाले, ''तुम्हीच ना ते सत्यान्वेषी...व्योमकेश बक्षी! माझ्या कोलकात्याच्या भेटीचं सार्थक झालं तर.''

राखालबाबू म्हणाले, ''तुम्हाला आता जर ताजंतवानं वाटत असेल तर तुम्ही तुमची कहाणी व्योमकेशबाबूंना सांगा. पण अजूनही अशक्तपणा वाटत असेल तर...आम्ही नंतर येऊ हवं तर.''

मोठ्याने हसत गंगापाद म्हणाले, "मला अजिबात अशक्तपणा जाणवत नाहीये...या डॉक्टरांनी माझ्या शरीरात इतकं रक्त घातलंय ना."

"तर मग सुरू करा तुमची कहाणी."

त्यांच्या पलंगाशेजारी असलेल्या टेबलावर पाण्याचा एक ग्लास होता. आपल्या कोपरावर भार देत ते जरासे उठले आणि त्यांनी तो ग्लास उचलून त्यातील थोडंसं पाणी प्यायलं. नंतर हसून त्यांनी आपली कहाणी सांगायला सुरुवात केली.

"माझं नाव गंगापाद चौधरी नाही...माझं नाव आहे अशोक मैती. कोलकात्याला आल्यानंतर मी गंगापाद चौधरी कसा झालो त्याची मजेशीर गोष्ट आहे.

मी मेरठला राहतो. शिपायांचं बंड होण्यापूर्वीच माझे पूर्वज इथे स्थायिक झाले होते. त्यामुळे माझा बंगालशी फारच जुजबी संबंध आहे.

मेरठमध्ये मी एक लहानशी नोकरी करतो. तिथे मी माझी विधवा आई आणि बहिणीसमवेत राहतो. माझा विवाह झाला होता, पण माझ्या पत्नीचं पाच वर्षांपूर्वी निधन झालं. मी दुसरं लग्न केलं नाही. सध्या मी माझ्या बहिणीसाठी चांगला मुलगा शोधतो आहे.

पण ते असो...माझ्या कार्यालयाकडून मला एक महिन्याची शिल्लक रजा मिळणार होती. मी विचार केला की, आपण कोलकात्याला जावं. कोलकात्यात माझे कोणी नातेवाईक किंवा मित्र नाहीत. मी अगदी लहान असताना कोलकात्याला आलो होतो...त्यानंतर मात्र मी कधीच या शहरात आलो नव्हतो. त्यामुळे मी विचार केला की, एकदा आपल्या मायभूमीला भेट द्यावी आणि तिथे आपल्या बहिणीसाठी एखादा चांगला उपवर मुलगा शोधावा.

मी हावडा स्थानकावर उतरलो. मेरठहून येताना मी एका धर्मशाळेचा पत्ता आणला होता. मी तिथेच राहायचं ठरवलं होतं. गाडीतून उतरल्यानंतर मी स्थानकाच्या फाटकाकडे चालायला सुरुवात केली. अचानक माझ्या लक्षात आला की, एक माणूस माझ्या बरोबरीने चालत असून एकसारखा वळून माझ्याकडे बघत आहे. मला वाटलं, त्याला मला काही तरी सांगायचं असेल म्हणून. कोण असेल तो माणूस...एखाद्या हॉटेलचा एजंट असावा असं मला वाटलं.

मी धर्मशाळेत पोचलो तेव्हा माझी पंचाईतच झाली. एकही खोली रिकामी नव्हती. आता कुठलं तरी हॉटेल शोधायला लागणार. पण हॉटेलात राहणं महागात पडलं असतं...कसं परवडणार होतं ते मला? आता काय करावं अशा विचारात असताना तो दाढीवाला माणूस माझ्याकडे आला. त्याने काळा चष्मा

घातला होता. तो म्हणाला, ''जागा नाही मिळाली का तुम्हाला?''

''नाही, पण तुम्ही कोण आहात?''

''माझं नाव गंगापाद चौधरी. तुम्ही कुठून आला आहात?'' त्याने विचारलं.

''मी मेरठहून आलोय. माझं नाव अशोक मैती. तुम्ही हॉटेलचे एजंट आहात का?''

तो म्हणाला, ''नाही, मी तुम्हाला हावडा स्टेशनवर बघितलं होतं...मला आश्चर्य वाटलं...पण मला का आश्चर्य वाटलं ते मी तुम्हाला नंतर सांगेन. आता मला सांगा, तुमची कोलकात्यात राहायची काहीच सोय नाहीये का?''

''माझं इथे कोणी असतं तर मी धर्मशाळेत कशाला आलो असतो? मला हॉटेलात राहणं परवडणारं नाही. त्यामुळे मी विचारात पडलोय की आता काय करावं?''

गंगापाद म्हणाले, ''माझ्याकडे एक प्रस्ताव आहे. मी इथे कोलकात्यातच राहतो. माझं घर दक्षिण कोलकात्यात आहे. मी एक महिन्यासाठी कोलकात्याच्या बाहेर जातोय. माझं घर रिकामं आहे, तुम्ही जर माझ्या घरी येऊन राहिलात तर तुमची आणि माझी दोघांचीही सोय होईल. माझ्याकडे एक अर्धवेळ नोकर आहे...तो तुमची काळजी घेईल... तुम्हला कसलाही त्रास होणार नाही.''

मला फारच आश्चर्य वाटलं. मी विचारलं, ''तुम्ही तुमचं घर एका पूर्ण अनोळखी माणसाच्या हातात सोपवायला तयार आहात?''

गंगापाद हसले आणि म्हणाले, ''तर मग मी तुम्हाला आता सांगतो मला तुम्हाला हावडा स्टेशनवर पाहून आश्चर्य का वाटलं ते. तुम्ही अगदी माझ्या धाकट्या भावासारखे...दुर्गापादसारखे दिसता. दुर्गापाद गेल्या दोन वर्षांपासून गायब आहे...त्याने बहुधा संन्यास घेतला असावा. तुमच्यात आणि त्याच्यात कमालीचं साम्य आहे. त्यामुळे मला तुमच्याबद्दल आपुलकी वाटली. तुम्ही माझ्या घरी राहिलात तर मलाही निश्चिंत वाटेल, कारण आजकाल घर बंद करून सुटीवर जाणं धोक्याचं झालंय.''

मला स्वत:ला आपण फारच नशीबवान आहोत असं वाटलं आणि मी आनंदाने होकार दिला.

गंगापाद मला टॅक्सीने त्यांच्या घरी घेऊन गेले. एका छोट्याशा गल्लीत दुसऱ्या मजल्यावर एक लहानशी खोली होती. त्या खोलीत एक पलंग, अंथरूण-पांघरूण होतं, भिंतीत एक कपाट होतं. काही बॉक्सेस आणि काही खोकी बस...इतकंच सामान.

त्यांचा अर्धवेळ काम करणारा हिंदी बोलणारा नोकर हजर होता...त्याचं नाव होतं रामचतुर. गंगापाद यांनी त्याला पैसे देऊन दुकानातून चहा आणि

काही खायला मागवलं. नोकर गेल्यावर त्यांनी खिडकी उघडली, समोर गल्ली होती. मागे येऊन ते पलंगावर बसले आणि म्हणाले, “बसा ना. मला तुम्हाला आणखी काही सांगायचं आहे.”

मीही पलंगावर बसलो. गंगापाद म्हणाले, “माझा घरमालक काशीपूरला राहतो...आणि तो काही चांगला माणूस नाही. मी कोलकाता सोडून बाहेर गेलो आहे आणि जाताना एका माणसाला महिनाभरासाठी घरात ठेवलं आहे असं जर त्याला कळलं तर तो काही तरी गोंधळ घालून ठेवेल. म्हणून जर तुम्हाला कोणी तुमचं नाव विचारलं तर तुम्हीच गंगापाद चौधरी आहात असं सांगा. लोकांना वाटेल मी दाढी उतरवली आहे म्हणून. कोणाला काहीही संशय येणार नाही कारण आपल्यात खूपच साम्य आहे.”

मला गंमत वाटली. मी म्हणालो, “काहीच हरकत नाही.”

नंतर रामचतुर चहा आणि खायला घेऊन आला. गंगापाद फार प्रेमळ आणि अगत्यशील होते. ते म्हणाले, “मी आता निघतो. तुम्ही कसलीही काळजी न करता आरामात इथे रहा. येतो मी.”

ते दारापर्यंत गेले आणि परत माझ्याजवळ आले आणि म्हणाले, “तुम्ही घरी असाल तेव्हा अधूनमधून खिडकीच्या बाहेर डोकावत जा. लाल कोटातील एका माणसावर लक्ष ठेवा. आणि जर तो दिसलाच तर कृपया तारीख आणि वेळ नोंदवून ठेवा. ठीक आहे?”

“ठीक आहे.”

गंगापाद निघून गेले. मला तो माणूस जरा विक्षिप्तच वाटला. पण काही का असेना, तो चांगला माणूस होता. थोडा आराम करून मी इकडेतिकडे भटकलो. दुपारी आणि रात्री मी घरीच थांबलो. अधूनमधून मी तो लाल कोटवाला माणूस दिसतो का तेही बघत होतो. पण कोलकात्यासारख्या शहरातील रस्त्यांवरून कोणी लाल कोट घालून हिंडू शकेल हे मला अशक्यच वाटत होतं. पण मी गंगापादना शब्द दिला होता त्यानुसार मी माझं कर्तव्य करत होतो. त्यांचं बरोबरच असणार.

एक आठवडा मी अगदी आरामात राहिलो.

आज सकाळी मी वर्तमानपत्राच्या कार्यालयात बहिणीसाठी ‘वर पाहिजे’ ची जाहिरात द्यायला गेलो होतो. परत आल्यानंतर मी जेवून थोडा वेळ आराम केला. आपलं काम आटोपल्यावर रामचतुर निघून गेला होता.

मी पावणेतीनच्या सुमारास उठलो. खिडकी उघडून बाहेर बघितलं. अचानक माझ्या डोक्यातून जीवघेणी कळ आली...मी जमिनीवर पडलो. आणि नंतरचं मला काहीच आठवत नाही.

रुग्णालयात मला शुद्ध आली. आता मी डोक्याला फेटा बांधून तुमच्यासमोर पडलो आहे. मला वाटतं की कोणी तरी मला गोळी घातली पण तिचा नेम चुकला. काय असेल हो हे सगळं, व्योमकेशबाबू?''

''या रहस्याच्या मुळाशी जायला काही काळ लागेल. तुम्ही आता आराम करा,'' असं म्हणून व्योमकेश उठला.

दुसऱ्या दिवशी सकाळी सुमारे साडेदहा वाजता राखालबाबू व्योमकेशच्या घरी आले. तो त्याच्या कार्यालयात बसून आरामात जाहिराती चाळत होता. त्याने राखालबाबूंना एक सिगारेट देऊ केली आणि विचारलं, ''काही नवीन बातमी?''

राखालबाबूंनी सिगारेट पेटवली आणि म्हणाले, ''रामचतुर बेपत्ता आहे.''

''ओह, तो नोकर.''

''काल पोलिसांना माहिती दिल्यानंतर तो फरार झाला आहे. त्याचा शोध लागत नाहीये.''

नावाला जागलाय तो...फार हुशार दिसतोय, त्याला पोलिसांच्या भानगडीत पडायचं नाहीये. तो आतापर्यंत बहुधा बिहारमधील आपल्या गावाला पोचला असणार आणि भुट्टे खात बसला असणार....आणखी काही बातमी?''

''आम्ही काशीपूरला त्याच्या घरमालकाला कळवलं आहे. त्याला घेऊन आम्ही रुग्णालयात गेलो. प्रथमदर्शनी घरमालक म्हणाला की, हाच गंगापाद चौधरी आहे म्हणून. पण रुग्णाचा आवाज ऐकल्यानंतर मात्र म्हणाला की, हा गंगापाद नसून दुसरा कोणीतरी माणूस आहे, पण त्यांच्यात कमालीचं साम्य आहे.''

व्योमकेशने पुन्हा विचारलं, ''गंगापाद आणि अशोक मैती यांच्यात खरंच इतकं साम्य आहे का?''

राखालबाबू म्हणाले, ''गंगापाद म्हणाला होता की, अशोक आणि त्याच्या भावात साम्य आहे म्हणून...तेव्हा या दोघांमध्येही असू शकतं.''

''मला वाटतं की गंगापादची दाढी खोटी असावी.''

''मलाही तसंच वाटतंय. पण त्याचा हेतू काय होता हे समजणं अवघड आहे. त्याने अशोकला आपल्या घरी का आणावं? त्याने स्वत:चं नाव अशोकला का द्यावं? समजायला कठीण वाटतंय हे सगळं.''

व्योमकेश काही बोलायच्या आधी थांबला आणि आळसावत म्हणाला, ''कोडं आहे. मला वाटतं, गंगापादही गायब असणार.''

''होय, आम्हाला त्याच्या कपाटातून काही कागदपत्रं मिळाली आहेत त्यावरून तो लोखंडाच्या कारखान्यात काम करत असून सध्या महिनाभराच्या रजेवर आहे असं कळलं.''

"गोळी कुठून मारण्यात आली होती?"

"समोरच्या घरातून... गल्लीच्या पलीकडच्या बाजूला एक रिकामं घर आहे. त्या घराच्या खिडकीतून कोणीतरी अशोकवर गोळ्या झाडल्या. घराच्या खिडकीवर आम्हाला बोटांचे काही ताजे ठसे मिळाले आहेत. ती खिडकी गंगापादच्या खोलीच्या खिडकीसमोर आहे बरोबर. पण हे ठसे कोणाचे आहेत हे कळणं अवघड आहे."

व्योमकेशने वर्तमानपत्र बाजूला ठेवलं आणि विचारलं, "हे रहस्य आता थोडंसं उलगडल्यासारखं वाटतंय का?"

सिगरेटचा झुरका घेत राखालबाबू म्हणाले, "गंगापादची दाढी खोटी होती हे तर स्पष्टच आहे. त्याच्या घरमालकाने गंगापादला कधीच दाढीमध्ये पहिलं नव्हतं. मी त्याला विचारलं होतं तसं. आता प्रश्न हा आहे की, तो वेष पालटून का फिरत होता? एक कारण असू शकतं की, त्याला काहीतरी मोठा गुन्हा करायचा होता आणि आपल्याला कोणी ओळखू नये असं त्याला वाटत होतं. त्याने अशोक मैतीला हावडा स्टेशनवर पाहिलं आणि तो आपल्यासारखा दिसतोय असं वाटून त्याने त्याला घरी नेलं. त्यानंतर तो फरार झाला. कदाचित हेही शक्य आहे की, त्यानेच समोरच्या खिडकीतून अशोकला गोळी घालून मारायचा प्रयत्न केला असावा...लोकांना पटवण्यासाठी की, मेला तो गंगापाद होता. कदाचित त्याला आयुर्विम्याकडून मोठी रक्कम मिळवायची असेल. आता परिस्थिती अशी आहे की, तो कोण आहे हे आपल्याला माहीत नाही आणि त्याचा पत्ताही माहीत नाही. तसंच आपल्याला हेही माहीत नाही की, त्याला खरोखरच अशोक मैतीला मारायचं होतं की नाही ते? त्याच्या कागदपत्रात विम्याच्या पॉलिसीचे पेपर्स नव्हते, त्यामुळे आता पुढे करायचं काय?"

व्योमकेशने थोडा वेळ विचार केला आणि विचारलं, "तुम्ही मेरठमध्ये अशोक मैतीची काही चौकशी वगैरे केली आहे का?"

"मेरठला त्याच्या आईला एक तार पाठवायला मी अशोकला सांगितलं आहे...पण त्याचं उत्तर अजून आलेलं नाही. तुम्हाला अशोकचा संशय का येतो आहे?"

"अशोक चांगला माणूस वाटतोय, पण त्याच्याकडे बाकी काहीच पुरावा नाहीये. तो कदाचित खरं सांगतही असेल. रामचतुर सांगू शकला असता अशोक सांगतोय ते खरं आहे की खोटं ते...पण तो तर पळून गेलाय. हरकत नाही, हा गंगापाद काम कुठे करतो?"

"कोलकाताच्या जवळ एका आयर्न फाऊंड्रीमध्ये." राखालबाबूंनी आपल्या खिशातून एक नोंदवही काढली आणि वाचत म्हणाले, "स्क्रॅप आयर्न अँड

स्टील फॅक्टरी लिमिटेड.''

"आपल्याला तिथे नक्कीच काही तरी माहिती मिळेल.''

"मी जातोच आहे तिथे, तुम्हीही येताय का सोबत?''

"होय, मीही येतो. मला घरी विशेष काही काम नाहीये.''

फॅक्टरी कोलकात्याचा दक्षिण सीमेवर होती. ती दोन एकरावर वसवलेली होती. काही गाळे एका बाजूला होते, तर काही दुसऱ्या बाजूला होते. छताला पन्हळीचं छपरं होतं. गाळ्यांच्यामध्ये गंजलेल्या लोखंडी कांबी रचलेल्या होत्या. फॅक्टरीमधील गजबज बघून धंदा चांगला तेजीत चालू असावा असं जाणवत होतं. फाटकाच्या एका बाजूला एक काँक्रिटची छोटीशी इमारत होती... ते फॅक्टरीचं कार्यालय होतं.

व्योमकेश आणि राखालबाबू जेव्हा फॅक्टरीत पोचले तेव्हा फॅक्टरीचे मालक रतनलाल कपाडिया कार्यालयातच होते. ते मारवाडी होते, पण तीन पिढ्या बंगालमध्ये राहिल्यामुळे ते अस्खलितपणे बंगाली बोलू शकत होते. त्यांनी सिगरेटी देऊ केल्या आणि आपण काय सेवा करू शकतो अशी विचारणा केली.

राखालबाबूंनी एक क्षण व्योमकेशकडे बघितलं आणि कपाडियांना प्रश्न विचारायला सुरुवात केली. व्योमकेश शांतपणे ऐकत राहिला.

"गंगापाद चौधरी इथे काम करतात का?''

"होय, पण सध्या रजेवर आहे तो.''

"काय काम करतो तो?''

"तो विद्युत भट्टीत ओताऱ्याचं काम करतो.

"ते काय असतं?''

"आजकाल लोह विद्युत भट्टीत वितळवलं जातं. हे काम कसं करायचं हे ज्याला ठाऊक असतं त्याला ओतारी म्हणतात. गंगापाद हा आमचा वरिष्ठ ओतारी आहे. तो रजेवर गेल्याने आमची फार गैरसोय झाली आहे, कारण त्याचे साहाय्यक कामात फारसे चांगले नाहीत. आपल्या देशात फारच थोडे चांगले ओतारी आहेत... गंगापाद त्यांच्यापैकी एक आहे.''

"खरंच? पण मग त्याला इतक्या दिवसांसाठी सुटीवर कसं काय जाऊ दिलंत?''

"त्याची एक महिन्याची सुटी शिल्लक होती...तो सध्या देशभ्रमणासाठी गेला आहे. हल्ली अनेक विशेष गाड्या असतात ज्या सवलतीच्या दरात

प्रवाशांना देशभ्रमणासाठी घेऊन जातात.''

''त्याचे कोणी नातेवाईक आहेत का?''

''मला नाही वाटत कोणी असतील म्हणून. माझ्या माहितीप्रमाणे तो एकटाच राहत होता.''

''कसा माणूस आहे तो?''

''फारच चांगला, कामात उत्तम, हुशार आणि सतर्क.''

राखालबाबूंनी व्योमकेशकडे पाहिलं, तो काही फार लक्षपूर्वक ऐकतोय असं वाटलं नाही...पण आता त्याने विचारलं, ''गंगापादला कोणी शत्रू होते का?''

रतनबाबू कपाळाला आठ्या घालत म्हणाले, ''शत्रू? नाही, मी तरी काही ऐकलं नाही त्याच्या शत्रूबद्दल...पण हो !''

ते अचानक हसले, ''होय, गंगापादला एक शत्रू होता, पण सध्या मात्र तो तुरुंगात आहे.''

''कोण आहे तो?''

''त्याचं नाव आहे नरेश मंडल. तो तीन वर्षं आमचा मुख्य ओतारी म्हणून काम करत होता. गंगापाद त्याचा साहाय्यक होता. त्या दोघांमध्ये काही तरी भांडण होतं. नरेश हा भडक माथ्याचा माणूस होता आणि गंगापाद धूर्त होता. पण दोघंही कार्यक्षम होते. मी गंमत बघत बसायचो. एक दिवस अचानक मला असं समजलं की, मंडलने एका माणसाचा खून केला आहे. गंगापादने कोर्टात त्याच्याविरुद्ध साक्ष दिली. त्या साक्षीमुळे नरेशची पाठवणी तुरुंगात झाली.''

''त्याला किती वर्षांची शिक्षा झाली होती हे माहीत आहे का?''

''मला नक्की माहिती नाही...कदाचित चार किंवा पाच वर्षं. नरेश तुरुंगात गेल्यावर गंगापाद मुख्य ओतारी बनला,'' त्यांनी हसत सांगितलं.

व्योमकेश हसत उठला, ''आम्ही तुम्हाला आणखी त्रास नाही देणार... आता फक्त एकच- तुम्ही त्याला शेवटचं केव्हा पाहिलंत?''

''सुमारे पंधरा-सोळा दिवसांपूर्वी.''

''त्याला दाढी होती का तेव्हा?''

''दाढी? त्याला कधीच दाढी नव्हती.''

''ठीक आहे. आभारी आहे.''

बाहेर रस्त्यावर आल्यानंतर राखालबाबूंनी व्योमकेशला विचारलं, ''आता पुढे काय?''

''आता काय...अंधारात चाचपडत बसणं आलं. आपण एक करू शकतो. चार-पाच वर्षांपूर्वी नरेश मंडल एका माणसाचा खून करून तुरुंगात गेला ही माहिती आपल्याला समजली आहेच. त्या खुनाशी निगडित कोर्टाच्या सगळ्या

कागदपत्रांच्या प्रती मिळाल्या तर उत्तम. कमीत कमी न्यायाधीशांच्या निकालाची प्रत मिळाली तरी मोठं काम होईल. त्यातून काही धागेदोरेही मिळू शकतील,'' व्योमकेश म्हणाला.

राखालबाबू म्हणाले, ''ठीक आहे...मला फारसं काही काम नाहीये...मी ते काम करतो...उद्यापर्यंत तुम्हाला सगळी माहिती मिळेल अशी व्यवस्था करतो.''

दुसऱ्या दिवशी व्योमकेश आपल्या घराच्या खिडकीतून बाहेर बघत होता. त्याला लाल कपडे घातलेली मुलं, लाल साड्या नेसलेल्या बायका दिसल्या, पण लाल कोट घातलेला एकही पुरुष दिसला नाही. लाल कोट घातलेला पुरुष ही फार दुर्मीळ आणि असाधारण गोष्ट होती.

इतक्यात टेलिफोनची घंटा वाजली. राखालबाबू म्हणाले, ''मला या प्रकरणाच्या निकालाची प्रत मिळाली आहे. पण त्यात महत्त्वाचं काही दिसत नाही...मी ती तुमच्याकडे शिपायाबरोबर पाठवतो आहे...तुम्हीच बघून घ्या.''

दीड तासाने एका शिपायाने कागदपत्रं व्योमकेशकडे आणून दिली. तो पंधरा-सोळा पानांचा जाडजूड अधिकृत दस्तावेज होता. सिगरेट पेटवून व्योमकेशने कागदपत्रं वाचायला सुरुवात केली.

निकाल देण्यापूर्वी न्यायाधीशांनी गुन्हा घडण्यास कारणीभूत ठरलेली पार्श्वभूमी विशद केली होती, नंतर साक्षीदाराचं काय म्हणणं आहे ते दिलं होतं आणि शेवटी निकाल दिला होता. या प्रकरणाचा गोषवारा असा होता :

आरोपीचं नाव – नरेश मंडल, वय ३९. 'स्क्रॅप आयर्न अँड स्टील फॅक्टरी लिमिटेड' नावाच्या फॅक्टरीत तो काम करतो. रस्त्यावरच्या एका भिकाऱ्याचा खून केला असा त्याच्यावर आरोप आहे. भारतीय दंड संविधानाच्या कलम ३०४/३२३ नुसार त्याच्यावर खटला दाखल करण्यात आला आहे.

प्राथमिक साक्षीदार गंगापाद चौधरी आणि इतरांच्या साक्षीवरून आम्हाला असं समजलं की आरोपी स्वभावाने तापट आणि भांडकुदळ आहे म्हणून. गुन्हा घडला त्या दिवशी संध्याकाळी पाच वाजता आरोपी नरेश मंडल आणि साक्षीदार गंगापाद चौधरी कार्यालयातून बरोबर निघाले होते. दोघंही उपरोल्लेखित एकाच फॅक्टरीत काम करत होते. गंगापाद चौधरी नरेश मंडलचा साहाय्यक होता.

बाजारातून जात असताना नरेशने गंगापादबरोबर काही तरी भांडण उगीचच उकरून काढलं. म्हणून गंगापादने नरेशला पुढे जाऊ दिलं. तो नरेशच्या मागे वीस यार्डांवरून चालत होता. त्याच वेळेस पँट-कोट घातलेला एक अँग्लो-इंडियन भिकारी भीक मागत नरेशच्या मागे मागे जात होता. तो भिकारी

मरतुकडा आणि फिकट होता, पण इंग्लिश बोलत होता. बाजारातील सर्वांच्या तो माहितीचा होता.

नरेश वैतागून त्याला हातवारे करत झिडकारत होता, पण तो भिकारी त्याचा पिच्छा सोडत नव्हता. गंगापाद हे सर्व बघत होता.

नरेशच्या रागाचा पारा अचानक चढला आणि त्याने त्या भिकाऱ्याला एक सणसणीत चपराक ठेवून दिली. तो भिकारी रस्त्यात पडला. पण त्याला काय झालंय हे बघायलासुद्धा नरेश थांबला नाही आणि रागारागाने निघून गेला.

गंगापाद या सर्व घटनेचा साक्षीदार होता. तो पटकन पुढे झाला, पण त्याला तो भिकारी मृत झालेला आढळला. शवविच्छेदनाच्या अहवालात म्हटलं होतं की, तो भिकारी शारीरिकदृष्ट्या फारच कमजोर होता, त्यामुळे असा एक सणसणीत फटकादेखील त्याच्या मृत्यूसाठी पुरेसा होता.

दरम्यान अनेक बघे त्या माणसाभोवती गोळा झाले होते. नरेशने त्याच्या थोबाडीत मारताना अनेकांनी पाहिलं होतं. झालेली घटना त्यांनी पोलिसांना कळवली. पोलिसांनी नरेशला त्याच्या घरातून अटक केली.

पोलिसांच्या म्हणण्याप्रमाणे जे साक्षीदार होते ते या घटनेबाबत वस्तुनिष्ठ होते, पण गंगापाद मात्र नव्हता. आरोपीने आपण निरपराध असल्याचा दावा केला. त्याच्या म्हणण्यानुसार गंगापाद त्याचा शत्रू आहे, फॅक्टरीतलं मुख्य ओताऱ्याचं काम स्वत:ला मिळावं म्हणून त्याने आपल्याला या घटनेत अडकवलं आहे.

गंगापाद काही नि:स्वार्थी नव्हता आणि या घटनेबाबत वस्तुनिष्ठ नव्हता हे खरं असलं तरी त्याची साक्ष इतर साक्षीदारांसारखीच होती. म्हणजे गंगापाद काही खोटं सांगत नव्हता.

त्यामुळे नरेशच्या हातून अनवधानाने एक खून झाला आहे हा आरोप सिद्ध झाला. भारतीय दंड संहितेच्या कलम ३०४ अन्वये त्याला तीन वर्षांसाठी सक्त-मजुरीची शिक्षा झाली.

व्योमकेशने कागदपत्रांचं वाचन संपवलं. संध्याकाळ झाली होती आणि खोलीत अंधार पडला होता. व्योमकेश बराच वेळ शांतपणे बसून राहिला आणि नंतर दिवा लावायला उठला. त्याने टेलिफोन उचलला.

"राखाल, मी कागदपत्रं वाचली आहेत."

"तुमच्या काही लक्षात आलंय का?"

"मला या तापट माणसाच्या व्यक्तिमत्त्वाचा सखोल अभ्यास करायला हवा."

"म्हणजे हे निकालपत्र वाचण्याचा काही उपयोग नाही झाला तर?"

"असं नाही म्हणणार मी...सुगावा मिळण्यासाठी या प्रकरणाच्या प्रत्येक बाजूचा नीट तपास करायला हवा."

"खरं आहे."

"तुम्ही त्या रिकाम्या घरातील खिडकीवर सापडलेल्या बोटांच्या ठशांचे फोटो घेतले आहेत का?"

"होय."

"गंगापादची काही खबर मिळाली का?"

"नाही, आम्ही त्या खास पर्यटन गाड्यातील प्रवाशांच्या याद्याही तपासल्या. कदाचित तो कुठे गेलाच नसेल...कोलकात्यातच लपून बसला असेल."

"कदाचित असेलही...आणखी काही खबर?"

"आम्हाला मेरठहून आताच एक तार आली आहे. अशोक मैती खोटं बोलत नाहीये."

"उत्तम, आणखी काही?"

"नाही, आता आम्ही काय करायचं?"

"मला आत्ता तरी दुसरं काहीच सुचत नाहीये. नरेश मंडल तुरुंगातून कधी बाहेर येणार याची माहिती काढू शकाल का?"

"उद्याच देतो ही माहिती तुम्हाला."

सकाळी दहाच्या सुमारास राखालबाबू व्योमकेशकडे आले. ते म्हणाले, "एक गंभीर बाब आहे. नरेश मंडल दीड महिन्यापूर्वी तुरुंगातून बाहेर आला आहे. चांगल्या वागणुकीबद्दल त्याला त्याच्या शिक्षेत काही महिन्यांची सूट मिळाली आहे."

"तुरुंगातून सुटल्यावर तो कुठे गेला आहे हे कळलं का?"

"तो त्याच्या जुन्या खोलीवर गेला नाही आणि फॅक्टरीतही गेला नाही. त्याचा कुठेच तपास लागत नाहीये."

व्योमकेश काही वेळ शांत बसला आणि नंतर म्हणाला, "गोष्टी आता स्पष्ट होत चालल्या आहेत. नरेश आणखी काही अपराध करण्याच्या खटपटीत असावा अन्यथा त्याला असं लपून बसण्याची काय गरज? आपली नोकरी परत मिळवण्यासाठी त्याने कपाडियांच्या फॅक्टरीत जायला हवं होतं."

"मलाही तसंच वाटतंय."

"आपण आता या कहाणीचा संगतवार विचार करूया. नरेश मंडल हा तापट आणि भांडखोर माणूस होता आणि गंगापाद चौधरी हा धूर्त माणूस होता. ते दोघं एकाच फॅक्टरीत काम करायचे. त्या दोघांची आपापसात सतत भांडणं व्हायची. नरेशला हटवून त्याचं पद गंगापादला हवं होतं. पण ते शक्य नव्हतं.

कारण नरेश हा कामाला चांगला माणूस होता. एक दिवस गंगापादला अनायसे एक संधी चालून आली. नरेशने रस्त्यात भिकाऱ्याला फटका मारला आणि तो भिकारी मेला. ही गंगापादसाठी नामी संधी होती. या खुनाच्या खटल्यात नरेशला फाशी व्हावी म्हणून गंगापादने खूप प्रयत्न केले.

नरेशला फाशी तर झाली नाहीच, पण जन्मठेपही झाली नाही. तो जेमतेम तीन वर्षं तुरुंगात राहिला. गंगापाद त्याच्या जागी मुख्य ओतारी बनला.

नरेश नुसता तापट नव्हता, तर सूडबुद्धीचाही होता. तुरुंगात जाण्यापूर्वीच त्याने निश्चय केला होता की, बाहेर आल्यानंतर तो गंगापादला मारून टाकेल. तुरुंगात असतानाच नरेशच्या मनात द्वेष वाढत गेला आणि त्याचा निश्चय पक्का होत गेला.

गंगापादला माहीत होतं की, नरेश फक्त तीनच वर्षं तुरुंगात असणार आहे म्हणून...त्यामुळे तो तसा सतर्क होता. तुरुंगवासाच्या काही महिने आधीच नरेश सुटला आहे हे गंगापादला ठाऊक होतं. तो घाबरला होता. त्याने नरेशला आपल्या घराभोवती फेऱ्या मारताना किंवा खिडकीसमोरच्या त्या रिकाम्या घरात पाहिलं असावं. त्यामुळे त्याने निदान महिनाभरासाठी तरी दृष्टीआड व्हायचं ठरवलं असावं.

त्याने फॅक्टरीमधून एक महिन्याची रजा घेतली, खोटी दाढी मिळवली आणि नरेशने ओळखू नये म्हणून ती लावून इकडेतिकडे फिरू लागला. हावडा स्टेशनवर अशोक मैतींना बघण्यापूर्वी त्याने कदाचित भारतभ्रमणाला जायचं ठरवलंही असेल. अशोकला बघितल्यानंतर तो आश्चर्यचकित झाला कारण अशोक खूपसा त्याच्यासारखाच दिसत होता.

गंगापाद फार कावेबाज माणूस होता. त्याने एक बेत आखला. त्याने अशोकला आपल्या घरात ठेवायचं ठरवलं. नरेश अशोकलाच गंगापाद समजेल आणि मारून टाकेल असा अंदाज त्याने बांधला. गंगापादची फक्त नोकरी जाईल, पण त्याचा जीव वाचेल आणि तो सुरक्षित राहील...नोकरीपेक्षा त्याचा जीव केव्हाही महत्त्वाचा होता. गंगापादला खात्री होती की, नरेश त्याला समोरच्या घराच्या खिडकीतूनच मारेल.

आता नरेशच्या बाजूने विचार करूया. नरेशने तुरुंगातून सुटल्यावर कुठूनतरी रिव्हॉल्व्हर पैदा केलं होतं. तो आपल्या जुन्या घरी न जाता दुसरीकडे कुठेतरी राहिला आणि संधी शोधण्यासाठी गंगापादच्या घराभोवती चकरा मारू लागला. त्याला वाटलं की, आपण गंगापादला त्याच्या स्वत:च्याच घरात गल्लीसमोरच्या ओसाड घरातून मारू शकू म्हणून. सार्वजनिक ठिकाणी मारण्यापेक्षा घरात मारलं तर लोकांचं कमी लक्ष जाईल. त्यानंतर तो कोलकाता सोडून पळून जाईल.

दरम्यानच्या काळात गंगापादने बिचाऱ्या अशोकला आपल्या घरात आणून ठेवलं आणि स्वत: गायब झाला. जाण्यापूर्वी त्याने अशोकला सांगून ठेवलं की, खिडकीतून लाल कोटातील माणसावर लक्ष ठेव म्हणून. ते अर्थातच मूर्खासारखं होतं. कारण त्यामागे त्याचा कुटिल डाव होता. त्याचा मुख्य हेतू हा होता की, अशोकने खिडकीबाहेर डोकवावं... म्हणजे नरेशला आपलं लक्ष्य टिपणं शक्य होईल.

सगळं काही ठरवल्याप्रमाणे झालं, पण अशोक न मरता फक्त जखमी झाला. त्याने पोलिसांना खरं काय ते सांगून टाकलं. आता नरेश आणि गंगापाद दोघांची अवस्था सारखीच झाली. दोघंही लोकांसमोर येऊ शकत नव्हते. आणि दोघंही पोलिसांना हवे होते.

नरेश अर्थातच गुन्हेगार होता, त्याला खुनाच्या आरोपाखाली अटक करता आली असती. पण गंगापादही काही कमी गुन्हेगार नव्हता...त्याने एका निष्पाप माणसाला मृत्यूच्या दारात ढकललं होतं. पण तो जरी सापडला तरी त्याला शिक्षा करणं अवघड होईल.''

व्योमकेश गप्प बसला. राखालबाबू म्हणाले, ''ज्याला कायद्याने अटक करता येऊ शकते त्याला...म्हणजे नरेश मंडलला...पकडायचं कसं?''

काही वेळ विचार केल्यानंतर व्योमकेश म्हणाला, ''त्याला पकडायचा एकच मार्ग म्हणजे जाहिरात देणं.''

''जाहिरात?''

''होय, आपण मासा गळाला लागायची वाट बघूया.''

तीन दिवसांनंतर कोलकात्यातील प्रमुख वार्तापत्रांमध्ये एक जाहिरात छापून आली.

बॉम्बे स्टील फाऊंड्री लिमिटेड
मुंबईच्या फॅक्टरीत काम करण्यासाठी एका अनुभवी ओतारीची गरज आहे.
वेतन : १०००-७५-३०००.
मुलाखतीसाठी सकाळी १० ते संध्याकाळी ५ पर्यंत पुढील पत्त्यावर आपल्या प्रमाणपत्रांसमवेत हजर राहावं.

गरियाहाट मार्केटच्यावरती एका लहानशा खोलीवर एक पाटी टांगलेली

होती - 'बॉम्बे स्टील फाऊंड्री लिमिटेड (शाखा कार्यालय).'

खोलीच्या आत राखालबाबू साध्या कपड्यात एका टेबलाजवळ बसून काही कागदपत्रं काळजीपूर्वक तपासत बसले होते. त्यांच्यापासून जवळच एका लहानशा टेबलावर एक टाईपरायटर घेऊन व्योमकेश बसला होता. दारात एक गणवेषधारी नोकर होता. बाकीचे जवळपासच होते, पण सामान्य माणसांना ओळखता येऊ शकत नव्हते.

पहिल्या दिवशी व्योमकेश आणि राखालबाबू सकाळी दहापासून पाच वाजेपर्यंत कार्यालयात बसले. कोणीही नोकरीसाठी आलं नाही. खोलीला कुलूप लावताना राखाल म्हणाले, "आपण वर्तमानपत्रात जाहिरात देत राहिलं पाहिजे."

दुसऱ्या दिवशी एक माणूस आला. तो सडसडीत आणि कृश होता. त्याच्याकडे पाहून त्याने कोणाला एका ठोशात मारलं असेल असं वाटत नव्हतं. त्याचं नाव होतं प्रफुल्ल डे...तो इलेक्ट्रिशियन होता. त्याने कधीच ओतारी म्हणून काम केलं नव्हतं. त्याला संधी दिली तर तो शिकून काम करायला तयार होता. राखालबाबूंनी त्याला बाद केलं.

तिसऱ्या दिवशी आणखी एक माणूस खोलीत आला. त्याला पाहताच राखालबाबू सावध झाले. तो काळा, मजबूत बांध्याचा होता, त्याचे डोळे तांबारलेले होते. त्याचे केस बारीक कापलेले होते. त्याने खाकी कोट घातला होता. खोलीत प्रवेश करताच तो त्यांच्याकडे संशयाने बघू लागला. तो राखालबाबूंच्या टेबलासमोर येऊन उभा राहिला आणि म्हणाला, "वर्तमानपत्रातील जाहिरात वाचून मी आलो आहे."

"बसा."

तो सांभाळून समोरच्या खुर्चीवर बसला आणि व्योमकेशकडे तीक्ष्ण नजरेने पाहू लागला. राखालबाबू नेहमीच्या आवाजात म्हणाले, "तुम्ही विद्युत ओतारीच्या नोकरीसाठी आला आहात का?"

"होय."

"प्रमाणपत्रं कुठे आहेत तुमची?"

तो माणूस काही क्षण गप्प बसला. नंतर म्हणाला, "माझी प्रमाणपत्रं हरवली आहेत. मी तीन वर्षं आजारी होतो आणि त्यामुळे माझी नोकरी गेली."

"कुठे काम करत होतात तुम्ही पूर्वी?"

"नागपूरच्या आयर्न फाऊंड्रीमध्ये. मला विद्युत ओतारीचं काम येतं. तुमचा माझ्यावर विश्वास नसेल तर मी माझ्या पैशाने मुंबईला जाऊन ते सिद्ध करायला तयार आहे."

राखालबाबूंनी त्या माणसाकडे बघितलं आणि म्हणाले, "ही काही वाईट

कल्पना नाही. पण हे फक्त शाखा कार्यालय आहे. हे कार्यालय आम्ही आत्ताच सुरू केलंय. मी स्वतःच निर्णय घेऊ शकत नाही. मला मुंबईला मुख्यालयाला कळवावं लागेल. उद्या याच वेळेस तुम्ही इथे या.''

''मी नक्की येईन.''

राखालबाबू व्योमकेशकडे बघत म्हणाले, ''बक्षी, या माणसाचं नाव आणि पत्ता घेऊन ठेवा.''

''होय, सर.''

आपलं नाव आणि पत्ता देण्यापूर्वी तो माणूस जरासा चाचरला. नंतर म्हणाला, ''माझं नाव नृसिंह मलिक. पत्ता १७, कुंज मिस्त्री लेन.''

व्योमकेशने त्याचं नाव आणि पत्ता लिहून घेतला.

दरम्यान राखालबाबूंनी टेबलाच्या खाली लपवलेली घंटा वाजवली...या माणसाचा पाठलाग करायचा आहे हे बाहेरच्या पोलिसांना कळावं म्हणून. राखालबाबूंना खात्री होती की, हाच नरेश मंडल आहे. पण त्याला अटक करण्यापूर्वी त्याचा पत्ता मिळणं गरजेचं होतं, कारण त्याने ते रिव्हॉल्व्हर तिथेच लपवून ठेवलं असण्याची शक्यता होती.

पण पाठलाग करण्याची गरजच उरली नव्हती!

नरेश खोलीच्या बाहेर पाऊल टाकणार एवढ्यात आणखी एक माणूस आत शिरला. तो गंगापाद चौधरी होता यात काही शंकाच नव्हती. तो अशोक मैतीचा जुळा भाऊ असल्यासारखा दिसत होता. त्या दिवशी तो दाढीविना आला होता.

गंगापादने नरेशला बघण्यापूर्वी नरेशने त्याला बघितलं. त्याक्षणी त्याने त्याची मानगूट पकडली आणि त्याला भरपूर शिव्या देत म्हणाला, ''आज मी तुला सोडणार नाही, डुकरा.''

राखालबाबूंनी शिटी वाजवताच इमारतीच्या भोवती असलेले सगळे पोलीस आणि शिपाई धावत खोलीजवळ आले. मोठ्या मुश्किलीने त्यांनी त्या दोघांना एकमेकापासून वेगळं केलं. नरेशला हातकड्या घालत राखालबाबू म्हणाले, ''गंगापाद चौधरीच्या खुनाच्या प्रयत्नाच्या आरोपाखाली मी तुला अटक करत आहे.''

पण गंगापादला द्वेषापुढे कशाचंच भान नव्हतं, ''मी तुला ठार मारीन, दगाबाज कुत्र्या.''

व्योमकेश आपल्या खुर्चीत आरामात बसला आणि त्याने सिगरेट शिलगावली.

राखालबाबूंनी आपल्या साहाय्यकाला सांगितलं. ''धीरेन, हा घ्या नरेश मंडलचा पत्ता. त्याच्या घराची झडती घ्या, मला खात्री आहे की, ज्या रिव्हॉल्व्हरने

त्याने अशोक मैतीला मारण्याचा प्रयत्न केला ते तुम्हाला तिथेच सापडेल. मी या दोघांना पोलीस कोठडीत घेऊन जातोय.''

नरेशने अचानक केलेल्या हल्ल्यामुळे गंगापाद जमिनीवर बसून सावरायचा प्रयत्न करत होता. तो पटकन उठला आणि विचारू लागला, ''मला का तुम्ही कोठडीत घेऊन जाताय? मी काय केलंय?''

राखालबाबू म्हणाले, ''तुम्ही एका निष्पाप माणसाला– अशोक मैतीला मरणाच्या दारात पाठवलंत. भारतीय दंड संहितेच्या कोणत्या कलमाखाली तुझ्यावर खटला चालवायचा हे सरकारी वकील ठरवतील. चल आता.''

संध्याकाळी व्योमकेशच्या घरी राखालबाबू आणि व्योमकेश चहाचे घुटके घेत बसले होते. राखालबाबूंनी विचारलं, ''तुम्हाला ही खात्री कशी होती की दोघंही जण नोकरीसाठी कार्यालयात येतील म्हणून?''

व्योमकेश म्हणाला, ''ती केवळ एक शक्यता होती. पण ते दोघं एकाच वेळी येतील आणि मारामारी सुरू करतील असं मात्र मला अजिबात वाटलं नव्हतं. पण एक बरं झालं की, एकाच प्रलोभनाला दोघंही बळी पडले. नरेशच्या घरी तुम्हाला रिव्हॉल्व्हर सापडलं का?''

''होय, त्याच्या विरोधातला दावा आता अधिक भक्कम झाला आहे. आता गंगापादला कायद्याच्या कचाट्यात कसं पकडायचं ते बघूया. मी त्याला आमच्या ताब्यात ठेवलं आहे. बघू काय होतं ते. त्याने केलेल्या दुशकृत्यासाठी त्याला काही तरी शिक्षा व्हायलाच हवी.''

''अशोक मैतीचं काय?''

''तो अजून रुग्णालयातच आहे. पण तो जेव्हा बाहेर येईल तेव्हा तो आमचा मुख्य साक्षीदार असेल, त्यामुळे त्याला शहर सोडता येणार नाही.''

व्योमकेश हसत म्हणाला, ''देवाची कृपा की तो जिवंत आहे, तो मेला असता तर...हे रहस्य कधीच उलगडलं नसतं.''

भुताच्या रूपातील अशील

३ जानेवारी

सह्याद्री हॉटेल,
महाबळेश्वर,
पुणे

प्रिय अजित,

मुंबईला आल्यापासून मला तुला पत्र लिहायला जमलेलं नाही. माझ्यासाठी पत्र लिहिणं किती अवघड आहे हे तुला माहीत आहे ना? तू लेखक असल्यामुळे लांबलचक पत्र लिहू शकतोस. पण तुझ्यासारखी प्रतिभा माझ्याकडे कुठून असणार? माझा संबंध फक्त सत्याशी असतो!

तरीही मी तुला हे मोठ्ठं पत्र लिहायला बसलो आहे. पत्राच्या शेवटापर्यंत आलास की, तुझ्या लक्षात येईल की, मी ही अवघड जबाबदारी का स्वीकारली आहे ते. महाबळेश्वर या थंड हवेच्या ठिकाणी असलेल्या एका हॉटेलच्या खोलीत बसून मेणबत्तीच्या प्रकाशात मी हे पत्र लिहीत आहे. बाहेर खूप थंडी आहे

आणि अंधारही. मेणबत्तीची ज्योत फडफडते आहे. भिंतींवर मोठाल्या सावल्या हलताहेत. सर्वत्र अगदी भुताटकीचं वातावरण आहे. अतींद्रिय गूढ गोष्टींपासून मी आयुष्यभर नेहमीच लांब राहण्याचा प्रयत्न केला आहे...पण इथे या गोष्टी माझ्या व्यवसायापासून दूर ठेवणं मला कठीण जात आहे. बघ, एखादी गोष्ट मला तुझ्यासारखी संगतवार नीट सांगतादेखील येत नाहीये. जे शेवटी लिहायला हवं ते मी आधी लिहून ठेवलंय. मी पुन्हा पहिल्यापासून सुरुवात करायला हवी!

मुंबईतील काम आटपायला मला चार दिवस लागले. मी त्याच दिवशी परत यायचं ठरवलं होतं. पण माझी एका वरिष्ठ मराठी पोलीस अधिकाऱ्याशी... विष्णू विनायक आपटे... ओळख झाली. ते मला म्हणाले, 'तुम्ही पुणे न बघता परत कसे काय जाऊ शकता?'

मी विचारलं, 'असं काय आहे पुण्यात?'

'ते म्हणाले, 'पुणे हे ऐतिहासिक शहर आहे. तिथे बघण्याजोगी अनेक स्थळं आहेत...जसं की सिंहगड, भवानी मंदिर, वगैरे.'

मी विचार केला की, आपण कदाचित या भागात परत येऊ की नाही कोणास ठाऊक... तेव्हा आलोच आहोत तर ही स्थळं बघण्याची संधी कशाला सोडायची?

मी म्हणालो, 'ठीक आहे. मला आवडेल या स्थळांना भेट द्यायला.'

आम्ही आपटेंच्या गाडीने पुण्याला जायला निघालो. मुंबई-पुणे रस्ता खूपच सुंदर आहे. पश्चिम घाटातील सह्याद्रीच्या डोंगररांगांतून जाणारा नागमोडी वळणाचा रस्ता आहे हा. माझ्यासारख्या माणसाला येथील सृष्टीसौंदर्याचं वर्णन करणं जमणारं नाही. एका बाजूला उंच डोंगरकडे आणि दुसऱ्या बाजूला खोल दऱ्या. येथील निसर्गसौंदर्यावर तू मात्र सुंदरसं महाकाव्य लिहिलं असतंस.

पुण्यामध्ये मी आपट्यांच्या घरी पाहुणा होतो. त्यांच्या अगत्यामध्ये कसलीही कमतरता नव्हती. पुणे मुंबईपेक्षा थंड आहे. पण इथली थंडी गोठवणारी नाही, उलट अतिशय उत्साहवर्धक अशीच हवा होती.

मी पुण्यात राहिलो आणि सर्व प्रेक्षणीय स्थळं बघितली. आपटे म्हणाले, 'महाबळेश्वर बघितल्याशिवाय तुम्ही पुणं कसं काय सोडू शकता?'

मी म्हणालो, 'ते काय आहे?'

आपटे हसले आणि म्हणाले, 'ते एक स्थळ आहे. महाराष्ट्रातील सर्वांत उत्तम असं थंड हवेचं ठिकाण... तुमच्या दार्जिलिंगसारखं. ते पुण्यापेक्षा दोन हजार फूट अधिक उंचीवर आहे. उन्हाळ्याच्या सुटीत मुंबईहून प्रत्येकजण महाबळेश्वरला जात असतो.'

'पण हिवाळ्यात तिथे फारसे पर्यटक जात नसतील ना? किती थंड आहे हे ठिकाण?'

'तिथे साधारण इंग्लंडसारखी हवा असते... चला आपण जाऊया महाबळेश्वर... तुम्हाला आवडेल नक्की.'

तर असा मी आत्ता महाबळेश्वरमध्ये आहे आणि मस्त मजा करतोय इथे.

महाबळेश्वर पुण्यापासून ७५ मैल दूर आहे. आम्ही दुपारच्या जेवणानंतर गाडीने निघालो आणि दुपारी चार वाजेपर्यंत महाबळेश्वरला पोचलो. आम्ही तिथे पोचलो तेव्हा लक्षात आलं की, तेथील कायमचे रहिवासी सोडले तर गाव जवळपास पूर्ण रिकामं आहे. एखाद्या इंग्लिश माणसाने नक्कीच म्हटलं असतं की, ही अगदी 'आपल्या सारखी' हवा आहे म्हणून... दिवसा थंडी आणि रात्रीही प्रचंड थंडी. मी आपटे यांच्याकडून एक जाडजूड कोट उधार घेतला होता म्हणून बरं, नाहीतर मला काही ही थंडी सोसणं शक्य नव्हतं. हे छोटं शहर म्हणजे दार्जिलिंगचं लहान प्रतिरूप होतं. मी आणि आपटे सह्याद्री हॉटेलमध्ये राहिलो. तिथे एकही प्रवासी उतरलेला नव्हता. फक्त हॉटेलचा मालक आणि दोन-तीन नोकर एवढेच होतो तिथे.

सोहराब होमजी हे पारशी सद्‌गृहस्थ हॉटेलचे मालक आहेत. मध्यमवयीन, गोरेपान आणि स्थूल असे हे गृहस्थ आपटे यांच्या जुन्या ओळखीचे आहेत. ते नक्कीच चांगले व्यावसायिक असणार, पण तरीही ते विनम्र वाटले होते.

आपटे यांनी माझी त्यांच्याशी ओळख करून दिली. तीक्ष्ण नजरेने त्यांनी माझ्याकडे बघितलं आणि त्यांच्या बैठकीच्या खोलीकडे नेत आमचं स्वागत केलं. कॉफी आणि पेस्ट्रीजही पाठोपाठ आल्या. आमची कॉफी संपेपर्यंत सूर्यास्त झाला होता. आपटे त्यांच्या तिथे राहणाऱ्या कोणा नातेवाइकाला भेटायला गेले. एका तासात येतो म्हणाले.

ते गेल्यानंतर होमजी मला हसून म्हणाले, 'तुम्ही बंगाली आहात. तुमचा विश्वास नाही बसणार, पण गेल्या दीड महिन्यापूर्वी हे हॉटेल एका बंगाली दाम्पत्याच्या मालकीचं होतं.'

मला आश्चर्य वाटलं, 'अरे, काय सांगताय काय? एका बंगाल्याने इतक्या दूर इथे येऊन हॉटेल सुरू केलं आहे.'

होमजी म्हणाले, 'हो, पण त्याने एकट्याने नाही सुरू केलं. त्याचा एक गुजराती भागीदारदेखील होता.'

इतक्यात एक नोकर आला आणि त्याने होमजी यांच्या कानात काही तरी सांगितलं. त्यांनी मला विचारलं, 'गरम पाणी तयार आहे. तुम्हाला अंघोळ करायची असेल ना?'

'अंघोळ? आणि इतक्या थंडीत? काही तरीच काय! मी आता सरळ मुंबईला गेल्यावरच अंघोळ करणार.'

होमजी हसले. मी त्यांना विचारलं, 'तुम्ही मुंबईचे राहणारे असताना इतक्या थंडीत इथे कशाला राहताय? इथे काही मुंबईसारखे समुद्रकिनारे नाहीत.'

ते म्हणाले, 'हॉटेलमध्ये अजून खूप काम करायचं बाकी आहे. मार्चपासून पर्यटक यायला सुरुवात होईल. तोपर्यंत हॉटेलचा रंग काढायचा आहे आणि थोडी डागडुजी करून ते नीटनेटकं करून घ्यायचं आहे. शिवाय मी माझ्या हॉटेलच्या मागच्या बाजूला गुलाबांची बाग केली आहे. तुम्ही चला ना माझ्या बरोबर. अजून उजेड आहे बाहेर. तुम्हाला नक्की आवडेल माझी बाग बघायला.'

बाग हॉटेलच्या मागच्या बाजूला होती. एकदोन महिन्यात बाग बहरायला सुरुवात होईल. हे दोनमजली हॉटेल आहे. त्यात सुमारे बारा ते चौदा खोल्या होत्या. घराच्यापासून एक लाल पाऊलवाट जात होती. गुलाबाच्या बागेच्या मागे खोल दरी होती. एखाद्याने वाकून पाहिलं असतं तर त्याला दरीच्या पार तळाशी गर्द रान आणि झरा दिसला असता.

आम्ही हॉटेलच्या आतल्या बाजूला येत असताना दरीमध्ये घुमलेला आवाज ऐकू आला. आता खाली चांगलाच अंधार झाला होता. 'हा कसला आवाज?' मी विचारलं तेव्हा होमजी म्हणाले, 'वाघाची डरकाळी होती ती. चला आपण आत जाऊया.' आतमध्ये विजेचे दिवे लागलेले होते...नोकराने कोळशाची पेटलेली शेगडी आणून ठेवली. आम्ही खुर्च्या ओढून तिच्याजवळ बसलो. 'इथे वाघ आहेत तर?' होमजी म्हणाले, 'होय. शिवाय चित्ते आहेत, तरस आहेत आणि लांडगेही आहेत. आत्ता तुम्ही ज्याची डरकाळी ऐकलीत तो वाघ ही काही जागा सोडायला तयार नाही. कारण त्याने मानवी रक्ताची चव चाखली आहे.'

'म्हणजे नरभक्षक आहे तर...किती माणसांना मारलं आहे त्याने?'

'मला फक्त एकच माहीत आहे. फार रोमहर्षक कहाणी आहे ती...तुम्हाला ऐकायची आहे का ती?'

नेमके याच वेळेस आपटे परत आले आणि त्या रोमहर्षक कहाणीचा विषय मागे पडला. ते म्हणाले की, त्यांना त्यांच्या नातेवाइकाने रात्री जेवायचा आणि त्यांच्याच घरी राहण्याचा आग्रह केला आहे, तेव्हा आपटे रात्री तिथे जातील आणि दुसऱ्या दिवशी सकाळी नऊ वाजेपर्यंत परत येतील. आणि त्यानंतर ते मला महाबळेश्वरमधील बॉम्बे पॉइंट, आर्थर सीट पॉइंट, प्रतापगड इत्यादी प्रेक्षणीय स्थळांना भेट द्यायला घेऊन जातील. एवढं सांगून ते निघून गेले. आम्ही थोडावेळ गप्पा मारल्या. अचानक त्यांनी मला विचारलं, 'तुम्हाला भुताखेतांची भीती वाटत नसावी असं मी गृहीत धरतो.'

मी हसलो. होमजी म्हणाले, 'काही लोकांना एकटं झोपायची भीती वाटते. तर मग मी तुमची झोपायची व्यवस्था पहिल्या मजल्यावरच्या खोलीत करू का?'

मी म्हणालो, 'काहीच हरकत नाही. तुम्ही कुठे झोपता?'

ते म्हणाले, 'मी खालच्या मजल्यावरच झोपतो. बैठकीच्या खोली शेजारीच माझी झोपायची खोली आहे. मी तुम्हाला वरच्या मजल्यावर झोपायला सांगतोय कारण सध्या कोणीच पर्यटक नसल्यामुळे आम्ही सर्व अंथरुणं-पांघरुणं कोठीच्या खोलीत नेऊन ठेवली आहेत. पहिल्या मजल्यावरची एकाच खोली फक्त तयार आहे. आधीचा मालक आपल्या पत्नीसमवेत या खोलीत राहायचा. आम्ही अजूनपर्यंत त्या खोलीतून काहीच हलवलेलं नाही.'

'काही हरकत नाही, मी झोपेन तिथे.'

संध्याकाळी आठ वाजता आमची जेवणं झाली. पण मध्यरात्र झाल्यासारखं वाटत होतं...सगळीकडे अंधार दाटला होता आणि सामसूम झालं होतं. मी होमजींना विचारलं, 'तुम्ही ती रोमहर्षक कहाणी नाही सांगितलीत?'

ते म्हणाले, 'होय, सांगतो ना. खरंच रोमहर्षक आहे ती गोष्ट. या गोष्टीचा संबंध या हॉटेलच्या आधीच्या दोन मालकांशी आहे.' होमजींनी कहाणी सांगायला सुरुवात केली.

सुमारे सहा वर्षांपूर्वी माणिक मेहता या गुजराती आणि विजय विश्वास या बंगाली माणसाने महाबळेश्वर येथे हे हॉटेल सुरू केलं. या हॉटेलमध्ये त्यांची अर्धी अर्धी भागीदारी होती. मेहताने पैसे घातले आणि विजय विश्वासने मेहनत घातली. हॉटेल सुरू झालं.

माणिक मेहताला इतर अनेक कामं असल्याने तो क्वचितच महाबळेश्वरला येई. अधूनमधून यायचा तो. विजय विश्वास हा एकटाच आपल्या पत्नीच्या-हेमावतीच्या मदतीने हे हॉटेल चालवायचा.

माणिक मेहता हा काही बरा माणूस नव्हता. त्याचं चारित्र्यही चांगलं नव्हतं. त्याला तीन बायका होत्या. एक गोव्यात होती, एक मुंबईला आणि एक अहमदाबादला. तो यांपैकी कुठे तरी राहायचा. त्याचे अनेक बेकायदेशीर धंदे होते. तो अवैधपणे दारूचा व्यापार करायचा, तस्करी करायचा आणि असेच त्याचे इतरही धंदे होते. बऱ्याच वेळा त्याचा माल पकडला गेला होता, पण तो मात्र कधीच त्यात अडकला नाही. तो सुळसुळ्या माशासारखा होता. विश्वास काही त्याच्यासारखा माणूस नव्हता, त्यामुळे विजय विश्वास आणि मेहता कुठे भेटले आणि त्यांनी हॉटेल एकत्र कसं सुरू केलं हे कोणालाच कळलं नाही. विश्वासला खरं तर हॉटेल चालवायचा चांगला अनुभव होता. मुंबई किंवा

अहमदाबाद येथे त्याचं स्वतःचं लहानसं हॉटेल होतं. मेहता ज्या व्यवसायात गुंतला होता त्यातून त्याला कधी कधी भरपूर पैसे मिळायचे तर कधी कधी एक पैसाही मिळायचा नाही. म्हणून अडचणींच्या दिवसांसाठी त्याने हॉटेलमध्ये गुंतवणूक करायचं ठरवलं. मेहता काय माणूस आहे हे विश्वासला माहीत नसावं, त्यामुळे त्याने त्याच्यावर विश्वास ठेवला आणि त्याला आपल्या व्यवसायात भागीदार करून घेतलं.

विश्वास आणि त्याच्या पत्नीच्या उत्तम व्यवस्थापनामुळे सह्याद्री हे महाबळेश्वर येथील उत्तम हॉटेलांपैकी एक ठरलं. इथे पर्यटकांचा हंगाम दोन ते अडीच किंवा फार तर तीन महिने इतकाच असतो. या दाम्पत्याने एवढी मेहनत केली की, काही वर्षातच त्यांचा नफा दुप्पट झाला. हंगामाच्या शेवटी मेहता आपला नफ्याचा वाटा घ्यायला यायचा.

या सर्व काळात सोहराब होमजी दर उन्हाळ्यात या हॉटेलमध्ये उतरायचे. त्यांना हे हॉटेल फार आवडायचं. असं हॉटेल खरेदी करावं असं त्यांना वाटू लागलं.

गेल्या वर्षी होमजी नेहमीप्रमाणे मे महिन्यात या हॉटेलमध्ये आले. नेहमीचं गिऱ्हाईक म्हणून त्यांची खास बडदास्त असायची. त्यांना कसलाही त्रास होऊ नये म्हणून हेमावती त्यांची विशेष काळजी घ्यायची. एके दिवशी तिने होमजींना खिन्नपणे सांगितलं, 'शेठजी, पुढच्या वर्षी तुम्ही इथे याल तेव्हा आम्ही दोघं इथे नसू'.

'का बरं?'

हेमावती म्हणाली, 'आमचं हॉटेल तोपर्यंत विकलं गेलं असेल. आमच्या भागीदाराला हे हॉटेल यापुढे चालवायची इच्छा नाही. आम्हीदेखील हॉटेल विकायचा निर्णय घेतला आहे. आपल्या मुलखात जाऊ म्हणतो. इथल्या थंड हवेत माझ्या नवऱ्याची प्रकृती ठीक राहत नाही.'

त्या दिवशी संध्याकाळी होमजी विजय विश्वासला त्याच्या कार्यालयात भेटले. 'तुम्ही हे हॉटेल विकायचा विचार करताय असं ऐकलं?'

विजय विश्वास सुमारे ४५ वर्षांचा होता...त्याच्या पत्नीपेक्षा तो बराच मोठा होता. तो आजारी दिसायचा. तो नेहमी मफलरसकट खूप गरम कपडे घालून फिरायचा...अगदी उन्हाळ्यातसुद्धा.

'होय? तुम्हाला रस आहे का विकत घेण्यात?'

होमजी म्हणाले, 'होय...किंमत परवडली तर. पण तुमचा भागीदार कुठे असतो?'

'माझा भागीदार सध्या परदेशात आहे...पण हे हॉटेल विकण्यासाठी त्याने

मला पॉवर ऑफ अटर्नी दिली आहे.' त्याने त्याचं कपाट उघडलं आणि होमजींना सगळी कागदपत्रं दाखवली.

शेवटी खूप घासाघीशीनंतर हे हॉटेल होमजींना विकण्यात आलं. परंतु नोंदणी वगैरे करण्याच्या प्रक्रियेत काही महिन्यांचा अवधी गेला. नोव्हेंबरच्या मध्यास होमजी आणि विश्वास पुण्याला गेले आणि रजिस्ट्रारच्या कार्यालयात होमजींनी सगळी रक्कम रोखीने दिली. त्या वेळी असं ठरलं की, होमजी एक डिसेंबरला हॉटेलचा ताबा घेतील. नंतर होमजी मुंबईला निघून गेले आणि विश्वास पुण्याहून महाबळेश्वरला परतला.

त्या वेळी हॉटेलात कोणीही पर्यटक नव्हते. त्यामुळे त्यानंतर जे काही घडलं ते हेमावतीच्या साक्षीवर आधारित आहे. मेहताने मुद्दामच विश्वासला पॉवर ऑफ अटर्नी दिली असावी. कारण विक्रीचा व्यवहार पूर्ण झाल्याच्या दुसऱ्याच दिवशी रात्री नऊ वाजता मेहता हॉटेलवर आला. हे सगळं नंतर कळलं की, मेहता आपली गाडी महाबळेश्वरपासून दूर उभी करून हॉटेलपर्यंत पायी चालत आला होता.

तो जेव्हा हॉटेलवर आला तेव्हा विश्वास आणि त्यांची पत्नी पुढे काय करायचं यावर चर्चा करत बसले होते. त्यांचं जेवण झालं होतं आणि मोलकरीण झोपून गेली होती. थंडी खूप पडली होती. मेहता जाडजूड ओव्हरकोट आणि लोकरीची माकडटोपी घालून आला होता. तो म्हणाला, 'हेमाबेन, मी जेवून रात्री इथेच राहीन. माझ्यासाठी काहीतरी साधंच बनवा.'

हेमावती स्वयंपाकघरात मेहतासाठी काही तरी बनवायला गेली...तिने मोलकरणीला काही उठवलं नाही. मेहता आणि विश्वास पैशाबद्दल एकमेकांशी चर्चा करू लागले. कार्यालयात लोखंडाची भक्कम तिजोरी होती. त्यात हॉटेलच्या विक्रीचे सर्व पैसे आणि बँकेतून काढलेले काही पैसे ठेवले होते. त्याचा हिस्सा घेण्यासाठी मेहता कधीही येईल याची विश्वासला कल्पना होती.

हेमावती जरी स्वयंपाकात गुंतली असली तरी तिचे कान कार्यालयातील चर्चेकडे लागले होते. दोन माणसं कार्यालयाच्या बाहेर पडून घराबाहेर बागेकडे गेल्याचं तिने ऐकलं. तिला आश्चर्य वाटलं. कारण मेहताला हिवाळ्यातील बोचरी थंडी मानवत नाही हे तिला ठाऊक होतं. पण तरी काही तरी अघटित घडणार आहे असं काही तिला वाटलं नाही. तिने स्वयंपाक चालूच ठेवला.

काहीच क्षणात तिला घराच्या मागून अस्फुट किंकाळी ऐकू आली. ती प्रचंड घाबरली. तो आवाज तिच्या नवऱ्याचा होता! घराच्या मागच्या भागात उघडणाऱ्या दरवाजाकडे ती धावली. तिने घराचा दरवाजा उघडताच मेहता घरात शिरला. त्याने हेमावतीला बाजूला ढकललं आणि तो पुढच्या दाराकडे धावला.

'काय झालं? काय झालं?' हेमावती किंचाळली आणि मागच्या अंगणाकडे धावली. तिथे कोणीच नव्हतं. मग ती कार्यालयाकडे धावली...तिजोरीचा दरवाजा सताड उघडा होता आणि सर्व पैसे गायब होते. तिच्या लवकरच लक्षात आलं की, मेहताने तिच्या नवऱ्याला दरीत ढकलून दिलं होतं आणि सगळे पैसे घेऊन तो पळून गेला होता. ती किंचाळली आणि बेशुद्ध पडली.

अजित, मी आता थांबतो इथेच. एक अदृष्य आत्मा मला छळतो आहे. मी उद्या पूर्ण करीन हे पत्र.

४ जानेवारी

मी काल पत्र पूर्ण करू शकलो नाही. आता आज रात्री दहा वाजल्यानंतर मेणबत्तीच्या प्रकाशात मी लिहायला बसलो आहे. होमजी मला कहाणी सांगत होते. त्यांची कहाणी पूर्ण व्हायच्या आधी आमचं जेवण संपलं होतं. आम्ही परत बैठकीच्या खोलीत आलो. नोकराने आम्हाला कॉफी आणून दिली. होमजींनी पुन्हा बोलायला सुरुवात केली...

हेमावती शुद्धीवर आली तेव्हा दहा वाजून गेले होते...वीज गेलेली होती. तिने मोलकरणीला हाक मारली, पण त्या रात्री मदतीला कोणीच आलं नाही. दुसऱ्या दिवशी सकाळी पोलीस आले. पोलिसांच्या चौकशीत असं लक्षात आलं की, हेमावतीचं म्हणणं बरोबर होतं. पाठीमागच्या बगिच्यात दरीच्या कडेजवळ झटापट झाल्याच्या खुणा होत्या. हळूहळू पोलिसांना बरीच माहिती मिळाली. माणिक मेहता फरार होता. पाकिस्तानातून तीन लाखाच्या सोन्याची तस्करी करताना पोलिसांनी मेहताचा माल पकडला होता. त्याने पोलिसांना गुंगारा दिला, पण तो कफल्लक बनला होता. त्यामुळे त्याने त्याच्या भागीदाराला ठार मारलं आणि तिजोरीतील सगळे पैसे घेऊन तो गायब झाला.

दरीमधून विजय विश्वासचं शव मिळवणं आवश्यक होतं. परंतु ती दरी इतकी दुर्गम होती की, खाली उतरून शोध घेणं दुरापास्त होतं. शिवाय एक व्याघ्र दाम्पत्य त्या दरीत राहायला आलं होतं. रात्रीच्या वेळेस त्यांच्या डरकाळ्या लोकांना ऐकू यायच्या. काही का असेना प्रेताच्या शोधार्थ पोलीस काही आदिवासी लोकांच्या सोबतीने दरीत उतरले. पण त्यांना प्रेताचे फारच थोडे अवशेष तिथे सापडले. काही हाडं, रक्ताने भिजलेले काही कपडे आणि एक मफलर घेऊन वर आले. या सर्व गोष्टी विजय विश्वासच्या होत्या. पोलिसांनी माणिक मेहताच्या अटकेचं वॉरंट काढलं.

एक डिसेंबरचा सुमार होता. गरीब, निराधार विधवेची काय अवस्था झाली

असेल याचा कोणीही सहज विचार करू शकेल. होमजी फार दयाळू गृहस्थ होते, त्यांनी हेमावतीला काही पैसे दिले. हेमावतीने आपले अश्रू पुसत महाबळेश्वर सोडलं.

एक महिना सरला. मेहता अजूनही फरार होता. व्याघ्र दाम्पत्य अजूनही त्या दरीतच राहत होतं. त्यांनी आता मानवी रक्त चाखलं असल्यामुळे दरी सोडून जाणं त्यांना शक्य नव्हतं.

होमजींनी सांगितलेली कहाणी ऐकून मला दुःख झालं. मला त्या बंगाली बाबूचं वाईट वाटलं ज्याने काही पैसे गाठीशी बांधले होते. त्याचे सारे पैसे तर गेलेच गेले, पण त्याचा जीवही त्याने गमावला. अर्थात त्याच्या पत्नीची अवस्था त्याहूनही वाईट होती. पोलीस माणिक मेहताला कधी काळी पकडू शकतील का याबद्दल मी साशंक होतो. इतकी प्रचंड लोकसंख्या असलेल्या देशात अशा एखाद्या व्यक्तीचा शोध घेणं अवघड काम होतं.

मी या सगळ्याचा विचार करत बसलो असताना अचानक दिवे गेले. होमजी म्हणाले, ‘इथे रात्री दहा वाजता दिवे जातात आणि पहाटेच्या सुमारास कधी तरी येतात. चला, मी तुम्हाला तुमच्या खोलीपर्यंत सोडायला येतो.’

त्यांच्याकडे एक भलामोठा लांब टॉर्च होता. त्याच्या प्रकाशात ते मला वाट दाखवत माझ्या खोलीपर्यंत घेऊन गेले. तिथे रांगेने खोल्या होत्या, कोपऱ्यातील शेवटची खोली सोडली तर साऱ्या खोल्यांना कुलपं लावलेली होती. खोल्यांच्या समोर लांबलचक व्हरांडा होता. नोकराने टेबलावर एक मेणबत्ती ठेवली होती.

खोली बरीच मोठी होती. खोलीच्या समोर एक व्हरांडा आणि एका बाजूला बाल्कनी होती. खोलीच्या दोन्ही बाजूंना एकेक पलंग ठेवलेला होता. एकावर बिछाना तयार केलेला होता आणि एक पलंग रिकामा होता. खोलीच्या मध्यभागी एक मोठं टेबल आणि दोन खुर्च्या होत्या. भिंतीला लागून एक कपाट होतं, टेबलावर एक गजराचं घड्याळ होतं, मेणबत्त्यांचा खोका, काड्यापेटी आणि मला रात्री थंडी वाजली तर एक थर्मासभरून कॉफी ठेवलेली होती. होमजी खरोखरच फार अगत्यशील होते.

होमजी म्हणाले, ‘विजय विश्वास त्याच्या पत्नीसोबत या खोलीत राहायचा. हेमावती गेल्यापासून ही खोली कोणीही वापरलेली नाही.’

‘अगदी आरामात राहीन मी इथे. तुम्ही काहीही काळजी करू नका. तुम्ही जा आणि आराम करा. मला वाटतं, लोकांचा दिवस फार लवकर संपतो इथे’.

होमजी हसले आणि म्हणाले, ‘खरंय, विशेषतः हिवाळ्यात. सकाळी आठ-नऊच्या आधी कोणी उठत नाही. तुम्हाला सकाळी लवकर उठायचं असेल तर गजर लावा. हा टॉर्च जवळ ठेवा, रात्रीच्या वेळेला लागेल तो तुम्हाला’.

‘आभारी आहे’.

होमजी खाली निघून गेले. मी दरवाजा बंद केला. मेणबत्तीच्या उजेडात खोलीत सावल्या नाचत होत्या. माझी सूटकेस कपाटाजवळ ठेवली होती. मी खुर्चीवर बसलो आणि सिगरेट पेटवली.

सगळे दरवाजे आणि खिडक्या बंद असल्या तरीही खोली चांगलीच थंड होती. मी पटकन सिगरेट संपवली आणि सकाळी साडेसातचा गजर लावला. आपटे नऊ वाजता येणार होते.

मी टॉर्च माझ्या उशीजवळ ठेवला. मेणबत्ती विझवून टाकली आणि दोन जाडजूड उबदार ब्लँकेट्सच्या आत शिरलो. लवकरच मी झोपेच्या अधीन झालो. तोपर्यंत मला खोलीत काही गूढ गोष्टींचा वास असल्याचं जाणवलंसुद्धा नव्हतं.

अचानक मला गजराच्या घड्याळाच्या विचित्र आवाजाने जाग आली. मी उठून बसलो...इतक्यात साडेसात वाजलेसुद्धा? मी टॉर्चचा प्रकाश माझ्या घड्याळावर टाकला...रात्रीचे दोन वाजले होते. टेबलावरचं घड्याळदेखील दोन वाजल्याचंच दाखवत होतं. मी गजर लावताना काही चूक तर केली नव्हती ना? घड्याळ बिघडलेलं असावं बहुधा. मी पुन्हा झोपी गेलो आणि दुसऱ्या दिवशी सकाळी उठलो.

हा माझा तिथल्या पहिल्या रात्रीचा अनुभव होता. सकाळी नाश्त्याच्या वेळेस मी होमजींना विचारलं, ‘माझ्या टेबलावरील गजराचं घड्याळ बिघडलं आहे का?’

ते म्हणाले, ‘नाही, का बरं?’

मी त्यांना घडलेली विचित्र गोष्ट सांगितली. ते चिंतेत पडलेले दिसले. ‘कदाचित ते बंद पडलं असेल. मी आज तुम्हाला दुसरं घड्याळ देतो’.

याच वेळेला नोकर आपटेंचं पत्र घेऊन आला. त्यांनी पत्रात विचारलं होतं की त्यांच्या नातेवाईकाच्या घरी त्यांचा पाय मुरगळला असल्याने आम्हीच त्यांना त्यांच्या घरी भेटायला जाऊ शकतो का म्हणून.

‘किती लांब आहे इथून त्यांचं घर?’ मी विचारलं.

होमजी म्हणाले, ‘आपटे यांचे नातेवाईक एका बँकेचे मॅनेजर आहेत आणि त्यांची बँक बाजारात दोन मैलांच्या अंतरावर आहे. मॅनेजर तिथेच बँकेच्या पहिल्या मजल्यावर राहतात.’

आम्ही होमजी यांच्या गाडीतून गेलो. त्या दुमजली घराचा जिना चढून आम्ही पहिल्या मजल्यावर पोचलो. एका उशीवर पाय ठेवून आपटे बिछान्यावर पडले होते. आम्हाला पाहून त्यांना आनंद झाला. ते आमच्याकडे बघत म्हणाले,

'बघा माझी काय अवस्था झाली आहे ती. खरं तर मी तुम्हाला वेगवेगळी पर्यटन स्थळं दाखवायला हवी होती. पण मी इथे असा अंथरुणावर पडलो आहे'.

'पण तुम्हाला दुखापत झाली कशी?' मी विचारलं.

आपटे म्हणाले, 'मला वाटलं की, रात्री कोणीतरी दरवाजा वाजवतंय म्हणून आणि मी पटकन उठलो. दार उघडलं तर बाहेर कोणीच नव्हतं. मी दार बंद करून पुन्हा बिछान्याकडे चालू लागलो तर पडलो आणि माझा डावा घोटा मुरगळला गेला'.

'तुम्हाला आणखी कुठे तर लागलं नाही ना?'

'नाही, पण...' आपटे काही क्षण गप्प राहिले, 'आश्चर्य म्हणजे मी कशाला तरी पाय अडखळून पडलो नाही. मला असा भास झाला की, कोणीतरी पाठीमागून मला ढकललं'.

'किती वाजले होते तेव्हा?' मी अचानक विचारलं.

'बरोबर दोन वाजले होते'.

नंतर आम्ही त्याबद्दल काहीच बोललो नाही. घरचे यजमान आमच्या स्वागतासाठी तत्पर होते. खूपच हसतमुख गृहस्थ होते ते. आम्ही कॉफी आणि नाश्ता घेतला आणि काही वेळ गप्पा मारल्या. आपटे म्हणाले, 'मला वाटलं होतं की, मी बक्षींना महाबळेश्वरमध्ये फिरवून आणीन म्हणून. पण असं वाटतं आहे की, मला दोन-तीन दिवस तरी उठता येणार नाही.'

होमजी म्हणाले, 'काळजी करू नका. मी आणीन त्यांना फिरवून. मी मोकळाच आहे.'

दुसऱ्या दिवशी पुन्हा येतो असं सांगून आम्ही परत हॉटेलवर आलो. दुपारच्या जेवणानंतर होमजी मला काही प्रसिद्ध स्थळं बघायला घेऊन गेले.

परत आल्यानंतर मी होमजींकडे लेटरपॅड मागितलं, कारण ते अगदी संपायला आलं होतं. त्या दिवशी मी दहाला पाच मिनिटं असताना झोपायला गेलो. नोकराने सर्व गोष्टी जागच्या जागी ठेवलेल्या होत्या. त्याने जुन्या गजराच्या घड्याळाच्याऐवजी नवीन घड्याळ ठेवल्याचंही माझ्या लक्षात आलं. मी गजरासाठी घड्याळाला किल्ली दिली नाही, पण त्याचा गजर बंद करून ठेवला. मला गजराची गरज पडत नाही...मी मला हवं तेव्हा उठू शकतो.

अचानक माझ्या लक्षात आलं की, एक मोठी काळी पाकोळी खोलीत भिरभिरते आहे. एकदा वाटलं की, दिवे बंद करून दार उघडावं आणि तिला बाहेर जाऊ द्यावं म्हणून.

मी अंथरुणावर पडून विचार करत होतो. माझा गजर रात्री दोन वाजता वाजला आणि तिकडे दोन मैलांवर आपटेंचा घोटा मुरगळला बरोबर दोन

वाजताच! हा योगायोगही असू शकतो. पण त्यांचा घोटा जर दुखावला नसता तर ते इथे आत्ता या खोलीत दुसऱ्या पलंगावर झोपलेले असते.

विचार करता करता मला झोप लागली आणि गजराच्या आवाजाने मी उठलो. नवीन घड्याळाचा गजर वाजत होता. पण मी गजराची चावी फिरवलीच नव्हती, उलट मी ती चावी बंद करून ठेवली होती!

मी अंथरुणावरून उठलो आणि टॉर्चचा झोत घड्याळावर टाकला... रात्रीचे दोन वाजले होते. घड्याळाची चावी बंद होती, पण तरीही गजर मात्र वाजत होता. हे काय विचित्रच! मी उठलो आणि घड्याळ हातात घेतलं. गजर वाजायचा थांबला.

अजित, तुला माहीत आहे की, मला असल्या गूढ गोष्टी वगैरे आवडत नाहीत. मला एखाद्या रहस्याशी सामना करायचा असेल तर मला त्याच्या मुळाशी जायला आवडतं. पण इथे रहस्य तरी काय होतं? माझा व्यावहारिक आणि समंजस स्वभाव कोणत्याही अतींद्रिय गोष्टींच्या विरुद्ध आहे...पण या वेळेस हे मात्र मी सिद्ध करू शकत नव्हतो. मग हे काय घडत होतं? या सर्व गोष्टींचं कोणतंही तार्किक विश्लेषण मला देता येत नव्हतं.

मला सत्याचा शोध घेतलाच पाहिजे. मी मेणबत्ती पेटवली. मी तुला आधीच लिहिलं आहे की, खोलीत दोन खुर्च्या होत्या. एक साधी खुर्ची होती आणि दुसरी डोलखुर्ची होती. मी डोलखुर्चीत बसलो, सिगरेट पेटवली आणि खुर्ची हलवू लागलो.

माझं तोंड दाराकडे होतं. उजवीकडे टेबल होतं, डावीकडे कपाट होतं आणि पाठीमागे माझा पलंग होता. पाकोळी पुन्हा भिरभिरायला लागली.

मी डोळे मिटून विचार करत बसलो होतो. दोन्ही घड्याळं नेमकी दोन वाजता कशी काय वाजायला लागली... होमजी यांनी माझी मस्करी तर केली नव्हती ना? पण ते काही त्या प्रकारचे गृहस्थ वाटत नाहीत...पण त्यांनी काल मला भुताखेतांबद्दल विचारलं तेव्हा मी हसलो होतो. मी आता स्वतःच घड्याळ तपासतो. पण होमजी हे वयस्कर गृहस्थ होते. ते अशा प्रकारची थट्टा कशाला करतील? हे काही शक्य नव्हतं.

मी त्या डोलखुर्चीवर किती वेळ बसलो होतो कोण जाणे...दहा ते पंधरा मिनिटांपेक्षा जास्त नाही...मी अचानक डोळे उघडले आणि माझ्या लक्षात आलं की, मी दाराकडे नाही, तर कपाटाकडे तोंड करून बसलो होतो. एवढंच नाही, तर मी कपाटाच्या बरंच जवळ बसलो होतो.

खुर्ची आपली आपण फिरू शकते हे मान्य. पण मध्यरात्री दोन वाजता अशा गोष्टी घडतात तेव्हा तुमच्या विवेकबुद्धीलाही धक्का बसतो. अचानक

पुन्हा गजर वाजू लागलं. तो बंद करायला मी पटकन उठलो...तेवढ्यात मेणबत्तीची ज्योत फडफडली आणि विझली.

मी भक्कम दिलाचा नसतो तर माझं काय झालं असतं कोणास ठाऊक. मी सावध झालो आणि स्वतःला शांत राहण्यास बजावलं. मी पुन्हा मेणबत्ती पेटवली... घड्याळ उचललं आणि गजर वाजायचा थांबला.

पण या वेळेस मी ते घड्याळ कपाटात माझ्या कपड्यांमध्ये ठेवलं... म्हणजे गजर वाजला तरी...त्याचा आवाज क्षीण होईल. कपाटातून कापूर आणि सुगंधी द्रव्याचा विचित्र वास येत होता. मी कपाट बंद केलं आणि पुन्हा अंथरुणावर येऊन पडलो.

मला काही नीट झोप आली नाही... अचानक मला पांघरुणात माझ्या छातीजवळ काही हलत असल्याचा भास झाला. मी पांघरूण फेकून दिलं, पुन्हा मेणबत्ती लावली तेव्हा लक्षात आलं की, ती पाकोळी माझ्या पांघरुणात शिरली होती. आता ती अर्धमेली झाली होती. माझ्या घड्याळात तेव्हा साडेतीन वाजले होते.

मी उरलेली रात्र दुसऱ्या खुर्चीवर बसून काढली. हे पत्र फारच लांबत चाललंय. आवरतं घेतो मी आता. पहाटे पाच वाजता पुन्हा वीज आली. मी कपाटातून ते घड्याळ बाहेर काढताना पत्ता लिहिलेला एक ब्राऊन कागदाचा चिठोराही बाहेर पडला. हा पत्ता बंगालीमध्ये लिहिलेला होता. हा पत्ता कोलकात्याच्या अगदी दक्षिणेकडील वस्तीचा होता. तो पत्ता मी तुला पाठवतोय... तुला गरज पडेल त्याची.

मी माझ्याकडच्या चाकूने ते घड्याळ जेव्हा उघडलं तेव्हा लक्षात आलं की, त्यात कोणताही बिघाड नव्हता.

मी सत्यशोधक असल्याने या वेळी मला सत्य मान्य करायलाच हवं... ते सत्य अतींद्रिय असलं तरी! त्या खोलीत असलेल्या त्या अमूर्त आत्म्याला मी विचारलं, 'तुला काही हवंय का?'

काहीही उत्तर आलं नाही, पण टेबल हललं आणि माझा हात त्या टेबलावर होता. मी विचारलं, 'मी तुझ्या खुनाचा तपास करावा असं तुला वाटतंय का?'

या वेळी नुसतं टेबलच हललं नाही, तर खुर्चीचे दोन पायही वर उचलले गेले. मी जवळजवळ टेबलावर पडलोच.

मी म्हणालो, 'पण पोलीस तर चौकशी करताहेतच...मी आणखी काय करू? मी कुठून सुरुवात करू तपासाला?'

अचानक टेबलावर असलेली ती ब्राऊन कागदावरची चिठ्ठी उडून माझ्याकडे आली.

एकाएकी माझ्या मनात विचार चमकला की, कदाचित माणिक मेहता कोलकात्याजवळ लपून तर बसला नसेल? कदाचित... तो एकटा असेल की...?

मी त्या अमूर्त आत्म्याला म्हणालो, 'ठीक आहे, मी प्रयत्न करतो.'

पहाटेच्या उजेडाचा कवडसा मी खिडकीतून आत येताना बघितला.

मी होमजींना यातलं काहीच सांगितलं नाही. सकाळी नऊच्या सुमारास आम्ही आपटेंना भेटायला गेलो. जाताना मी होमजींना विचारलं, 'हेमावती दिसायला कशी होती?'

होमजी हसले आणि म्हणाले, 'अतिशय आकर्षक... ती खूप गोरी नव्हती... पण आकर्षक होती.'

'वय?'

'तिशीच्या जरा पुढे...बहुधा. पण तरीही ती तरुण दिसायची.'

आपटेंना आता जरा बरं वाटत होतं, पण तरी ते पूर्णपणे बरे नव्हते. आम्ही त्यांना भेटायला गेल्यानंतर मी त्यांना विचारलं, 'तुम्ही विजय विश्वासना ओळखत होतात का?'

'हो तर, त्यांनी हॉटेलचे सारे पैसे माझ्याच बँकेत ठेवले होते'.

'त्यांचं खाजगी खातं होतं का?'

'हो. पण मृत्यूच्या काही दिवस आधी त्यांनी बहुतेक सगळी रक्कम काढून घेतली होती. हजार-पंधराशे रुपये असतील शिल्लक. पण वारसाहक्क प्रमाणपत्र दिल्याशिवाय त्यांच्या पत्नीला ते पैसे काढता येणार नाहीत... आणि त्याला काही काळ लागेल.'

'तुम्हाला हेमावतीचा सध्याचा पत्ता ठाऊक आहे का?'

'नाही'.

'इथल्या दुसऱ्या कोणाला माहीत असेल का?'

होमजी म्हणाले, 'मला नाही वाटत कोणाला माहीत असेल म्हणून. तिला स्वतःलाच माहीत नव्हतं ती कुठे जाणार आहे ते...बिचारी'.

मी आपटेंना विचारलं, 'तुम्हाला या प्रकरणाबद्दल माहिती असेलच. पोलिसांना माणिक मेहताचा काही ठावठिकाणा सापडला आहे का?'

'नसावा. नाही तर मला कळलंच असतं'.

'माणिक मेहताचा एखादा फोटो आहे का तुमच्याकडे?'

'हे हॉटेल सुरू झालं तेव्हाचा माणिक मेहता, विजय विश्वास आणि हेमावतीचा एक एकत्र फोटो होता, पण आता तो सापडत नाहीये'.

हॉटेलवर पोचल्यावर मी शांतपणे झोपलो. मी रात्री तुला पत्र लिहायला सुरुवात केली, पण सतत काहीतरी अडथळे आल्याने ते पूर्ण करू शकलो

नाही. पण आता मी ते पूर्ण करतो आहे.

आतापर्यंत तुझ्या लक्षात आलंच असेल की, मला तू काय करायला हवं आहेस ते. तू कृपया कोलकात्याच्या दक्षिणेकडील दिलेल्या पत्त्यावर जा. तुला जर हेमावती या पत्त्यावर भेटली नाही, तर कोणी काहीच करू शकत नाही. पण जर ती भेटली तर तिला हे प्रश्न विचार– तिने आणि तिच्या नवऱ्याने माणिक मेहतासमवेत घेतलेला तो फोटो कुठे आहे? मेहता विश्वासला कुठे भेटले आणि कधी? हेमावतीची सध्याची आर्थिक परिस्थिती कशी आहे? घरात तिच्यासोबत आणखी कोण राहतं? याशिवाय तुला आणखी काही विचारायचं असेल तर तेही विचार. नंतर मला पत्र लिहून कळव...तुला जरी महत्त्वाचं वाटलं नाही, तरीही सगळे प्रश्न विचार. तुला काही संशयास्पद वाटलं तर मला ताबडतोब तार कर.

मी तुझ्या उत्तराची वाट बघतोय. असल्या जीवघेण्या थंडीत मला इथे मुळीच राहावंसं वाटत नाहीये. पण हे प्रकरण सोडवल्याशिवाय मी इथून हलूही शकत नाही.

तुझा,
व्योमकेश

कोलकाता
८ जानेवारी

प्रिय व्योमकेश,

आज सकाळीच तुझं पत्र मिळालं आणि आता रात्री मी तुला पत्र लिहायला बसलो आहे. माझ्या अज्ञेयवादी प्रिय मित्रा, भुताटकीच्या फंदात पडण्याची तुला लाज नाही का रे वाटत!

असो, तुझ्या सूचनांप्रमाणे तिकडे जाण्यासाठी मी दुपारी तीनच्या सुमारास तयार होत असताना विकास दत्त (आपला साहाय्यक) आला. मी कुठे चाललो आहे हे जेव्हा त्याला सांगितलं तेव्हा तो उद्गारला, 'अरे बापरे, हे ठिकाण तर पार टोकाला आहे, तुम्हाला पत्ता सापडेल का एकट्याला?'

मी म्हणालो, 'मग तूच का नाही चलत माझ्या बरोबर?'

तो तयार झाला, पण मी त्याला या प्रकरणाचा काहीही तपशील दिला नाही.

ही जागा खरोखरच फार दूर होती. आम्ही त्या ठिकाणी पोचलो तेव्हा माझ्या लक्षात आलं की, एकच सरळ रस्ता आहे आणि फार थोडी घरं आहेत आणि तीही दूरदूर अंतरावर आहेत. तू दिलेल्या पत्त्यावर आम्ही साडेचारच्या सुमारास पोचलो. यंदाचा हिवाळा जरा जास्तच कडक आहे...कोलकात्यातसुद्धा संध्याकाळी बरीच थंडी असते. सगळीकडे मोकळी जागा असल्याने आम्हाला इथे साडेचार वाजतादेखील खूप थंडी वाजत होती.

हे एकमजली घर रस्त्यापासून आत थोड्या अंतरावर होतं आणि भोवती शेतजमीन होती. इथे जवळपास दुसरी घरं नव्हती.

मी विकासला म्हणालो, 'तू घराच्या बाहेरच थांब, मी कदाचित लगेचच येईन किंवा मला तासभरही लागेल'.

मी दार ठोठावलं. बऱ्याच वेळाने एका नोकराने दार उघडलं आणि मला विचारलं, 'कोण हवंय तुम्हाला?'

मी म्हणालो, 'मला हेमावती विश्वासना भेटायचं आहे'.

त्याने मला विचारलं, 'नाव काय तुमचं?'

'अजित बॅनर्जी', मी म्हणालो.

'तुम्हाला त्यांना कशासाठी भेटायचं आहे?'

'ते मी त्यांनाच सांगेन. त्यांना फक्त एवढंच सांगा की, महाबळेश्वरहून एक पत्र घेऊन मी आलो आहे'.

'जरा थांबा', असं सांगून नोकर दरवाजा बंद करून आत गेला. मी जवळजवळ दहा मिनिटं बाहेर उभा होतो. नंतर पुन्हा दरवाजा उघडला गेला आणि नोकर म्हणाला, 'आत या'.

एका लहानशा खोलीत दोन खुर्च्या आणि एक टेबल होतं. नोकर म्हणाला, 'मालकीणबाई अंघोळ करताहेत. तुम्ही कृपया बसा'.

'किती दिवस काम करतोयस तू इथे?'

'गेला महिनाभर', तो म्हणाला.

त्याची बोलण्याची ढब खास पूर्व बंगालची होती हे माझ्या लक्षात आलं.

'तुझं मूळ घर कुठे आहे?'

'फरीदपूर, पूर्व बंगालमध्ये'.

तो खाली जमिनीवर बसला. तो मध्यमवयीन होता आणि त्याने अंगात एक घाणेरडा फाटका स्वेटर घातला होता.

'तू कोलकात्यामध्ये किती वर्षं राहतोयस?'

'साधारण तीन वर्षं'.

'या घरात किती माणसं राहतात?'

'माझी मालकीण एकटीच राहते इथे'.

'ती स्त्री आहे...आणि तरीही अशा एकाकी जागी ती एकटीच राहते?'

'मी म्हातारा माणूस आहे...मी त्यांची काळजी घेतो...त्या माझ्याशी फार चांगलं वागतात'.

'त्यांच्याकडे भेटायला कोणी पाहुणे वगैरे येतात की नाही?'

'नाही, साहेब. मी इथे कामाला लागल्यापासून तुम्हीच पहिले पाहुणे आलेले मी बघतोय'.

हे बोलत असतानाच हेमावती दारात आल्या. त्यांनी आपल्या नोकराला सांगितलं, 'महेश, कंदील घेऊन ये'.

बाहेर अंधार पडायला लागला होता. त्या फिकट उजेडातही ती सुंदर आणि प्रतिष्ठित बाई वाटली. ती विधवेसारखी पांढरी साडी नेसली होती आणि अंगावर कोणतेही अलंकार नव्हते. मला ठाऊक आहे, मी या महिलेच्या करत असलेल्या काव्यात्म वर्णनामुळे तू मला हसशील...पण मला ती निशिगंधाच्या डहाळीप्रमाणे वाटली...सायंकाळच्या धुक्यात भिजलेली. तिचे लांबसडक ओले केस मोकळे सोडलेले होते.

मी तिला अभिवादन केलं, तिनेही मला नमस्कार केला.

'तुम्ही महाबळेश्वरहून आला आहात का?'

'नाही. माझा मित्र व्योमकेश बक्षी, सत्यान्वेषी, महाबळेश्वरला गेला आहे. त्याचं मला पत्र आलं आहे म्हणून मी तुम्हाला भेटायला आलो आहे', मी म्हणालो.

'माणिक मेहताचा काही शोध लागला का?' या वेळेस तिच्या आवाजात औत्सुक्य होतं.

'नाही, अजून तरी नाही'.

हेमावती सावकाशपणे खुर्चीवर बसली आणि मला निराशेने म्हणाली, 'माझ्याकडे काय काम आहे तुमचं?'

'माझा मित्र व्योमकेश बक्षी', मी सुरुवात केली.

'ते पोलीस खात्यात आहेत का?'

मी अभिमानाने आणि उत्साहाने तिला तुझी सारी माहिती दिली. मला तुला सांगायला आवडेल की मित्रा, तू समजतोस तितका काही तू प्रसिद्ध नाहीस. या बाईला तुझ्या अस्तित्वाबद्दल काहीही माहिती नव्हती आणि ती अगदी अनभिज्ञ होती.

'मला त्यांच्याबद्दल काहीच ठाऊक नाही. मी नेहमी बंगालपासून दूरच राहिले आहे'.

नोकराने कंदील पेटवून आणला आणि टेबलावर ठेवला.

कंदिलाच्या प्रकाशात मी तिचा चेहरा नीट बघितला. चेहरा सुंदर होता, पण त्यावरचे भाव थकलेले आणि निराशाजनक होते. ओल्या केसाच्या काही बटा तिच्या चेहऱ्यावर होत्या. अशा दु:खीकष्टी बाईला त्रास देताना मला स्वत:चीच लाज वाटली.

'मला माफ करा, पण व्योमकेशने मेहतांच्या अटकेच्या संदर्भात तुम्हाला काही प्रश्न विचारायला सांगितले आहेत. तुम्ही त्यांना पहिल्यांदा कधी भेटलात?'

हेमावती म्हणाल्या, 'सहा वर्षांपूर्वी. अहमदाबादला आमचं छोटंसं हॉटेल होतं. आमचं दुर्दैव की, आम्ही अशा माणसाच्या संपर्कात आलो'.

'तुमचे त्याच्याशी घरोब्याचे संबंध होते का?'

'मी व्यक्तिश: त्यांना पाच किंवा सहा वेळाच भेटले असेन. दरवर्षी ते फक्त दोनदाच यायचे. पैसे घेण्यासाठी ते गुपचूप यायचे आणि तसेच निघून जायचे'.

'त्यांच्या या वागण्याचा तुम्हाला कधी संशय नाही आला?'

'नाही. आम्हाला वाटायचं, त्यांचा स्वभावच तसा आहे म्हणून'.

'तुमच्याकडे त्यांचा एखादा फोटो आहे का?'

'हॉटेलच्या ऑफिसच्या खोलीत एक फोटो होता, पण त्या काळरात्री... मला शुद्ध आली तेव्हा तो फोटो नाहीसा झाल्याचं माझ्या लक्षात आलं'.

'हॉटेलच्या तिजोरीत त्या रात्री किती पैसे होते?'

'मला नक्की माहीत नाही...पण काही लाख तरी असावेत'.

नंतर काय विचारावं ते मला सुचेना...मी निघायची तयारी करू लागलो तेव्हा त्यांनीच मला विचारलं, 'तुमच्या मित्राला माझा पत्ता कसा मिळाला? मी तर कोणालाच माझा पत्ता दिला नव्हता'.

अर्थातच मी तिच्या या मानसिक अवस्थेत तिच्यासमोर भुताबिताचा विषय काढू शकत नव्हतो. मी म्हणालो, 'मला नक्की माहीत नाही. तुमचं वास्तव्य इथेच असेल ना?'

ती म्हणाली, 'बहुधा असेन. माझ्या नवऱ्याच्या मित्राने दयाबुद्धीने मला राहण्यासाठी हे घर देऊ केलं आहे'.

मी बाहेर आलो तेव्हा लक्षात आलं की, बाहेर चांगलाच अंधार पडला होता. विकास माझी वाट पाहत होता. सुदैवाने आम्हाला एक रिकामी टॅक्सी मिळाली आणि आम्ही निघालो.

विकासने मला विचारलं, 'तुम्ही ज्यासाठी आला होतात ते काम झालं का?'

'हो, काही अंशी'. मला स्वत:लाच खात्री नव्हती. विकास काही वेळ गप्प बसला. नंतर तो म्हणाला, 'तुम्ही जेव्हा व्योमकेशबाबूंना पत्र लिहाल तेव्हा त्यांना सांगा की, त्यांच्या शय्यागृहात दोन पलंग होते म्हणून'.

'तुला काय माहीत?'

'तुम्ही त्या बाईंशी बोलत होतात...तेव्हा मी घराच्या सर्व खिडक्यांमधून आत डोकावून पाहिलं', विकास म्हणाला.

'आणखी काय काय पाहिलंस?'

'शय्यागृहात एक लोखंडी तिजोरी पाहिली...नोकर ती उघडायचा प्रयत्न करत होता.'

'तुला खात्री आहे का की, तो नोकरच आहे म्हणून?'

'होय, तोच माणूस, ज्याने तुम्हाला दरवाजा उघडला होता. त्या घरात आणखी कोणी पुरुषमाणूस राहत नसावा.'

आम्हाला घरी पोचायला बराच उशीर झाला. विकास आत्ताच निघाला आणि मी तुला पत्र लिहायला बसलो.

तुझा,
अजित

मी अजित बॅनर्जी...पुढची कथा लिहितोय. माझं पत्र व्योमकेशला नऊ जानेवारीला पोस्ट केलं. बारा तारखेला दुपारी तीन वाजता व्योमकेश कोलकात्याला पोचला.

मला आश्चर्यच वाटलं. मी विचारलं, "अरे हे काय? माझं पत्र तुला पोचलं का?"

"तुझं पत्र मिळताक्षणी मी विमान पकडलं. लवकर तयार हो, आपल्याला ताबडतोब निघायचं आहे", असं सांगून तो आपल्या ऑफिसमध्ये गेला.

अर्ध्या तासातच आम्ही घराबाहेर आलो तर बाहेरच पोलिसांची गाडी निरीक्षक आणि काही हवालदारांसह आमची वाट पाहत उभीच होती. आम्ही गाडीत बसलो.

काही वेळाने आम्ही हेमावतीच्या घरी पोचलो. पण आता दार उघडायला कोणीच आलं नाही...दार उघडंच होतं. आम्ही घरात शिरलो तेव्हा लक्षात आलं की, थोडंफार फर्निचर सोडलं तर घर पूर्णपणे रिकामं आहे. तिजोरीचा दरवाजा उघडाच होता, पण आत काहीच नव्हतं.

व्योमकेश हताशपणे हसला आणि म्हणाला, "पक्षी उडून गेले आहेत."

त्या रात्री जेवण झाल्यानंतर आम्ही बैठकीच्या खोलीत आरामात बसलो होतो. सगळे दरवाजे-खिडक्या बंद होत्या तरीही थंडी आणि गार वारा खोलीत शिरत होता.

मी म्हणालो, ''मला वाटतं, तू महाबळेश्वरहून थंडी बरोबर घेऊन आला आहेस. विजय विश्वासचं भूतही बरोबर आणलं नसशील अशी आशा करतो.''

माझ्याकडे बघून हसत व्योमकेश म्हणाला, ''भुताबद्दलच्या चुकीच्या कल्पना अजूनही तुझ्या डोक्यात आहेत तर.''

मी म्हणालो, ''अर्थातच. मी कधीही भूत बघितलेलं नाही...त्यामुळे त्याबद्दलची खरी कल्पना मला कुठून माहीत असणार? मला एक सांग व्योमकेश, तू भुताखेतांवर विश्वास ठेवायला लागला आहेस की काय?''

''व्योमकेश बक्षीच्या अस्तित्वावर तू विश्वास ठेवतोस का?''

''अर्थातच, मी त्याला माझ्यासमोर बसलेला पाहतो आहे.''

''मी जर म्हणालो की, मला त्या आत्म्याचं अस्तित्व जाणवलं होतं, तर तू काय म्हणशील त्यावर?''

मी गप्प बसलो. नंतर म्हणालो, ''मी हुज्जत घालणार नाही. पण मला सांग, तुझ्या त्या भुताच्या आटोकाट प्रयत्नांनंतरही रहस्याचा उलगडा झालाच नाही ना?''

''कोण म्हणतं रहस्य उलगडलं गेलं नाही म्हणून? त्या आत्म्याची इच्छा होती की, जी काही फसवणूक झाली आहे ती उघडकीस यावी आणि त्यात तो यशस्वी झाला आहे.''

''म्हणजे काय?''

''तुझ्या काहीच लक्षात आलं नाही का रे?''

''अर्थात माझ्या लक्षात आलंय सगळं. हेमावतीबद्दल माझा आधी गैरसमज झाला होता, पण आता मला कळलं आहे की, हेमावती आणि माणिक मेहता एकमेकांच्या प्रेमात होते आणि त्यांनी दोघांनी मिळून विजयचा खून केला. भयंकर बाई आहे ती.''

व्योमकेश हसला. म्हणाला, ''अजित, मला तुला काही प्रश्न विचारायचे आहेत. माणिक मेहता खून करण्यासाठी विजय विश्वासला घेऊन त्या दरीपाशी का जाईल? आणि विजय त्याच्याबरोबर दरीपाशी कशाला जाईल?''

मी थोडा विचार केला आणि म्हणालो, ''मला नाही ठाऊक.''

''माझा तुझ्यासाठी दुसरा प्रश्न...विजय विश्वासने महाबळेश्वरच्या बँकेतून जवळजवळ सगळे पैसे का काढून घ्यावेत?''

मी नकारार्थी मान हलवली.

"आता तिसरा प्रश्न...तू हेमावतीला भेटायला गेला होतास तेव्हा... हिवाळ्यातील संध्याकाळची थंडी होती. पण नोकर तुला म्हणाला की, ती अंघोळ करते आहे म्हणून...तुला विचित्र नाही वाटलं का हे सगळं?"

"मला नाही विचित्र वाटलं."

माझा चौथा प्रश्न, "तुला त्या नोकराचा संशय नाही आला?"

"त्याचा कशाला संशय...तो महिनाभरापूर्वीच तिथे कामाला लागला होता. पण अर्थात तो शय्यागृहातील तिजोरीतून काही तरी चोरत होता."

"अजित, तुझा साधेपणा खरंच वाखाणण्याजोगा आहे. खरं आहे की नोकर तिजोरी उघडायचा प्रयत्न करत होता...पण काही चोरण्यासाठी नाही. महाबळेश्वरमध्ये दोन माणसांनी एक व्यक्तीला मारायचा कट रचला. एक होती हेमावती आणि दुसरं कोण होतं?"

"माणिक मेहता, आणखी कोण?"

व्योमकेश अर्थपूर्ण हसला आणि म्हणाला, "तीच तर मोठी फसगत आहे. हेमावातीने खुनाचा कट रचला तो तिचा नवरा विजय विश्वास याच्या मदतीने, माणिक मेहताच्या मदतीने नाही."

मी दिग्मूढ झालो. "काय म्हणतोयस काय?"

व्योमकेश म्हणाला, "मला होमजींनी ही गोष्ट सांगितली तेव्हा मी काही प्रभावित झालो नाही. पण मला एक गोष्ट जरा चमत्कारिक वाटत होती. माणिक मेहता विजयला मारण्यासाठी दरीजवळ कशाला घेऊन जाईल?

नंतर माझं अशील भूत माझा पिच्छा पुरवू लागलं. मी तपास करण्यास उद्युक्त झालो. कपाटात मला ब्राऊन कागदाच्या चिठोऱ्यावर बंगालीत लिहिलेला एक पत्ता सापडला. माझ्यासाठी गोष्टी आता जरा स्पष्ट व्हायला लागल्या होत्या.

मी तुला लांबलचक पत्र लिहिलं. तुझं उत्तर आलं तेव्हा माझी खात्री पटली की, मी योग्य त्या निष्कर्षाप्रत आलो आहे. मी आपटेंना सर्व काही सांगितलं. त्यांनी लगेच कोलकात्याच्या पोलिसांना फोन केला आणि माझ्या परतीच्या विमानाची सोय केली.

आपण हेमावती आणि विजय विश्वास यांना जरी पकडू शकलो नाही, तरी... त्या आत्म्याची इच्छा पूर्ण झाली. खरे गुन्हेगार कोण आहेत ते आपल्याला समजलं. पोलिसांचा तपास आता योग्य मार्गाने चालू आहे. कोणी सांगावं, ते दोघं पुढे सापडले जातीलही कदाचित. माणिक मेहतांच्या आग्रही आत्म्यामुळे मी हे प्रकरण हाती घेतलं."

"त्या रात्री नक्की काय घडलं होतं?"

"व्योमकेश म्हणाला, खरं तर हेमावती आणि विजय यांच्याशिवाय कोणालाच

माहिती नाही त्या रात्री नक्की काय घडलं ते. मी जे काही अंदाज बांधले त्यांच्या आधारे मी या निष्कर्षाप्रत येऊन पोचलो आहे.

माणिक मेहता हा अत्यंत कपटी माणूस होता तर, विजय हा ढोंगी माणूस होता. एकदा दोघं भेटले आणि त्यांनी हॉटेल सुरू केलं. माणिक मेहताने त्यात पैसे टाकले तर विश्वास दाम्पत्याने त्यात आपले कठोर परिश्रम टाकले.

हॉटेल उत्तम चाललं होतं. वार्षिक उत्पन्नही चांगलं मिळत होतं. मेहता कधीमधी आपला हिस्सा उचलायला येत असे. विजय विश्वास फारसे पैसे कधीच महाबळेश्वरच्या त्याच्या खात्यात ठेवत नसे. कदाचित ते तो बँक ऑफ कोलकात्यात आपल्या पत्नीच्या नावे ठेवत असावा.

सगळं काही नीट चाललं असताना मेहता अचानक अडचणीत आला... त्याने चोरून आणलेलं सोनं जप्त झालं. तो निसटला, पण कंगाल झाला. त्याच्याकडे आता फक्त एकच गोष्ट शिल्लक राहिली होती ती म्हणजे हे हॉटेल. त्याने ते विकायचं ठरवलं, त्याला रोख रकमेची गरज होती.

आता प्रश्न असा होता की, हॉटेल विकल्यानंतर ते पैसे कोणाला मिळणार होते? माझं अनुमान असं की, हॉटेल उभारण्यासाठी मेहताने पैसे दिले असल्यामुळे कदाचित त्याने सारे पैसे मागितले असते. मला वाटतं, असंच घडलं असावं.

विश्वास आणि त्याच्या बायकोने ते पैसे घ्यायचं ठरवलं. आपल्याला त्या दाम्पत्याचा काहीच इतिहास ठाऊक नाही, पण मला खात्री आहे की, त्यांना गुन्हेगारी पार्श्वभूमी असली पाहिजे. मेहता हा बोलून चालून गुन्हेगारच असल्याने त्याच्यावर सगळा ठपका ठेवणं सहज शक्य होतं. तेव्हा या दाम्पत्याने हा खून करण्याचा बारीकसारीक तपशिलासह कट रचला.

त्यांनी कोणा एजंटामार्फत कोलकात्यात एक घर भाड्याने घेऊन ठेवलं... हेमावतीने तो पत्ता लिहून आपल्या कपाटात ठेवला. पण निघायच्या वेळेस तो पत्ता तिथेच विसरली असणार, कारण तिला आता तो पाठ झाला होता. आणि तीच तिची घोडचूक ठरली.

मेहता नेहमीप्रमाणे त्या रात्री तिथे आला. हॉटेलात कोणीही पर्यटक नव्हते. नोकर झोपायला गेला होता. हॉटेलात फक्त हेमावती आणि विजयच होते.

मला वाटतं की, त्यांनी माणिक मेहताला ऑफिसातच मारलं असावं...तेही अशा पद्धतीने की, कोणताही रक्तपात होणार नाही. नंतर विजय विश्वासने माणिक मेहताला स्वतःसारखे कपडे...तसाच कोट आणि मफलर...घातला. त्यांनी त्याचा देह ढकलत मागच्या अंगणात आणला आणि दरीत ढकलून दिला. दरीत राहणाऱ्या व्याघ्र दाम्पत्याने त्याचा देह खाऊन टाकला आणि रक्ताने माखलेले कपडे आणि काही हाडं पोलीस तपासासाठी शिल्लक ठेवली.

विजय विश्वास सगळे पैसे घेऊन पळाला. हेमावती मागे राहिली. पुढे काय घडलं ते सर्वांनाच ठाऊक आहे. माणिक मेहता हा गुन्हेगारी प्रवृत्तीचा असल्याने खुनाचा आळ माणिक मेहतावर आला.

हेमावती नंतर कोलकात्याच्या त्या घरात राहायला आली आणि विजयसुद्धा तिच्याकडे पोचला. पण आता ते फार काळजीपूर्वक राहत होते. म्हणूनच ती विधवेच्या वेषात तयार होईपर्यंत त्यांनी तुला थांबवून ठेवलं... नाहीतर थंडीच्या दिवसांत एवढ्या संध्याकाळी कोण कशाला डोक्यावरून अंघोळ करेल? पण तिला तिच्या भांगातला सिंदूर पुसून टाकायचा होता ना.

तर, हेमावती जेव्हा खोलीत आली तेव्हा तू तिच्या सुस्नात निष्पाप सौंदर्याने भारला गेलास. तू तिच्याकडे माझ्या नावाचा उल्लेख केलास. अजित, माझ्या प्रिय मित्रा, मला वाटतं मी प्रसिद्ध नाही असं कृपया वाटून घेऊ नकोस. माझं नाव ऐकताक्षणीच ती सावध झाली. विकासने शय्यागृहात दोन पलंग पाहिले होते आणि नोकराला तिजोरीच्या कुलुपाशी झटपट करतानाही त्याने बघितलं होते. या दोन्ही प्रकारच्या माहितीमुळे माझ्या शंका दूर झाल्या. मी लगेचच परत आलो. पण दुर्दैवाने गुन्हेगारांना पकडता आलं नाही. मी मघाशी म्हटल्याप्रमाणे पोलीस आता योग्य दिशेने तपास करताहेत. खरे आभार मानायला हवेत ते भुताच्या रूपातील अशीलाचे. कदाचित ते दोघं पकडले जातीलही.''

मी म्हणालो, ''पण व्योमकेश, विजय विश्वास हेमावतीसोबत त्या घरात का राहत नव्हता? तो आहे कुठे? त्यांचं विचित्र वागणं त्या नोकराच्या लक्षात नाही का आलं?''

चीड येऊन उसासा टाकत व्योमकेश म्हणाला, ''अरे माझ्या देवा, अजित, तुला काहीच कळलं नाही का रे? अरे, तो नोकर म्हणजेच विजय विश्वास होता.''

॰२

लुप्त झालेल्या शिक्षकाचे रहस्य

कुमार त्रिदिव यांनी आम्हाला म्हणजे व्योमकेशला आणि मला...म्हणजे मी अजित...त्यांच्या वतनवाडीवर (इस्टेटीवर) येण्याचं अनेकवार आमंत्रण दिलं होतं. ते आम्हाला फार दिवस टाळता येण्याजोगं नव्हतं. त्यामुळे आम्ही डिसेंबरमध्ये एके दिवशी सकाळच्या थंडीत सात-आठ दिवसांसाठी कोलकात्याबाहेर जायला निघालो. तिथे जाऊन पूर्ण आराम करायचा आणि ताजंतवानं होऊन नव्या जोमाने कामाला सुरुवात करायची असं आम्ही ठरवलं होतं.

त्यांच्या आदरातिथ्यात कसलीच उणीव नव्हती. पहिला दिवस आम्ही दर तासाला काहीतरी खादडण्यात आणि कुमार त्रिदिव यांच्याशी अखंड गप्पा मारण्यात घालवला. गप्पांचा मुख्य विषय होता कुमार त्रिदिव यांचे काका सर दिगिन्द्र हा...ज्यांचा उल्लेख 'खानदानी हिऱ्याची चोरी' या कथेत आला आहे.

रात्रीचं जेवण झाल्यानंतर कुमार त्रिदिव आम्हाला आमच्या शय्यागृहाकडे घेऊन गेले आणि म्हणाले, "आपण उद्या सकाळी अगदी

लवकर शिकारीला जाऊया. मी सगळी व्यवस्था केली आहे.''

व्योमकेशने उत्सुकतेने विचारलं, ''कसली शिकार करायला आवडतं तुम्हाला?''

''वाघांची नाही, पण ससे, जंगली डुकरं, हरणं, जंगली बदकं, मोर... माझ्या जमिनीच्या सीमेवर मोठं जंगल आहे. हे जंगल हिमांग्षु रॉय यांच्या मालकीचं आहे...शेजारच्या वतनवाडीचे म्हणजे चोराबालीचे ते जमीनदार आहेत. तिथे पुळण (म्हणजे क्विकसँड) आहे. हिमांग्षु माझे चांगले मित्र आहेत. मी त्यांना आपल्या भेटीबद्दल सकाळीच कळवलं आहे आणि त्यांच्या जागेवर शिकार करायची परवानगीही मागितली आहे. तुमची काही हरकत नाही ना?''

आम्ही दोघजण एकदमच उद्‌गारलो, ''हरकत?''

व्योमकेश पुढे म्हणाला, ''एकच हरकत आहे की, तिथे वाघ नाहीत हे फार निराशाजनक आहे.''

त्रिदिव म्हणाले, ''तिथे वाघ नाहीत असं मी काही छातीठोकपणे म्हणू शकत नाही. दरवर्षी एक-दोन वाघ या भागात येतात खरे, पण त्यांचा काही भरवसा नाही. शिवाय वाघ असला तरी त्याची शिकार हिमांग्षुच करेल... आपल्याला नाही करू देणार तो ती शिकार.'' ते हसू लागले. ''त्याला त्याच्या वतनवाडीकडे बघायला फुरसत नाही...इतकी त्याला शिकारीची आवड आहे. त्याचा बहुतांशी वेळ तो त्याच्या खोलीत...जिथे तो त्याच्या बंदुका ठेवतो तिथे घालवतो, नाहीतर तो जंगलात भटकत असतो. शिकारीसाठी अगदी वेडा आहे तो. त्याचा नेमही फार अचूक असतो. तो जमिनीवर उभं राहून वाघाला मारू शकतो.''

व्योमकेशने औत्सुक्याने विचारलं, ''या वतनवाडीचं नाव काय म्हणालात तुम्ही? चोराबाली? जरा विचित्र नाव आहे हे!''

''होय, खरंय, आम्ही ऐकलं आहे की, जंगलात कुठेतरी पुळणीचा काही भाग आहे म्हणून. पण कोणालाच माहीत नाही की, नक्की कोठे आहे ती जागा. म्हणून त्याला हे असं विचित्र नाव दिलं गेलं आहे.'' त्यांनी त्यांच्या घड्याळाकडे बघितलं आणि म्हणाले, ''चला, झोपायला जा आता तुम्ही...नाहीतर सकाळी लवकर उठता येणार नाही.'' त्यांनी मोठी जांभई दिली आणि ते गेले.

आम्हाला दोन बिछाने असलेली मोठी खोली देण्यात आली होती. मऊ आणि उबदार रजईमध्ये आम्ही स्वत:ला गुरफटून घेतलं आणि झोपेच्या अधीन झालो.

आम्ही लवकरच गाढ झोपलो. अचानक माझ्या लक्षात आलं की, मी पुळणीमध्ये आत आत खेचला जातोय. व्योमकेश काठावर उभं राहून माझ्याकडे बघतोय आणि हसतोय. काही वेळात मी पार गळ्यापर्यंत वाळूमध्ये बुडलो होतो

आणि मला गुदमरल्यासारखं झालं. क्षणभर मला भयंकर असं मरणच स्पर्शून गेलं. मी घामाघूम होऊन जागा झालो. रजईमुळे माझं नाक बंद झालं होतं आणि म्हणूनच मला गुदमरल्यासारखं झालं होतं. मी अंथरुणावर बसून विचार करू लागलो... आपले विचार झोपेतसुद्धा कसे विचित्रपणे आपला पाठलाग करतात.

सकाळी अगदी पहाटे शिकारीला जाणाऱ्यांची मोठी गर्दीच झाली होती. आम्ही हाफ पँट्स आणि गुडघ्यापर्यंत पायमोजे घातले होते. वाफाळता चहा आणि केक्स असा नाश्ता करून आमच्या वाहनात चढलो. गाडीमध्ये तीन बंदुका होत्या आणि भरपूर गोळ्याही होत्या. खाद्यपदार्थांची एक मोठी टोपली बरोबर होती. त्रिदिव, व्योमकेश आणि मी गाडीत पाठीमागच्या बाजूला जाऊन बसलो आणि गाडी सुरू झाली. आमची गाडी पहाटेच्या थंडगार हवेतून आणि धुक्यातून जात होती. कुमार यांनी आपल्या ओव्हरकोटाची कॉलर ताठ केली होती. ते पुटपुटले, "आपण जर सूर्योदयापूर्वी पोचलो नाही, तर आपल्याला मोर आणि रानकोंबडे (वूडकॉक्स) बघायला नाही मिळणार. सकाळच्या या वेळेस ते झाडांच्या फांद्यांवर येऊन बसतात...त्यामुळे चांगला नेम धरता येतो."

थोड्याच वेळात फटफटलं. रस्त्याच्या दोन्ही बाजूंना भाताची शेतं होती... काही शेतात मक्याच्या काही पेंढ्या उभ्या होत्या, तर काही मोळ्या कापून बांधून ठेवल्या होत्या. क्षितिजावर आम्हाला गडद हिरव्या सावल्या दिसत होत्या. त्यांच्याकडे बोट दाखवत कुमार आम्हाला म्हणाले, "आपल्याला त्या तिकडे जायचं आहे शिकारीला."

सुमारे वीस मिनिटांत आम्ही जंगलाच्या सीमेवर पोहोचलो. गोळ्या भरलेल्या बंदुका घेऊन आम्ही उत्साहाने खाली उतरलो. कुमार जंगलाच्या एका बाजूला गेले, तर मी आणि व्योमकेश दुसऱ्या बाजूला गेलो. मी आयुष्यात प्रथमच बंदूक वापरणार होतो आणि त्यामुळे एकट्याने हे साहस करण्यासाठी कचरत होतो. वेगवेगळ्या दिशांना जाण्यापूर्वी त्रिदिव यांनी आमच्याबरोबर असं ठरवलं होतं की, साधारण नऊच्या सुमारास आम्ही जंगलाच्या पूर्वेला असलेल्या मोकळ्या जागेवर भेटायचं आणि तिथेच नाश्ता करायचा.

हे एक भलं मोठ्ठं जंगल होतं. विविध प्रकारच्या उंच वृक्षांनी आकाश व्यापून टाकलं होतं. त्यांच्या पानांमधून सूर्यप्रकाश झिरपत होता. अनेक प्रकारची सावजं तिथे उपलब्ध होती...हरणं, ससे, तऱ्हेतऱ्हेचे पक्षी. आम्ही बंदुकीचा दट्ट्या ओढला आणि आमच्या पायाशी जसजसे पक्षी मरून पडायला लागले तेव्हा आम्ही किती उत्तेजित झालो होतो हे मला सांगता येणार नाही...मी खरंतर त्यावर महाकाव्य लिहू शकेन, पण वाघांची शिकार करण्यात तरबेज असलेल्या शिकाऱ्यांच्या विनोदाचा मला धनी व्हायचं नाहीये!

मी नेम धरण्याच्या बाबतीत स्वत:ला पुराणोक्त अर्जुनाच्या बरोबरीचा समजत होतो. पण व्योमकेशने आपली बंदूक फक्त दोनदाच वापरली होती आणि एक ससा आणि एक मोर मारले होते...तो मोठ्या सावजाच्या - हरीण, डुक्कर किंवा अगदी वाघाच्या-शोधात होता.

पण सूर्य जसजसा वर चढू लागला तसतशी जंगलातील ताज्या हवेमुळे आमची भूक खवळू लागली आणि आम्ही जंगलाच्या पूर्वेकडे चालू लागलो. कुमार त्रिदिवसुद्धा पूर्वेकडील मोकळ्या जागेच्या दिशेने चालत येताना दिसले.

आम्ही मोकळ्या जागेवर पोचलो. आमच्यासमोर एक अर्धचंद्राकृती आकाराचा वाळूचा पट्टा होता. त्याची रुंदी बहुधा पाव मैल असावी. आम्हाला त्याची लांबी नाही सांगता येणार, कारण त्याची टोकं जंगलात घुसलेली होती. सूर्यप्रकाश त्या वाळूवर पडला होता आणि ते फार सुंदर दृश्य होतं. या वालुकामय भागामुळे जंगलाला पूर्वेकडे पसरायला अटकाव होत होता. खूप वर्षांपूर्वी इथे कदाचित एखादी मोठी नदी असावी. काळाच्या ओघात आणि नैसर्गिक आपत्ती किंवा बदलांमुळे ती सुकून गेली असावी आणि हा वाळूचा शुष्क पट्टा तयार झाला असावा.

आम्ही या पट्ट्याच्या एका टोकाला बसलो आणि आमच्या सिगरेटी पेटवल्या.

लवकरच कुमार त्रिदिव आम्हाला सामील झाले. ते म्हणाले, ''मला प्रचंड भूक लागली आहे. चला, तिथे दुर्योधनाने आपला नाश्ता मांडून ठेवला आहे.''

आम्ही पाहिलं तर त्रिदिव यांचा आचारी एका झाडाखाली पांढरी चादर पसरून सर्वांचा नाश्ता वाढत होता. आम्ही त्वरित त्या ठिकाणी पोचलो. आम्ही आमच्या शिकारीतील गमती एकमेकांना सांगू लागलो, पण कुमार त्रिदिव यांनी सर्वांवरच मात केली.

आम्ही आमचा नाश्ता संपवला आणि थर्मासमधला गरमागरम चहाही संपवला. बसल्या बसल्या पुन्हा एकदा आमच्या सिगरेटी पेटवल्या. झाडाला टेकत त्रिदिव म्हणाले, ''या वतनवाडीच्या नावाला वाळूचा हा पट्टा कारणीभूत आहे. या वालुकामय भागाचा इकडचा भाग हिमांग्षुच्या मालकीचा आहे. माझ्या जमिनीचा भाग त्या टोकापासून सुरू होतो.''

व्योमकेशने विचारलं, ''किती मोठा पट्टा आहे हा वाळूचा? पूर्ण जंगलाभोवती आहे का?''

''नाही. सुमारे तीन मैलांचा पट्टा आहे हा. माझी जमीन तिथून सुरू होते. या पट्ट्यात कुठे तरी पुळणीचा भाग आहे, पण तो नक्की कुठे आहे ते कोणालाच माहीत नाही. कोणीच त्या वाळूवरून चालत नाही, कारण आपण आत खेचले

जाऊन आत रुतत जाऊ याचं सर्वांना भय वाटतं.''

व्योमकेशने विचारलं, ''या वालुकामय भागात कुठे पाणी आहे का?''

कुमार यांनी अनिश्चितपणे मान हलवली. ते म्हणाले, ''मला नक्की माहीत नाही. मी ऐकलं आहे की त्या भागात काही ठिकाणी पाणी आहे म्हणून, पण ते वर्षातील काहीच महिने असतं.'' असं सांगून त्या पट्ट्याच्या दक्षिण भागाकडे त्यांनी निर्देश केला जो वळून जंगलात नाहीसा झाला होता.

त्याच वेळेस आम्हाला आमच्या अगदी जवळ गोळी मारल्याचा आवाज ऐकू आला. आम्ही चकित झालो. आम्ही तिघेहीजण आपापल्या बंदुका घेऊन तिथेच बसलो होतो...मग बंदुकीच्या गोळीचा आवाज कुठून आला? अचानक एक माणूस आपल्या एका हातात बंदूक आणि दुसऱ्या हातात मारलेला ससा घेऊन जंगलाबाहेर आला. त्याने जोधपुरी कपडे घातले होते आणि मुलाची स्काऊटची टोपी घातली होती. त्याच्या ब्रीचेसच्या रुंद पट्ट्यावर गोळ्यांची माळ लटकलेली होती.

कुमार त्रिदिव मोठ्याने हसत म्हणाले, ''अरे हिमांग्षु, ये ये. इथे ये आमच्याजवळ.''

हिमांग्षुबाबू आले आणि म्हणाले, ''अरे, तुमच्या स्वागताला मी यायला पाहिजे होतं...विशेषत: तुझ्या या नव्या पाहुण्यांच्या.''

त्रिदिव यांनी आमची त्यांच्याशी ओळख करून दिली आणि त्यांना चेष्टेने म्हणाले, ''तुला राहवलं नाही ना शिकारीला आल्यावाचून? की तुला भीती वाटली की, आम्ही तुझे सगळे वाघ मारून टाकतो की काय?''

हिमांग्षुबाबू म्हणाले, ''अरे, मी जरा अडचणीत आहे. एका शिकारीच्या मोहिमेच्या आमंत्रणावरून मला आज त्रिपुराला जायचं होतं. पण मला जाता नाही आलं. आमच्या दिवाणजींनी मला थांबवलं. माझ्या वडलांच्या काळापासून ते आमच्याकडे आहेत. ते दरवेळेस काही तरी कारणाने मला शिकारीला जाण्यापासून रोखतात. मी त्यांच्या इच्छेचा अवमानही करू शकत नाही. म्हणून मी माझा राग दाखवण्यासाठी सकाळी अगदी लवकरच बाहेर पडलो...मी कमीत कमी एखाद दोन रानडुकरं तर मारू शकतो ना !''

त्रिदिव त्यांना चिडवू लागले, ''अरेरे, काय ही तुझी अवस्था...त्रिपुरामधील वाघांच्याऐवजी एखाद दोन रानडुकरं! पण तू जाऊ का नाही शकलास?''

हिमांग्षु यांनी खाद्यपदार्थांची टोपली स्वत:कडे खेचली, त्यातून एक कटलेट आणि उकडलेली काही अंडी बाहेर काढली आणि ती ते आनंदाने खाऊ लागले. मी त्यांचं निरीक्षण करू लागलो. ते साधारणपणे आमच्याच वयाचे होते...आणि मजबूत बांध्याचे होते. त्यांच्या भारदस्त मिश्यांमुळे त्यांचा सौम्य

चेहरा उगीचच कठोर दिसत होता. त्यांची नजर शिकाऱ्यासारखी तीक्ष्ण आणि सावध होती. प्रथम पाहताना ते क्रूर आणि कठोर वाटत होते, पण आता ते निवांत बसले असताना त्यांचं बाह्य रूप एवढाच काही त्यांच्या व्यक्तित्वाचा पैलू जाणवत नव्हता. एक साधं, निगर्वी आणि गुंतागुंत नसलेलं असं त्यांचं व्यक्तिमत्त्व होतं. त्यांना वतनवाडीसारख्या भौतिक गोष्टींबद्दल फारशी आस्था नव्हती आणि त्याबाबत ते निर्विकार होते.

कपातून चहाचा घुटका घेत हिमांग्षु म्हणाले, "काय म्हणालात तुम्ही? मी का नाही जाऊ शकलो त्रिपुराला? एका अगदी फालतू कारणासाठी. पण दिवाणजी फार काळजीत आहेत, आणि पोलिसांनाही कळवण्यात आलं आहे. त्यामुळे मला इथे किती दिवस अडकून पडावं लागणार आहे कोण जाणे!" त्यांचा आवाज फार वैतागलेला वाटला.

"का? काय झालंय काय?"

"काय होणार आहे? तुम्हाला माहीतच आहे की, माझ्या वडलांचा मृत्यू झाल्यानंतर आमच्या जमिनीच्या कुळांबाबत गेली पाच वर्षं कोर्टकचेऱ्या चालू आहेत. कुळं त्यांची भाडी वेळेवर देत नव्हते. त्यामुळे वतनवाडीच्या संदर्भात सतत कटकटी चालू होत्या, वकिलांचे सल्ले घेतले जात होते. तुम्हाला माहीतच आहेत की साऱ्या गोष्टी. दरम्यानच्या काळात आणखी एक प्रश्न उद्‌भवला आहे. काही महिन्यांपूर्वी मी बेबीसाठी...माझ्या मुलीसाठी... एका शिक्षकाची नेमणूक केली होती. तो परवापासून गायब आहे. असं लक्षात आलं आहे की, त्याने काही हिशेबाच्या वह्याही सोबत नेल्या आहेत. त्यामुळे घरात प्रचंड गोंधळ चालू आहे. दिवाणजींना वाटतंय की, काही त्रासदायक कुळांनी खूप मोठा कट रचला आहे म्हणून."

व्योमकेशने विचारलं, "तो शिक्षक सापडला नाही का अजून?"

दु:खाने मान हलवत हिमांग्षु म्हणाले, "नाही ना; आणि तो सापडेपर्यंत..." अचानक त्यांचा चेहरा उजळला... व्योमकेशकडे बघत ते म्हणाले, "अरे देवा, मी विसरलोच होतो की, तुम्ही एक प्रसिद्ध गुप्तहेर आहात ते. (इथे मधेच हस्तक्षेप करत व्योमकेश म्हणाला की 'सत्यान्वेषी'). चोरांना पकडणं हा तर तुमचा व्यवसायच आहे. येत्या दोन-तीन दिवसांत त्या शिक्षकाला शोधायला आम्हाला मदत करा. म्हणजे मी अजूनही त्रिपुराला शिकारीसाठी जाऊ शकेन. मी उद्या किंवा परवा जाऊ शकलो तर..."

आम्ही मोठ्याने हसलो. कुमार त्रिदिव म्हणाले, "तुला शिकारीशिवाय दुसरं काही सुचतच नाही."

व्योमकेश म्हणाला, "मला काहीच नाही करावं लागणार, पोलीसच पकडतील

त्याला. हे काही कोलकात्यासारखं मोठं शहर नाही, इतक्या लहान गावातून असं नाहीसं होणं ही अवघड गोष्ट आहे.''

हिमांग्षु यांनी मान हलवली आणि म्हणाले, ''नाही, पोलीस काहीच करू शकत नाहीत. गेले तीन दिवस त्यांनी त्यांच्या परीने खूप प्रयत्न केलेत. जवळच्या सर्व रेल्वे स्थानकांवर पाळत ठेवण्यासाठी त्यांनी माणसं नेमली आहेत. पण त्यांच्या प्रयत्नांना अजूनपर्यंत काहीच यश आलेलं नाही. कृपा करा व्योमकेशबाबू, मी विनंती करतो तुम्हाला की, तुम्ही हे प्रकरण हाती घ्या. छोटं प्रकरण आहे हे, तुम्हाला दोन तासही नाही लागणार ते सोडवायला.''

त्यांचा उतावळेपणा पाहून व्योमकेश हसत म्हणाला, ''ठीक आहे. ठीक आहे. आधी सर्व घटना मला तपशिलाने सांगा बघू.''

''तुम्हाला असं वाटतं की, मला तपशील माहीत असेल म्हणून? तो गायब होण्याच्या आधी तीन दिवस मी त्याला भेटलोसुद्धा नव्हतो. पण ते जाऊ दे, मला जे काही थोडंफार माहीत आहे ते मी तुम्हाला सांगतो. काही दिवसांपूर्वी... किंवा कदाचित दोन महिन्यांपूर्वी एके दिवशी सकाळी एक विक्षिप्त तरुण मला भेटायला आला. मी त्याला पूर्वी कधीच बघितलं नव्हतं. तो या भागात राहणारा नव्हता. त्याच्या अंगात एक फाटका कुडता आणि पायात तुटकी चप्पल होती. तो बारीक आणि बुटका माणूस होता. त्याच्याकडे पाहून असं वाटलं की, तो कित्येक दिवस जेवलेला नसावा. पण तो बोलायला लागला तेव्हा माझ्या लक्षात आलं की, तो सुशिक्षित आहे. त्याने माझ्याकडे नोकरी मागितली... त्याची आर्थिक परिस्थिती फारच वाईट होती. मी त्याला विचारलं, 'काय काम करू शकतोस तू?' त्याने आपल्या खिशातून बी.एस्सी.चं पदवी प्रमाणपत्र बाहेर काढलं आणि म्हणाला, 'तुम्ही जे सांगाल ते काम मी करेन.' मला त्याची दया आली. मी काय काम देऊ शकेन त्याला... वतनवाडीच्या कार्यालयात एकही जागा रिकामी नव्हती. तेवढ्यात मला आठवलं की, माझ्या बायकोने बेबीच्या शिकवणीसाठी एक खाजगी शिक्षक ठेवायची सूचना केली होती. ती आता सात वर्षांची झाली आहे. तिच्या शिक्षणाकडे आता जास्त लक्ष देण्याची गरज आहे.

तर अशा रीतीने आमच्या बेबीचा शिक्षक म्हणून त्याची नेमणूक झाली. मी विचार केला की, जरी तो गरीब असला तरी तो सुशिक्षित आहे, त्याची पार्श्वभूमी चांगली आहे. आउटहाऊसमधील एका खोलीत मी त्याची राहण्याची व्यवस्था केली. कृतज्ञतेने त्याच्या डोळ्यांत पाणी आलं. अशा वेळी त्याच्या नावाचा कोण विचार करणार? मला आठवतं आहे त्याप्रमाणे त्याचं नाव हरिनाथ चौधरी होतं.

तर ते असो...तो घरात राहिला. पण मी त्याला क्वचितच भेटलो. मी असं

ऐकलं की, तो बेबीला सकाळी आणि संध्याकाळी शिकवत असे. अचानक एके दिवशी मी ऐकलं की, तो तरुण कोणालाही काहीही न सांगता गायब झालाय म्हणून. मला त्याच्या गायब होण्याशी खरंतर काही देणंघेणं नाही, पण... मी हेही ऐकलं की, तो आमच्या हिशेबाच्या वह्याही घेऊन गेलाय म्हणून. त्या वह्या तो घेऊन गेल्यामुळे मी ठरवलेल्या कार्यक्रमाची वाट लागली आहे. आता तो सापडेपर्यंत माझी इथून सुटका नाही.''

हिमांग्षु बोलायचे थांबले. व्योमकेश गवतावर पडून त्यांची कहाणी ऐकत होता. त्याने विचारले, ''तो जेवत कुठे होता?''

''आमच्याच घरात जेवत असे तो. बेबीचा शिक्षक म्हणून माझी बायको त्याच्याकडे खास लक्ष द्यायची,'' हिमांग्षु म्हणाले.

एवढ्यात आम्हाला झाडांच्या सळसळण्याचा जोरात आवाज आला. आम्ही सगळेच वर बघू लागलो. एक मोठा रानकोंबडा झाडाच्या एका फांदीवरून दुसऱ्या फांदीवर उडत होता. दोन झाडांच्यामधील अंतर तीस फुटांचं होतं. हिमांग्षु यांनी एका मिनिटात आपल्या बंदुकीतून त्याच्यावर गोळी झाडली आणि दुसऱ्या झाडावर पोचण्याआधीच तो रानकोंबडा मरून पडला.

''वा! काय नेम आहे हो तुमचा!'' मी उद्गारलो.

व्योमकेशही म्हणाला, ''व्वा, फारच कौतुकास्पद!''

कुमार त्रिदिव म्हणाले, ''हे तर काहीच नाही. तो याच्यापेक्षाही खूप काही करू शकतो. हिमांग्षु...नुसत्या आवाजाच्या रोधाने लक्ष्य साधण्याची तुझी खास किमया दाखव ना त्यांना.''

''नको, नको, आता सरळ जंगलातच जाऊन शिकारीची खुमखुमी जिरवूया.''

''नाही, तू तुझं विशेष कौशल्य दाखवायलाच हवंस...चल, रुमालाची पट्टी बांध तुझ्या डोळ्यांवर.''

हिमांग्षु संकोचून म्हणाले, ''बघा ना हा कसं करतोय ते...अगदी मामुली युक्ती आहे ती...तुम्हीही अनेक वेळा पाहिली असेल.''

आम्हीही आग्रह करू लागलो, ''तुम्ही दाखवलंच पाहिजे आम्हाला.''

''ठीक आहे, ठीक आहे.....फक्त आवाज ऐकून लक्ष्य साधणं एवढंच आहे ते. व्योमकेशबाबू, माझे डोळे बांधा बरं, म्हणजे मला काही दिसणार नाही. पण मला ऐकू येण्यासाठी माझे कान मात्र मोकळे ठेवा बरं का.''

व्योमकेशने डोळे बांधले. नंतर कुमार त्रिदिव यांनी एक कप उचलला आणि त्याच्या कानाला एक दोरी बांधली. नंतर त्यांनी तो कप पंचवीस फूट दूर असलेल्या झाडाच्या एका फांदीला अडकवला.

व्योमकेश म्हणाला, ''आता ऐका, हिमांग्षुबाबू.''

त्रिदिव यांनी त्या लटकवलेल्या कपावर चमचा आपटून आवाज केला. ज्या बाजूने आवाज आला त्या बाजूला हिमांग्षु वळले आणि म्हणाले, ''पुन्हा एकदा आवाज करता का?'' त्रिदिव यांनी पुन्हा आवाज केला आणि ते लगेचच बाजूला झाले. त्या आवाजाचा प्रतिध्वनी पूर्ण विरायच्या आतच आम्हाला गोळी मारल्याचा आवाज ऐकू आला. आम्ही आजूबाजूला बघतो तो काय... आम्हाला झाडाच्या फांदीला फक्त कपाचा कान लटकलेला दिसला आणि कपाचे तुकडे आसपास विखुरलेले दिसले.

आम्ही कमालीचे आश्चर्यचकित झालो. हिमांग्षु यांनी डोळ्यांवरची पट्टी सोडत विचारलं, ''खूष झालात ना?'' आमच्या कौतुकामुळे ते संकोचले होते. आम्हाला खरोखर तो चमत्कारच वाटला. ते म्हणाले, ''कृपा करून आता पुरे झालं... मला अगदी लाजल्यासारखं झालं आहे....चला, उठा. परत जंगलात जाऊया.''

दुपारी दीड वाजण्याच्या सुमारास आम्ही आमची गाडी जिथे उभी केली होती तिथे येऊन पोचलो. दरम्यानच्या काळात हरिनाथने केलेल्या हिशेबाच्या वह्यांच्या चोरीची घटना विसरायला झाली होती. आता हिमांग्षु यांनी व्योमकेशने हे प्रकरण हाती घेण्याच्या संदर्भात फारसा काही उत्साह दाखवला नाही. त्यांना कदाचित वाटलं असावं की, पोलीसच या साध्या प्रकरणाचा छडा लावतील म्हणून. पण आता व्योमकेशनेच हा विषय उकरून काढला. ''हरिनाथ शिक्षकाची संपूर्ण गोष्ट आम्हाला ऐकता नाही आली.''

हिमांग्षु म्हणाले, ''मला जेवढं ठाऊक होतं तेवढं मी तुम्हाला सांगितलंय. मला नाही वाटत अजून काही सांगण्याजोगं शिल्लक आहे म्हणून.''

व्योमकेश यावर आणखी काही बोलला नाही. त्रिदिव म्हणाले, ''हिमांग्षु, चल, आमच्या गाडीत बस...आम्ही सोडतो तुला घरी. सकाळी तू पायीच चालत आला असशील ना जंगलापर्यंत?''

''होय, मी शेतं पार करून आलो. रस्त्याने यायचं झालं तर फार लांब पडतं.''

त्रिदिव म्हणाले, ''रस्त्याने यायचं झालं तर दोन मैलांचा फेरा आहे. चल, आम्ही तुला घरी सोडतो, आणि तू आम्हाला जेवणासाठी थांबायला सांगितलंस तर आम्हाला आनंदच होईल,'' त्यांनी चेष्टेने म्हटलं.

आम्ही सुटीवर असल्याने आमची कुठेही जायला हरकत नव्हती. आम्ही आमच्या यजमानांचं मनोरंजनही करायला तयार होतो.

हिमांग्षु म्हणाले, ''हो, हो, अर्थातच. तुम्ही पाहुणे आहात माझे. मी त्याचा आधीच विचार करायला हवा होता. क्षमा करा. जेवणानंतर तुम्ही माझ्या घरी

आराम करा आणि चहा पिऊन संध्याकाळी घरी जा.''

व्योमकेश म्हणाला, ''आणि शक्य झालं तर तुमचा शिक्षक कुठे पळून गेला आहे तेही शोधूया.''

''होय, चांगली कल्पना आहे ही. आमचे दिवाणजी त्याच्याबद्दल कदाचित जास्त माहिती देऊ शकतील.''

आम्ही गाडीत बसलो. हिमांग्षु यांनी जरी आम्हाला त्यांच्या घरी येण्याचं आमंत्रण दिलं असलं तरी का कुणास ठाऊक मला वाटलं की, ते काही आम्हा सर्वांना त्यांच्या घरी घेऊन जाण्यास फारसे उत्सुक नसावेत म्हणून. दहा मिनिटांत आमची गाडी त्यांच्या भव्य हवेलीच्या प्रांगणात शिरली. गाडीचा आवाज ऐकताच एक वयस्कर गृहस्थ व्हरांड्यात आले आणि हिमांग्षुबाबूंना पाहताच ते कापऱ्या आवाजात म्हणाले, ''हिमांग्षु, मला ज्याची भीती वाटत होती तेच घडलंय. हरिनाथने नुसत्याच हिशेबाच्या वह्या चोरलेल्या नाहीत, तर त्याने तिजोरीतून सहा हजार रुपयेही लंपास केले आहेत.''

दुपारचे तीन वाजले होते. हिवाळ्यातील मंदावलेला सूर्य मावळतीकडे निघाला होता.

''मला तुमच्या दिवाणजींकडून...भट्टाचारजीबाबूंकडून... सर्व काही सविस्तर ऐकायला आवडेल,'' व्योमकेशने आरामात उशीवर रेलत सांगितलं.

आम्ही भरपेट जेवण करून निवांत बसलो होतो. व्योमकेशच्या शेजारी छोटी बेबी आपल्या बाहुलीला कपडे घालत बसली होती. या दोन तासांत ते दोघं चांगले मित्र झाले होते. दिवाण कालिगती भट्टाचारजी पद्मासन घालून बसले होते...असं वाटत होतं की, संधी मिळाली असती तर त्यांनी ध्यानधारणेला सुरुवात केली असती.

कालिगतीसारख्या माणसाशी फक्त प्रार्थना आणि ध्यानधारणेचाच संबंध जोडला जाऊ शकतो. मला प्रथम वाटलं की, हे त्यांचे कौटुंबिक भटजी असावेत म्हणून. ते एखाद्या साधूसंतासारखे दिसत होते. ते गोरेपान, कृश आणि थोडे वाकलेले गृहस्थ होते. त्यांच्या कपाळावर लाल टिळा होता आणि गळ्यात रुद्राक्षाची माळ होती. पण शिकारीचं वेड असलेल्या या अव्यवहारी जमीनदाराच्या प्रचंड मोठ्या मालमत्तेची देखभाल ते करत होते. घरातील बारीकसारीक गोष्टींसह... पाहुण्यांच्या स्वागतापासून ते वतनवाडीच्या आर्थिक व्यवहारापर्यंत प्रत्येक गोष्ट तेच सांभाळत होते. त्यांच्यामुळे घरातील सर्व गोष्टी घड्याळाच्या काट्याप्रमाणे सफाईदारपणे चालू होत्या.

व्योमकेश बोलला तेव्हा ते भानावर आले. काही क्षण त्यांनी डोळे मिटून घेतले आणि सावकाशपणे म्हणाले, ''हरिनाथ हा इतका सामान्य आणि साधासुधा

माणूस होता की, त्याच्याबद्दल बोलायचं म्हटलं तर बोलण्याजोगं काहीच नाही. तो जरी साधा दिसत असला तरी तो कल्पनेच्या पलीकडचा दुष्ट माणूस होता. मला खरं तर माणसांची फार चांगली पारख आहे, पण त्याने माझ्यासारख्यालाही फसवलं. मला वाटलंच नाही की हा त्याचा छुपा बेत असावा... तो दुसरंच काही तरी मनात योजून इथे आला होता.

पहिल्या दिवशी तो जेव्हा आला तेव्हा तो इतका दरिद्री दिसत होता की, मी त्याला कोठीच्या खोलीतून दोन धोतरं, दोन बनियन, दोन कुडते आणि दोन ब्लँकेट्स दिली. हिमांगषु यांनी त्याला आधीच राहायला एक खोली दिली होती... ज्या खोलीत हिशेबाच्या जुन्या वह्या ठेवलेल्या होत्या...एरवी ती खोली वापरात नव्हती. आम्ही त्या खोलीत एक पलंग आणून ठेवला. असं ठरलं होतं की, बेबी सकाळी आणि दुपारी तिथे अभ्यासाला जाईल. अनादी सरकारसारख्या घरातील इतर कर्मचाऱ्यांसोबत त्याची जेवणाची व्यवस्था करायचं मी ठरवलं होतं, पण बेबीच्या आईने त्यांची भोजनाची व्यवस्था घरातच करण्याची मला विनंती केली होती. त्याप्रमाणे व्यवस्था करण्यात आली.

त्यानंतर तो बेबीला नियमितपणे शिकवू लागला. तो नीट शिकवतो आहे हे माझ्या लक्षात आलं. कधी कधी तो माझ्याकडे यायचा आणि धर्मग्रंथाचं वाचन ऐकायचा. असेच दोन महिने निघून गेले.

गेल्या शनिवारी मी संध्याकाळनंतर माझ्या घरी गेलो... मी राहतो ते घर तुम्ही पाहिलं असेल...फाटकातून आत शिरल्यानंतर उजव्या बाजूचं पिवळं घर. माझ्या पत्नीला मी काही महिन्यांपूर्वी आमच्या गावाला पाठवलं आहे. त्यामुळे मी सध्या एकटाच आहे, माझं जेवण माझं मीच बनवतो...मला त्याचं काहीच वाटत नाही. शनिवारी रात्री मी एक खास पूजा करतो...म्हणून मी त्याची तयारी करण्यासाठी लवकर घरी गेलो. माझी पूजा संपेपर्यंत बरीच रात्र झाली होती.

दुसऱ्या दिवशी मला समजलं की, हरिनाथ कुठे दिसत नाहीये म्हणून. दुपारचे बारा वाजायला आले तरी या माणसाचा पत्ता नव्हता. मला संशय आला. मी त्याच्या खोलीत गेलो तेव्हा माझ्या लक्षात आलं की, हा माणूस रात्री आपल्या पलंगावर झोपलेला दिसत नाहीये. नंतर मी हिशेबाच्या वह्या ठेवल्या होत्या ते कपाट उघडलं...गेल्या चार वर्षांच्या वह्या गायब झाल्या होत्या.

गेली चार वर्षं आमच्या काही महत्त्वाच्या कुळांबरोबर आमची कोर्टाची प्रकरणं चालू आहेत. मला वाटतं, हे त्यांचंच कटकारस्थान असणार. हरिनाथ त्यांचा हेर असणार. या वह्या चोरण्यासाठीच तो शिक्षकाच्या वेषात आला असावा.

मी पोलिसांना कळवलं. तोपर्यंत मला माहीत नव्हतं की, तिजोरीतून सहा

हजार रुपयेही गायब झाले आहेत म्हणून.''

दिवाणजी थोडा वेळ बोलायचे थांबले आणि अडखळत म्हणाले, ''गेली काही वर्षं आमच्या या वतनवाडीला अनेक करणांमुळे पैशांची कमतरता भासते आहे. त्यात पुन्हा कोर्टकचेऱ्यांचे खर्चही आहेत. म्हणून आम्ही सावकाराकडून हे सर्व प्रश्न सोडवण्यासाठी सहा हजार रुपये कर्ज म्हणून घेतले होते. एका कापडात बांधून मी हे पैसे तिजोरीत ठेवले होते...तिजोरीच्या एका कोपऱ्यात होते हे पैसे...मी अनेक वेळा तिजोरी उघडलीसुद्धा होती, पण कापडात बांधलेले ते पैसे मोजून बघण्याचा विचारही माझ्या मनात आला नाही. सकाळी वकिलाने पैसे मागितले म्हणून मी कापडात बांधलेला गठ्ठा उघडून बघितला तेव्हा त्यात पैशांऐवजी जुन्या वृत्तपत्रांचा गठ्ठा मला दिसला.''

दिवाणजी शांत बसले. व्योमकेश पाठीवर पडून वर आढ्याकडे बघत होता. नंतर त्याने विचारलं, ''तिजोरीचं कुलूप सुरक्षित होतं ना? तिजोरीच्या चाव्या कोणाकडे असतात?''

''तिजोरीच्या दोन किल्ल्या आहेत, एक माझ्याकडे असते तर एक हिमांग्षुंकडे असते. माझी चावी माझ्याकडे आहे, पण हिमांग्षुंची चावी कुठे तरी ठेवली गेली आहे. गेले काही दिवस ती चावी शोधतोय आम्ही, पण अजून तरी ती सापडली नाही.''

हिमांग्षु अपराधीपणाच्या भावनेने म्हणाले, ''ती माझीच चूक आहे. मला माझ्या चाव्या कधीच सांभाळता येत नाहीत. त्या कुठे ठेवल्या आहेत ते मी नेहमी विसरतो. या वेळीसुद्धा खूप शोधूनही सापडत नाहीयेत. मी काही फार काळजीत नव्हतो, कारण मला वाटलं की, नेहमीप्रमाणे मला त्या कुठेतरी सापडतीलच.''

व्योमकेश उठून बसला आणि बेबीला ओढून घेऊन मांडीवर बसवत म्हणाला, ''आमच्या बेबीचे शिक्षक फार चांगले होते! पण आता मात्र ते सापडत नाहीयेत हे जरा विचित्रच आहे. त्यांना शोधायचे प्रयत्न चालू आहेत का?''

दिवाण कालिगती म्हणाले, ''आमचे सर्व प्रयत्न चालू आहेत, पोलीसही त्यांचं काम करताहेत; शिवाय मीसुद्धा काही माणसांना यासाठी नेमलं आहे. पण अजूनपर्यंत तरी त्या माणसाची काहीही खबर मिळालेली नाही.''

बेबीने हातातली बाहुली फेकून दिली आणि व्योमकेशच्या गळ्यात पडून तिने त्याला विचारलं, ''कधी येणार आहेत माझे गुरुजी?''

व्योमकेश मान हलवत म्हणाला, ''मला माहीत नाही बेटा, कदाचित ते कधीच परत येणार नाहीत.''

बेबी रडायला लागली. व्योमकेशने विचारलं, “बेबी, तुला तुझे गुरुजी फार आवडायचे का?”

बेबी होकारार्थी मान हलवत म्हणाली, “हो, मला खूप आवडायचे माझे गुरुजी. त्यांनी मला अंकगणित शिकवलं...मला सांगा...सात नऊवेळा म्हणजे किती होतात?”

व्योमकेश म्हणाला, “मला नाही माहीत...चौसष्ट का?”

बेबी हसली आणि म्हणाली, “तुम्हाला तर काहीच माहीत नाही...त्रेसष्ट. कालिमाता देवीचं स्तोत्र कसं म्हणतात ठाऊक आहे का तुम्हाला?”

व्योमकेश हताश होऊन म्हणाला, “नाही बेटा, मला तेही नाही माहीत.”

बेबीने स्तोत्र म्हणायला सुरुवात केली...कालिगती यांनी हसून तिला थांबवलं आणि बाहेर खेळायला पाठवलं. ती गेल्यावर ते म्हणाले, “तो खरंच चांगला शिक्षक होता.”

व्योमकेश उठून उभा राहिला. “चला, तो कोणत्या खोलीत राहत होता ते जरा पाहूयात.”

लांब व्हरांड्याच्या शेवटी त्याची खोली होती. दरवाजाला कुलूप होतं. कनवटीला लावलेल्या किल्ल्यांच्या जुडग्यातील एका किल्लीने त्यांनी दरवाजा उघडला. आम्ही आत शिरलो.

खोलीचा आकार लहान होता. आतमध्ये दोन लाकडी कपाटं होती, एक टेबल होतं, खुर्च्या होत्या, आणि एक पलंग होता. त्यामुळे हालचाल करायला खोलीत जागाच नव्हती. दरवाजासमोर एक लहानशी खिडकी होती...व्योमकेशने ती उघडली. नंतर त्याने खोलीत नजर फिरवली. पलंगावर चादरींच्या व्यवस्थित घड्या केलेल्या होत्या. टेबलावर धुळीचा हलकासा थर होता. खोलीच्या एका कोपऱ्यात बांधलेल्या दोरीवर काही कपडे लटकत होते. कपाटाचा दरवाजा अर्धवट उघडा होता. भिंतीवर कालीमातेचं एक चित्र टांगलेलं होतं... त्यातून शिक्षकाच्या मनातील पूज्यभाव व्यक्त होत होता.

व्योमकेश वाकला आणि त्याने चपलांची एक जोडी बाहेर काढली आणि म्हणाला, “हे तर नवे कोरे जोडे दिसताहेत, तुम्हीच आणले असणार ना त्याच्यासाठी?”

कालिगती म्हणाले, “होय.”

“विलक्षण, विलक्षण,” व्योमकेशने जोडे ठेवले आणि कपड्यांकडे वळला. त्याने धुतलेले आणि बिनधुतलेले कपडे उचलले आणि परत म्हणाला, “विलक्षण, फारच विलक्षण.”

हिमांगषुंनी उत्सुकतेने विचारलं, “काय झालं?” व्योमकेश त्यांना उत्तर

देणार एवढ्यात त्याची नजर दुसऱ्या बाजूला असलेल्या फडताळावरील एका गोष्टीकडे गेली. तो पटकन तिकडे गेला आणि त्याने काही तरी बाहेर खेचून काढलं. त्याने आश्चर्याने विचारलं, "शिक्षक चष्मा वापरत होता का?"

कालिगती म्हणाले, "मी तुम्हाला सांगायला विसरलो, पण हो, चष्मा वापरायचा तो. तो इथेच ठेवलाय की काय त्याने?"

व्योमकेशने चष्म्याच्या काचांमधून बघितलं आणि तो माझ्याकडे देत म्हणाला, "किती चमत्कारिक आहे हे नाही का?"

कालिगती कपाळाला आठ्या घालत म्हणाले, "खरंच चमत्कारिक आहे हे. ज्या माणसाची दृष्टी कमजोर आहे तो चष्मा मागे ठेवून खोलीबाहेर जाणार नाही. काय कारण असेल असं वाटतं तुम्हाला?"

व्योमकेश म्हणाला, "पुष्कळ कारणं असू शकतात...तो तुम्हाला फसवत असेल...त्याची दृष्टी कमजोर नसेलच कदाचित."

मी आणि त्रिदिव त्या चष्म्यातून बघण्याचा प्रयत्न करत होतो. चष्म्याच्या काचा जाडजूड होत्या, आणि त्याची फ्रेम डळमळीत झाली होती. त्या चष्म्यातून आम्हाला काहीच दिसलं नाही.

कुमार त्रिदिव म्हणाले, "व्योमकेशबाबू, मला तुमचा अंदाज बरोबर नाही वाटत. हा चष्मा वापरून वापरून खिळखिळा झाला आहे. त्याची भिंगंही जाड आहेत."

व्योमकेश म्हणाला, "मी चुकत असेनही. शिक्षकाने सगळ्यांना फसवण्यासाठी कोणाचा तरी जुना वापरलेला चष्माही आणलेला असू शकतो...तीही एक शक्यता असू शकेल. ते जाऊदे, आता कपाट बघूया."

कपाटाच्या खणात हिशेबाच्या अनेक वह्या रचून ठेवलेल्या होत्या... अशा सुमारे पन्नास ते साठ वह्या तिथे होत्या.

व्योमकेशने एक वही बाहेर काढली आणि म्हणाला, "बापरे, बरीच जड आहे की ही... कमीत कमी सहा किलो वजन आहे या वहीचं. प्रत्येक वहीत संपूर्ण वर्षाचे हिशेब लिहिलेले आहेत का?"

कालिगती म्हणाले, "होय."

व्योमकेशने पानं उलटली आणि बघितलं तर ती वही मागच्या काही वर्षांपूर्वीची होती आणि पाचवी होती. म्हणजे अगदी अलीकडच्या चार वर्षांच्या वह्या चोरीला गेल्या होत्या. व्योमकेशने आणखी काही वह्या बाहेर काढल्या आणि हिशेबाची काय पद्धत होती ते न्याहाळलं. प्रत्येक वहीचे दोन भाग केलेले होते...एक भाग कच्च्या हिशेबाचा नि दुसरा भाग पक्क्या आणि कायमच्या हिशेबाचा होता. एका बाजूला रोजचा जमा आणि खर्च नोंदवला होता, तर

दुसऱ्या बाजूला दिवसाचा एकूण खर्च नोंदवलेला होता. वतनवाडीचे हिशेब काही या पद्धतीने लिहिले जात नाहीत. पण ही पद्धत सोयीची होती. कारण एका नजरेत जमा आणि खर्च, कच्चा आणि पक्का हिशेब बघता येत होता.

व्योमकेशला सुरुवातीला हे साध्या चोरीचं प्रकरण वाटत होतं, त्यामुळे त्याने या प्रकरणाकडे फार गांभीर्याने बघितलं नव्हतं, पण खोलीची तपासणी केल्यानंतर त्याच्या नजरेत तो विचित्र आणि तीक्ष्ण भाव दिसला. मला ही नजर ओळखीची होती. त्याला अशी कोणती तरी गोष्ट खटकली होती जी गंभीर होती...ही गोष्ट दुर्लक्ष करण्याजोगी नव्हती. आता मीही उत्तेजित झालो होतो.

खोलीच्या बाहेर येताना व्योमकेशने हिमांग्षुंना विचारलं, "मी या प्रकरणाचा तपास करावा असं खरंच वाटतं का तुम्हाला?"

हिमांग्षु क्षणभर कचरले, पण नंतर म्हणाले, "अर्थातच...खूप मोठी रक्कम गुंतलेली आहे यात...या रहस्याचा उलगडा झालाच पाहिजे."

व्योमकेश म्हणाला, "तर मग आम्हा दोघांना काही दिवस इथेच राहावं लागेल."

हिमांग्षु म्हणाले, "हो, हो, अर्थातच. त्याचा काहीच प्रश्न नाही."

व्योमकेश कुमार त्रिदिव यांच्याकडे पाहत म्हणाला, "पण जर कुमार परवानगी देणार असतील तरच आम्ही राहू शकतो इथे...आम्ही त्यांचे पाहुणे आहोत."

कुमार द्विधा मनःस्थितीत होते. त्यांना नक्की वाटलं असणार की हे प्रकरण सोडवून व्योमकेशला काही पैसे कमवायचे असणार. ते म्हणाले, "तुमच्या इथे राहण्याने जर माझ्या मित्राला हिमांग्षुला काही मदत होणार असेल तर..."

व्योमकेशने नकारार्थी मान हलवली आणि म्हणाला, "त्याची मी खात्री नाही देऊ शकत. मी कदाचित काहीच नाही करू शकणार. हिमांग्षुबाबू, तुम्हाला यात रस नसेल तर स्पष्ट सांगा. आम्ही इथे कुमार यांच्या वतनवाडीवर सुटी घालवायला आलो आहोत आणि आमचा व्यवसाय कोलकात्याला मागे ठेवून आलो आहोत...त्यामुळे तुम्हाला आमची मदत नको असेल तर त्याने आम्ही काही नाराज होणार नाही."

कुमार त्रिदिव यांच्या लक्षात आलं की, व्योमकेश त्यांचं मन वाचू शकला होता म्हणून. ते आग्रहपूर्वक म्हणाले, "नाही, नाही, तुम्ही इथेच रहा आणि या रहस्याचा उलगडा करा. मी रोज तुम्हाला भेटायला येत जाईन."

हिमांग्षुंनीही याला होकार दिला. आम्ही चोराबाली इस्टेटवर राहायचं ठरवलं.

आम्ही पुन्हा बैठकीच्या खोलीत आलो आणि दुपारचा चहा शांततेत प्यायलो. कुमार म्हणाले, "आत्ता साडेचार वाजलेत, हिमांग्षु, मी आता निघतो. मी उद्या

जमेल तसं वेळ काढून येतो.'' ते जायला उठले.

आम्ही कुमारांना गाडीपर्यंत पोचवायला गेलो. त्यांनी आमच्यासाठी बरेच कार्यक्रम आखून ठेवले होते. मासे पकडणं, नौकाविहार, आणि बरंच काही. त्यामुळे ते जरा निराश झाले. त्यांनी विचारलं, ''हे प्रकरण सोडवायला तुम्हाला किती दिवस लागतील साधारणपणे?''

व्योमकेश म्हणाला, ''मला खरंच नाही काही सांगता येणार. तुम्हाला वाटेल किती कृतघ्न आहे हा माणूस. पण कुमार, इथली बाब बरीच गंभीर आहे, मी त्याच्याकडे दुर्लक्ष करता कामा नये.''

कुमार चकित झाले. म्हणाले, ''खरंच? मला वाटलं की इतकं काही गंभीर प्रकरण नसावं हे. अर्थात, पण मोठी रक्कम चोरीला गेलीये.

''पैशांची चोरी ही दुय्यम महत्त्वाची गोष्ट आहे.''

''मग?''

व्योमकेश काही वेळ गप्प बसला आणि गंभीर आवाजात म्हणाला, ''मला वाटतंय की हरिनाथ जिवंत नाहीये.''

आम्ही दोघंही थक्क झालो. कुमार म्हणाले, ''काय सांगताय काय?''

व्योमकेश म्हणाला, ''मला तरी तसं वाटतंय. हे ऐकून तुम्ही मला माफ कराल अशी मला आशा आहे.''

कुमार काळजीने म्हणाले, ''तुम्हाला माफबिफ करण्याचा प्रश्नच नाही. एका माणसाचा जर खून झाला आहे तर...मारेकऱ्याला शोधणं आपलं कर्तव्य आहे.''

व्योमकेश म्हणाला, ''त्याचा खून झाला आहे असं मी नाही म्हणत. पण तो जिवंत नाही. असो, आपल्या हातात काही पुरावा असल्याशिवाय याबद्दल काही बोलणं योग्य नाही. कृपया उद्या तुम्ही परत या आणि येताना आमच्या सुटकेसेस बरोबर घेऊन या. तुम्ही आता निघा, नाहीतर उशीर होईल तुम्हाला घरी पोचायला.''

कुमार गेल्यानंतर आम्ही घराकडे चालत येऊ लागलो. फाटकापासून घरापर्यंत बरंच अंतर होतं. या सुंदर बागेत अनेक झाडं होती. वाटेत बसून आराम करायला बाकं ठेवलेली होती.

उजवीकडचं दिवाणजींचं घर पार करून आम्ही पुढे चालत गेलो. हिवाळा असल्याने संध्याकाळचं लवकर अंधारून आलं होतं, पश्चिमेला जंगलातील झाडांच्या शेंड्यांवरून सूर्यप्रकाशाची एखादी तांबूस छटा दिसत होती.

व्योमकेश सावकाश चालत होता आणि चिंतेत दिसत होता. मी त्याच्या विचारांची गती मोजू शकत नव्हतो. खोलीत त्याला असं काय दिसलं होतं की, ज्यावरून हरिनाथ जिवंत नसल्याची त्याची खात्री पटली होती? या सगळ्याचा

विचार करताना मी काहीसा शून्यमनस्क झालो होतो. लोकांचं निवांत जीवन ढवळून टाकणारी ही या छोट्याशा शांत जागी घडलेली फार गंभीर घटना होती. वरवर शांत वाटणाऱ्या पृष्ठभागाच्या खाली असणाऱ्या भोवऱ्याचा कोणाला पत्ताच लागू शकत नाही. व्योमकेशच्या अनेक प्रकरणांमध्ये मी त्याच्या सोबत असल्यामुळे मला समजलं होतं की, एखाद्या माणसाचं बाह्यरूप पाहून त्याच्या व्यक्तिमत्त्वाचा अंदाज बांधणं अवघड आहे आणि एखाद्या घटनेबाबत वरवर पाहून निष्कर्षाप्रत पोचणंही फार अवघड आहे.

निलगिरीच्या झाडाखाली उभं राहत व्योमकेशने सिगरेट पेटवली. नंतर तो स्वतःशीच म्हणाला, 'हरिनाथने ते जोडे न घालण्याचं एकमेव कारण म्हणजे ते आवाज करतात हे आहे, पण त्याने आपला कुडता का नाही घालू? त्याने आपला चष्माही मागे का ठेवावा?'

मी विचारलं, ''पण तुला त्याच्या कुडत्याबद्दल काय माहीत?''

व्योमकेश म्हणाला, ''दिवाणांच्या आदेशावरून त्याला दोन कुडते आणि दोन बनियन मिळाले होते, एक त्याचा स्वतःचा फाटका कुडता त्याने आणला होता. दोरीवर हे सर्व कपडे लटकलेले होते.''

मी काही क्षण शांत बसलो आणि नंतर त्याला विचारलं, ''म्हणून तू असा तर्क केलास की...''

व्योमकेश आकाशाकडे बघत होता...आकाशात पश्चिमेला चंद्राची बारीक कोर दिसत होती. तिच्याकडे बोट दाखवत तो म्हणाला, ''अजित, तो चंद्र बघ, अजूनही किती बारीक कोर आहे ती...हे घडलं त्या दिवशी काय तिथी असणार?''

मी डोकं हलवून मला माहीत नसल्याचं त्याला सांगितलं. तो म्हणाला, ''त्या दिवशी अमावस्या असणार...अतिशय अंधारी रात्र. चल, पंचांग बघूया.'' त्याच्या आवाजात मला नवीन आशा दिसली.

मला नेहमी वाटायचं की, फक्त कवी आणि प्रेमिकच चंद्र बघून उत्तेजित होतात म्हणून; त्यामुळे व्योमकेशचा उत्साह पाहून मला जरा आश्चर्यच वाटलं... मला तो अतिशय अरसिक आणि रूक्ष माणूस म्हणूनच ठाऊक होता. पण आता मला त्याच्या अनाकलनीय वागण्याची सवय व्हायला लागली होती. त्यामुळे मी मुकाट त्याच्या मागून गेलो.

आम्ही बागेच्या ज्या भागात पोचलो होतो ती जागा घरापासून पन्नास यार्डांवर होती. आम्ही सरळ गेलो असतो तर आम्हाला देवदारची लहानशी राई पार करून जावं लागलं असतं. ही राईच बागेचा हा भाग इतर भागापासून वेगळा करत होती.

आम्ही शांतपणे गवतावरून चालत त्या राईजवळ येऊन पोचलो तेव्हा

आम्हाला कोणीतरी हुंदके देत असल्याचा आवाज आला. आमची चाल आपोआपच मंदावली. मी व्योमकेशकडे पाहिलं तर त्याने ओठांवर बोट ठेवून मला चूप बसण्याची खूण केली.

हुंदक्यांमधून आम्हाला आवाज ऐकू आला, "बाबू, या अनादी सरकारने तुम्हाला लहानाचं मोठं होताना बघितलंय. तुमच्या या जुन्या नोकरावर दया करा. मालकीणबाईंचा गैरसमज झाला आहे. मला मान्य आहे की, माझ्या मुलीची चूक आहे...पण मी शपथ घेऊन सांगतो की, ते भयंकर पाप मात्र आम्ही केलेलं नाही."

थोडा वेळ कसलाच आवाज आला नाही...काही वेळाने आम्हाला हिमांग्षुबाबूंचा हलका पण कठोर आवाज ऐकू आला, "तू खरं सांगतोयस? तू खरंच नाही मारलंस?"

"मालक मी शपथपूर्वक सांगतो, आम्ही नाही मारलं. मी जर माझ्या धन्याला खोटं सांगत असेन तर देव मला कधीच क्षमा करणार नाही."

परत थोडा वेळ काहीच प्रतिसाद ऐकू आला नाही. नंतर हिमांग्षु म्हणाले, "पण तू आता राधाला इथे ठेवू शकणार नाहीस. तू उद्याच तिला पाठवून दे... काही तरी व्यवस्था कर तिची. ही घटना जर लोकांच्या कानावर गेली तर मग मी तुला कसलीही दयामाया दाखवू शकणार नाही...आधीच घरात इतक्या कटकटी चालू आहेत."

अनादी चिंतातुर होऊन म्हणाला, "मी उद्याच तिला बनारसला पाठवून देतो... तिची मावशी असते तिथे."

"ठीक आहे, तुझ्याकडे पैसे नसतील तर..."

व्योमकेशने माझा हात ओढला आणि आम्ही तिथून हलकेच निघून गेलो.

सुमारे पंधरा मिनिटांनी आम्ही दुसऱ्या कुठल्या तरी मार्गाने घरी पोचलो. कालिगती व्हरांड्यात उभे होते आणि एका नोकराशी बोलत होते. बेबी त्यांचा हात ओढत होती आणि त्यांना काहीतरी करायला सांगत होती. ती काय म्हणत होती त्याचा अर्धामुर्धा भाग आम्ही ऐकला, "तुम्ही एकदा तरी काढा ना आवाज..."

कालिगती संकोचत म्हणाले, "थांब गं वेडाबाई. आत्ता नाही."

बेबी आग्रह करत राहिली, "दिवाणदादा, काढा ना, तेही ऐकतील..." आमच्याकडे बोट दाखवत तिने म्हटलं.

कालिगती आम्हाला भेटायला पुढे आले. त्यांनी नोकराला पाठवून दिलं आणि आम्हाला धीरगंभीर आवाजात विचारलं, "तुम्ही बागेत फेरफटका मारायला गेला होतात का?"

व्योमकेश म्हणाला, “होय .....बेबी काय सांगत होती... कोणाचा आवाज काढायला सांगत होती?”

निरुपायाने हसत कालिगती म्हणाले, “ही मुलगी म्हणजे ना कठीण आहे अगदी. ती मला आता कोल्ह्याच्या आवाज काढून दाखवायला सांगत होती.”

चकित होऊन मी विचारलं, “म्हणजे काय?”

कालिगती बेबीकडे वळून तिला म्हणाले, “मी आत्ता कामात आहे ना? आत्ता नाही मला त्रास द्यायचा. तू तुझ्या आईकडे जा आणि अभ्यासाला बस बघू.”

पण बेबी हटून बसली होती. त्यांचं बोट धरून म्हणाली, “फक्त एकदाच, दादा.”

कालिगती तिच्या कानात काही तरी कुजबुजले आणि मोठ्याने म्हणाले, “तू झोपायच्या आधी मी काढून दाखवीन. ठीक आहे. आता जा बरं, बेटा.”

“ठीक आहे.”

बेबी गेल्यानंतर कालिगतींनी आम्हाला सांगितलं, “माझा माणूस पोलीस ठाण्यावरून परत आला आहे. हरिनाथचा कुठेही मागमूस नाही.”

व्योमकेश म्हणाला, “ओह! मला सांगा, इथे अनादी नावाचा नोकर आहे का?”

“होय, अनादी वतनवाडीचा मुख्य नोकर आहे,” या प्रश्नावर कालिगती जरा उत्सुक दिसले.

व्योमकेशने जरा विचार केला आणि त्याने विचारलं, “मला नाही वाटत मी त्याला बघितलंय म्हणून. कुठे राहतो तो? नोकरांच्या क्वार्टर्समध्ये का?”

कालिगती म्हणाले, “नाही. तो इथला सर्वांत जुना नोकर आहे. घराच्या मागे गोठ्याजवळ काही खोल्या आहेत. तिथे राहतो तो.”

“तो एकटाच राहतो का?”

“नाही. त्याला पत्नी आणि विधवा मुलगीही आहे. त्याची मुलगी काही दिवसांपासून आजारी आहे. मी तिला डॉक्टरकडे घेऊन जायला त्याला सांगितलंय... पण त्याला पटतच नाही...तो म्हणतो, ती होईल बरी. पण तुम्ही हे का विचारताय?”

“नाही...खास काहीच नाही. मला कोणकोणते नोकर जवळपास राहतात ते जाणून घ्यायचं होतं. बाकीचे नोकर कंपाऊंडच्या बाहेर राहतात का?”

“होय, त्यांच्यासाठी सात की आठ क्वार्टर्स आहेत. त्यांना शहरातून इथे कामावर यायला खूप वेळ लागतो म्हणून माझ्या मालकांनी...हिमांग्षुच्या वडलांनी... त्यांच्यासाठी ही व्यवस्था केली होती.”

"शहर किती दूर आहे इथून?"

"सुमारे पाच मैल. समोरचा रस्ता सरळ शहराच्या पूर्वेला जातो."

एवढ्यात हिमांग्षु घराबाहेर आले आणि आमच्याकडे बघून हसत म्हणाले, "व्योमकेश आणि अजितबाबू, या, तुम्हाला माझी शस्त्रास्त्रं ठेवण्याची जागा दाखवतो."

आम्ही उत्सुकतेने त्यांच्या मागे निघालो. तेव्हा संध्याकाळ झाली होती. दिवाणजी लगेचच आपल्या सायंप्रार्थनेला निघून गेले.

हिमांग्षु आम्हाला एका मध्यम आकाराच्या खोलीत घेऊन गेले. खोलीच्या मध्यभागी एका टेबलावर एक दिवा जळत होता. खोलीतील जमीन वाघ, अस्वलं आणि हरणांच्या कातडीने आच्छादलेली होती. भिंतींवर काही कपाटं होती. हिमांग्षु यांनो एकेक कपाट उघडलं आणि त्यांनी आम्हाला वेगवेगळ्या प्रकारच्या बंदुका, पिस्तुलं, रायफल्स, रिव्हॉल्व्हर्स दाखवली. या माणसाचं त्याच्या या सगळ्या शस्त्रास्त्रांवर असलेलं प्रेम बघून आम्हाला आश्चर्य वाटलं. त्यांनी प्रत्येक शस्त्राचं कौशल्य वर्णन करून सांगितलं, एवढंच नाही, तर कोणता प्राणी मारण्यासाठी कोणतं हत्यार वापरलं तेही सांगितलं. ते म्हणाले की, ते या शस्त्रांना कोणालाही हात लावू देत नाहीत, ते स्वतःच ती साफ करतात आणि त्याला तेलपाणी करतात.

शस्त्रास्त्रं बघून झाल्यावर आम्ही तिथेच खोलीत बसून गप्पा मारू लागलो. अनेक विषयांवर आमच्या गप्पा चालू होत्या. अनेक वेळा वेगवेगळ्या वातावरणात वेगवेगळया पद्धतीने माणसांचे स्वभाव प्रकट होत असतात. खोलीतील चिंताविरहित शिथिल वातावरणात हिमांग्षुही मोकळे झाले. एक खरं होतं की, हा माणूस अगदी साधा सरळ होता आणि त्यांचं मनही बंदुकीच्या गोळीसारखं सरळ मार्गाने जाणारं होतं.

आम्ही अभावितपणे वतनवाडीबद्दल, तिच्या व्यवस्थापनातील अडचणींबद्दल बोलू लागलो. हिमांग्षुबाबूंनी आम्हाला त्यांच्या स्वतःबद्दल, स्वतःच्या वतनवाडीबद्दल खूप काही सांगितलं. त्यांच्या कुळांशी सतत होत असणाऱ्या वादांमुळे ते वैतागलेले होते हेही त्यांनी मोकळेपणाने सांगितलं. उत्पन्न जवळपास नगण्य होतं आणि कोर्टातील खटले लढवणं महाग झालं होतं. त्यामुळे गेल्या काही वर्षांत कर्जाचा बोजा लाखांच्या घरात गेला होता. या कडवटपणामुळे मालमत्तेच्या बाबतीत त्यांचं मन उडून गेलं होतं असं माझ्या लक्षात आलं. पैशांच्या व्यवहारात अननुभवी असल्याने कोणतं संकट समोर येऊन ठाकलं आहे याची त्यांना नक्की कल्पना आली नव्हती, परंतु नजीकच्या भविष्यात काहीतरी माहीत नसलेलं अरिष्ट कोसळेल याचा त्यांना अंधुकसा अंदाज आला होता. त्या

विचारांपासून पळवाट म्हणून त्यांनी स्वत:ला आपल्या शिकारीच्या जुन्या छंदात बुडवून घेतलं होतं. तर अशी होती त्यांची आजची परिस्थिती.

रात्रीचे साडेआठ वाजले होते, आम्हाला जेवणाचं बोलावणं आलं. आत्ता आम्हाला अनादी सरकार दिसला. तो आम्हाला बोलवायला आला होता. त्याच्या डोळ्यांत अस्वस्थ आणि काळजीचे भाव होते... जणू काही त्याचं गैरकृत्य पकडलं जाईल की काय अशी भीती त्याला वाटत होती.

व्योमकेशने तीक्ष्ण नजरेने त्याचं निरीक्षण केलं. आम्ही त्याच्या मागोमाग भोजनगृहात गेलो. जेवणानंतर भुवन आम्हाला आमच्या खोलीपर्यंत पोचवायला आला... भुवन हा हिमांग्षु यांचा खाजगी नोकर होता. आम्ही आरामात खुर्च्यांवर बसलो आणि सिगरेटी पेटवल्या. भुवनने मच्छरदाण्या लावल्या, पाण्याचा जग टेबलावर आणून ठेवला, आणि तो निघणार एवढ्यात व्योमकेशने त्याला विचारलं, ''तू हरिनाथला गेले सहा महिने बघतो आहेस, मला सांग, तो सतत चष्मा लावायचा का?''

आम्ही चोरीचा तपास करायला आलो आहे हे बहुधा भुवनला ठाऊक झालं असावं...कारण तो आमच्याशी बोलण्यासाठी उत्सुक दिसला.

''होय सर, तो सर्व वेळ चष्मा लावत असे. एकदा तो अंघोळीला चष्म्याशिवाय गेला आणि घसरून पडला की तो. चष्म्याशिवाय तो एक पाऊलही पुढे टाकू शकत नसे.''

''त्याच्याकडे बुटांचे किती जोड होते?'' व्योमकेशने भुवनला विचारलं.

भुवन हसला आणि म्हणाला, ''किती जोड...फक्त एकच होता, सर... तोही मालकांनी दिलेला. तो इथे येताना जे बूट घालून आला होता ते इतके तुटले होते की कुत्र्यानेसुद्धा ते चघळले नसते. आम्ही त्याच दिवशी ते बूट केराच्या टोपलीत टाकून दिले.''

''खरंच? त्याने बरोबर येताना कालीमातेचा फोटो आणला होता का?''

''नाही सर, तो येताना दात कोरण्याची काडीसुद्धा बरोबर घेऊन आला नव्हता. त्याने दिवाणजींकडून तो फोटो आणला आणि भिंतीवर लावला.''

व्योमकेश म्हणाला, ''बरं, ठीक आहे. आभारी आहे.''

भुवनने विचारलं, ''तुम्हाला आणखी काही हवं आहे का, सर?''

''नाही, पण तू जरा पंचांग आणून देशील का?''

''तुम्हाला आत्ता लगेच हवंय का, सर?'' भुवनने आश्चर्याने विचारलं.

''होय... म्हणजे शक्य असेल तर.''

''मी आणून देतो, सर.''

भुवन परत येण्याची वाट पाहत आम्ही सिगरेटी शिलगवल्या. इतक्यात

अगदी जवळून कोल्हेकुई सतत ऐकू येऊ लागली. बहुधा पाच-सहा कोल्हे जवळपासच एकत्र जमले असावेत. आम्ही त्या धक्क्यातून बाहेर आलो.

भुवन पंचांग घेऊन परत आला. मी आश्चर्याने विचारलं, "कोल्हे घराच्या इतक्या जवळ येतात?"

आपलं हसू दाबत भुवन म्हणाला, "ते काही खरे कोल्हे नाहीत. बेबीदिदींनी लकडा लावला होता ना दिवाणजींकडे कोल्ह्याचा आवाज काढून दाखवा म्हणून. ते काढताहेत तो आवाज."

मला आठवलं, "हो, हो, बेबी संध्याकाळी दिवाणजींना सांगत होती. मोठीच कला आहे ही... हा आवाज खोटा आहे हे खरंच वाटत नाही."

भुवन म्हणाला, "होय, सर, दिवाणजी सर्व प्राण्यांचे आवाज अगदी हुबेहूब काढू शकतात." त्याने व्योमकेशच्या शेजारी टेबलावर पंचांग ठेवलं. मी व्योमकेशकडे बघितलं, तर तो पुतळ्यासारखा निश्चल बसला होता. त्याची नजर खिळली होती, स्नायू ताठरले होते...मी चकित होऊन त्याला विचारलं, "काय रे, काय झालं?"

व्योमकेश त्याच्या तंद्रीतून बाहेर आला आणि म्हणाला, "काही नाही. ते पंचांग दे बघू...ठीक आहे भुवन, तू जाऊ शकतोस."

व्योमकेश पंचांगाची पानं चाळू लागला आणि एका पानावर येऊन थांबला. त्याने पंचांग माझ्याकडे सरकवलं, "हे बघ," त्याचा आवाज उत्तेजित झाल्याने कापरा झाला होता. पंचांगाचं ते पान पाहिल्यानंतर माझ्या लक्षात आलं की, ज्या दिवशी हरिनाथ गायब झाला ती रात्र अमावस्येची होती.

दुसऱ्या दिवशी सकाळी आम्ही सात वाजता उठलो तेव्हा सारं घर झोपलेलंच होतं. व्हरांडा झाडत असलेल्या नोकराकडून आम्हाला समजलं की, थंडीच्या दिवसांत सकाळी साडेआठच्या आत कोणीही उठत नाही.

"आता हा दीड तास कसा घालवायचा?" सूर्यही अजून पुरता बाहेर आला नव्हता... बाहेर धुक्याचं वातावरण होतं. मी अस्वस्थ झालो होतो. मी व्योमकेशला म्हटलं, "चल, जंगलात फिरून येऊ आणि पक्ष्यांची शिकार मिळते का बघूयात... नाही तरी आता आपल्याला करता येण्याजोगं काहीच नाही... हे लोक उठेपर्यंत आपण परतही येऊ."

मी नुकताच शिकार करायला शिकलेलो असल्याने फारच उत्साहात होतो. शिवाय कुमारांनी दिलेल्या दोन्ही बंदुका आमच्याकडेच होत्या आणि कालच्या उरलेल्या काही गोळ्याही आमच्या कोटाच्या खिशात होत्या.

व्योमकेशने काही क्षण विचार केला आणि म्हणाला, ''चल, निघूयात.''

आमच्या बंदुका खांद्यावर लटकवून आम्ही निघालो. कोणता रस्ता घ्यायचा ते आम्ही नोकराला विचारून घेतलं. त्याने सांगितलं की, 'आम्ही जर सरळ रस्त्याने गेलो तर आम्ही वाळूच्या पट्ट्याच्या बाजूने चालत जाऊन जंगलात शिरू शकू.'' आम्ही चालायला सुरुवात केली.

थोडा वेळ चालल्यानंतर आम्हाला मैलभर अंतरावर जंगलातील झाडं दिसू लागली. जंगलाच्या बाजूने वाळूचा पट्टा होता. दुरून पाहताना असं वाटत होतं की, जंगलाच्या शेवटाला एका कालव्याची किनार असावी म्हणून.

आम्ही ज्या दिशेने चालत होतो तो वाळूच्या पट्ट्याचा दक्षिणेकडचा भाग होता. हा पट्टा जंगलाला भिडण्याच्या आधी निमुळता होत गेला होता. त्यामुळे दक्षिण दिशेला पुढे वाळू नव्हती.

सुमारे पंधरा मिनिटं चालल्यानंतर आम्ही दक्षिण टोकाला पोचलो. तिथे आम्हाला बांध घातलेला दिसला. हा बांध सुमारे पंधरा फूट रुंदीचा होता. बांधाच्या एका बाजूला वाळूचा पट्टा होता, तर दुसऱ्या बाजूला हिरवी कुरणं होती.

आम्ही त्या बांधावर चढलो आणि खाली पाहिलं तर आम्हाला गवताची एक अस्पष्ट रेघ दिसली आणि त्याच्या पलीकडे वाळूचा सागर पसरला होता. या वाळूच्या साम्राज्यात ती पुळणीची जागा नक्की कुठे असेल बरं हे मला कळेना.

आम्ही बांधावर चढलो तेव्हा आम्हाला पहिली गोष्ट काय दिसली असेल तर एक मोडकळीस आलेली झोपडी. ही झोपडी बांधाच्या अगदी टोकाला होती... जिथून वाळूचा सागर सुरू होतो...तिथे होती. तिचं छप्पर बुटकं होतं आणि भिंती भाजलेल्या मातीच्या बनवलेल्या होत्या. पण भिंती अनेक ठिकाणी तुटलेल्या अवस्थेत होत्या. शाकारलेलं छप्परदेखील मोडकळीस आलेलं होतं. कदाचित गेल्या चार-पाच वर्षांत तिथे कोणी राहिलेलं नसावं. मानवी वस्तीपासून दूर इतक्या एकाकी ठिकाणी आणि जंगलाच्या इतक्या जवळ ही झोपडी कोणी बांधली असेल याचं आम्हाला आश्चर्य वाटलं. व्योमकेश म्हणाला, ''चल, आत जाऊन पाहूया.''

मी व्योमकेशच्या मागे जाणार इतक्यात मला आकाशात जंगली कबुतरांची रांग झेपावताना दिसली. व्योमकेशने पटकन गोळी झाडली आणि एक कबुतर आमच्या खालीच असलेल्या वाळूवर मरून पडलं. ते उचलण्यासाठी मी घाईघाईने बांधावरून खाली उतरणार एवढ्यात व्योमकेश मोठ्याने हसत म्हणाला, ''अरे, इतका उतावळा का होतोयंस? तो मेलेला पक्षी आता काही उडून जाणार नाहीये. चल, आधी झोपडी तपासूया.''

आम्ही झोपडीत शिरलो तेव्हा आम्हाला झोपडीला दोन प्रवेश आहेत हे

लक्षात आलं. आम्ही ज्यातून आत शिरलो त्याला दरवाजा नव्हता. पाठीमागचा दुसरा दरवाजा जो वाळूच्या भागाकडे उघडणारा होता तो मात्र आहे तसाच होता.

झोपडीत वापरण्यायोग्य काहीही नव्हतं. मातीच्या जमिनीवर गवत उगवलेलं होतं, तुटलेल्या छपराच्या तुकड्यांनी खोली भरून गेली होती. ती खोली लांबट होती, पण तिची रुंदी मात्र सहा फूट होती.

व्योमकेशने बारकाईने जमीन न्याहाळली आणि म्हणाला, "कोणीतरी अलीकडेच इकडे येऊन गेलेलं आहे. हे बघ, अजित, मोडक्या छतावरून पडलेलं वाळकं गवत काही ठिकाणी दबलेलं दिसत आहे. कोणीतरी जमिनीवरून काही तरी ओढत आणलेलं दिसतंय. मला खात्री आहे, इथे कोणीतरी येत असलं पाहिजे."

मला हे अजिबात अशक्य वाटलं नाही. मेंढरांना चरायला आणताना धनगरांची मुलं इथे आराम करायला नक्की येत असली पाहिजेत. मी शून्यपणे म्हणालो, "असेलही कदाचित." पण माझं मन अजूनही वाळूवर पडलेल्या त्या मेलेल्या पक्ष्याभोवती घुटमळत होतं.

मी झोपडीचं मागचं दार उघडलं आणि पाहिलं तो काय तिथे काहीच नव्हतं. मला खात्री होती की, तो पक्षी तिथेच मरून पडला होता. मी व्योमकेशला हाक मारली आणि म्हणालो, "अरे, पक्षी कुठे गेला? तुझा मेलेला पक्षी खरोखरच उडून गेला आहे."

व्योमकेशही मागच्या दरवाजाबाहेर आला आणि म्हणाला, "आश्चर्यच आहे. कदाचित तो जरा पुढे पडला असेल... इथून नीट दिसत नाहीये. थांब, मी बांधावरून खाली जातो." मी बांधावरून उतरून वाळूवर पाय ठेवणार इतक्यात व्योमकेशने माझ्या कोटाची कॉलर धरून मला मागे खेचलं आणि म्हणाला, "थांब!"

"काय झालं?" मी आश्चर्ययुक्त नजरेने त्याच्याकडे बघत विचारलं.

"थांब, वाळूवर पाय ठेवू नकोस."

त्याने काडतुसाचं रिकामं टरफल वाळूवर लांब वीस फूट अंतरावर फेकलं. आणि मी जे पाहिलं त्यामुळे भीतीने माझ्या अंगावर काटाच उभा राहिला! काडतुसाचं टरफल एका बाजूवर उभं राहिलं आणि बघता बघता वाळूच्या आत खेचलं गेलं आणि वर कशाचा काही मागमूसही उरला नाही.

तर ही होती ती पुळण! आणि मी त्यावर अगदी पाय ठेवणारच होतो! घाबरून मी थरथरायला लागलो. मी कृतज्ञतेने व्योमकेशकडे बघितलं आणि म्हणालो, "माझ्या प्रिय बंधू, आज तू नसतास तर..." त्याचं माझ्या बोलण्याकडे अजिबात लक्षच नव्हतं. तो पुटपुटत होता, "बापरे, किती भयंकर, किती भयंकर!" नंतर त्याने छपरावरच्या लाकडाचे काही तुकडे काढले आणि ते

वाळूवर फेकत राहिला; प्रत्येक तुकडा बुडत राहिला. पुळण किती मोठी आहे याचा आम्हाला अंदाज येत नव्हता; तुकडा कितीही दूरवर फेकला तरी तो आत बुडतच होता. आम्ही पाठीमागच्या दाराने पुन्हा झोपडीत आलो. व्योमकेशने मला बजावलं, "अजित, आपल्याला पुळणीची जागा सापडली आहे हे कोणालाही सांगू नकोस. कळलं ना तुला मी काय सांगतोय ते?"

आम्ही पुढच्या दाराने झोपडीबाहेर आलो. व्योमकेशने सभोवार नजर टाकली.

"या झोपडीच्या जागेचं निरीक्षण केलंस का तू? तिच्या मागच्या बाजूला पुळण आहे आणि पुढच्या बाजूला जंगल आहे. त्याच्या दोन्ही बाजूला बांध आहेत. कोणी बांधली असेल ही झोपडी हे समजायला हवं."

धुकं आता विरलं होतं. मी समोर बघितलं तर एक माणूस अर्धी पँट घालून आणि खांद्यावर बंदूक घेऊन जंगलातून लांब टांगा टाकत आमच्याकडे येताना दिसला. ते हिमांग्षु होते. "अरे, तुम्ही होतात तरी कुठे? मी तुम्हाला जंगलात शोधत होतो." त्यांनी विचारलं.

व्योमकेश माझ्या कानात पुटपुटला, "त्या पुळणीबद्दल एक शब्दही बोलू नकोस." नंतर तो मोठ्याने म्हणाला, "अजित मला पक्ष्यांची शिकार करण्यासाठी खूप आग्रह करून घेऊन आला, पण सारे पक्षी सुखरूप आहेत. अजितला इथे आल्यापासून शिकारीचं वेड लागलं आहे; पोलीस त्याला आता शस्त्रास्त्रांच्या कायद्याखाली लवकरच अटक करणार आहेत."

हिमांग्षु आमच्याजवळ आले आणि विचारू लागले, "मग, तुम्हाला काही मिळालं की नाही?"

"काहीच नाही. पण तुम्ही एवढ्या सकाळी रायफल घेऊन का बाहेर पडला आहात?"

"मी सकाळी ऐकलं की, आज जंगलात वाघाची डरकाळी ऐकू आली होती म्हणून. नोकराने मला सांगितलं की, तुम्हीही जंगलाकडे गेला आहात...त्यामुळे मी काळजीत पडलो. तुमचा वाघाशी सामना झाला असता तर तुमच्या लहान बंदुकांचा काहीच उपयोग झाला नसता," ते म्हणाले.

व्योमकेशने विचारलं, "तुम्हाला कोणी सांगितलं की आज जंगलात वाघ दिसला आहे म्हणून?"

"विशिष्ट असं कोणी सांगितलं नाही. पण आमचा गवळी म्हणत होता की, रात्रभर गायी फार अस्वस्थ होत्या, त्यांना कदाचित वाघाचा वास आला असेल. नंतर दिवाणजींनी सांगितलं की, त्यांना वाघाच्या डरकाळीसारखा काही आवाज जंगलातून ऐकू आला म्हणून. पण ते जाऊदे, आता आपण परत जाऊया आणि चहा घेऊया," ते म्हणाले.

व्योमकेशने घड्याळ बघितलं आणि म्हणाला, “साडेआठ. निघूयाच आता. मला हे सांगा, ही लहानशी झोपडी कोणाच्या मालकीची आहे? अशा सुमसाम जागेवर कशाला बांधली असेल ती? तुम्हाला काही माहिती आहे का त्याबद्दल?”

आम्ही घराकडे जात असताना हिमांग्षु सांगू लागले, “चार-पाच वर्षांपूर्वी माझ्या वडलांच्या मृत्यूनंतर... कालीमातेचा भक्त असलेला एक साधू आमच्या घरी अवतरला. तो दिसायला भयंकर होता. तो उंचापुरा तगडा माणूस होता, चेहरा लांब दाढीने व्यापलेला होता, त्याचे केस लांबच लांब होते आणि डोळे लाल होते. त्याने माझ्याकडे पाहिलं आणि म्हणाला की, मला तुमच्याकडून पाहुणचार हवा आहे.

मला हे असलं काही आवडत नाही, अशा प्रकारच्या साधूंबद्दल मला जराही आदर नाही...त्यामुळे मी त्याला हाकलून देणार होतो. पण दिवाणजींनी मला असं करण्यापासून थांबवलं. ते स्वत:ही कालीमातेचे भक्त आहेत. त्यामुळे बहुधा त्यांच्या मनात या माणसाबद्दल आदरभाव दाटून आला असावा. त्याचे शिव्याशाप नकोत म्हणून मी त्याला माझा पाहुणा म्हणून ठेवून घ्यावं अशी त्यांनी त्याची वकिली केली. पण मी नकार दिला. शेवटी आम्ही एका गोष्टीवर सहमत झालो. त्याने या वतनवाडीवर कुठेतरी एक झोपडी बांधून राहावं आणि त्याचं अन्न रोज घरातून पाठवलं जावं असं ठरलं. मी याला होकार दिला कारण दिवाणजी उत्साहित झाले होते म्हणून. त्या साधूने ही जागा शोधली आणि इथे झोपडी उभी राहिली. तो सहाएक महिने इथे राहिला असेल. मी काही त्याला परत भेटलो नाही. पण दिवाणजी त्याला भेटायला नेमाने जात असत. साधूकडून त्यांनी दीक्षाही घेतली होती. दिवाणजी कालीमातेचे उपासक होतेच, आता ते परमभक्त झाले होते.

तर, एके दिवशी तो साधू जसा अचानक आला तसाच तो नाहीसाही झाला...पण ती झोपडी मात्र इथेच राहिली.”

या वेळेपर्यंत आम्ही घरी पोहोचलो होतो. उघड्या मोठ्या व्हरांड्यात आम्ही आमचा नाश्ता घेतला. आम्ही नाश्ता घेत असतानाच कुमार त्रिदिव आमच्या सुटकेसेस घेऊन तिथे आले. त्यांनी व्योमकेशला विचारलं, “कुठवर?”

“फार काही नाही, पण लवकरच थोड्या दिवसांत चित्र स्पष्ट होईल अशी आशा आहे. मला शहरात जावं लागेल, मला पोलिसांकडून काही माहिती हवी आहे.”

“ठीक आहे तर, चला. मी माझ्या गाडीतून तुम्हाला घेऊन चलतो, आपण दुपारी बारापर्यंत परत येऊ.”

नकारार्थी मान हलवत व्योमकेश म्हणाला, “नाही, मला जास्त वेळ

लागेल. मला संध्याकाळ होईल परत येईपर्यंत. मी जेवण करून मगच निघेन."

"तेही ठीक आहे. मला तेही चालेल. हिमांग्षु, तू का नाही चलत आमच्या बरोबर...आपणही खूप दिवसांत शहरात गेलेलो नाही."

हिमांग्षु का कू करत म्हणाले, "नाही तुम्ही जा, मला काही कामं आहेत. मी नाही आज येऊ शकणार."

व्योमकेश म्हणाला, "नाही, तुम्ही येण्याची काही आवश्यकता नाही. अजितही थांबेल घरीच. आम्ही दोघंजण जाऊन येऊ." त्याने त्रिदिवकडे बघितलं... त्यांच्यात काही तरी नेत्रपल्लवी झाली असावी. कारण त्रिदिव बोलायचे थांबले.

सुमारे अकराच्या सुमारास व्योमकेश त्रिदिव यांच्यासमवेत बाहेर पडला. जाण्यापूर्वी तो मला सांगून गेला, "तुझे डोळे उघडे असू देत. माझ्यामागे इथे काय घडतं ते सारं नोंदवून ठेव."

त्यांची गाडी फाटकाच्या बाहेर जाताच मला असं वाटलं की, हिमांग्षुंच्या चेहऱ्यावर सुटका झाल्याचा आनंद दिसतो आहे. आम्ही त्यांच्याकडे आल्याचं आणि त्यांच्याकडे राहत असल्याचं त्यांना फारसं आवडलं नसावं, अशी माझ्या मनातली जुनी शंका पुन्हा माझं डोकं पोखरू लागली.

दिवाण कालिगती जवळपासच होते. तो कमालीचा धूर्त माणूस होता. आमच्यातल्या तणावाचा त्यांना अंदाज आला असावा, कारण त्यांनी मला व्हरांड्यात बोलावलं आणि वेगवेगळ्या विषयांवर ते सहजपणे माझ्याशी गप्पा मारू लागले. थोड्या वेळात हिमांग्षुही आमच्यात येऊन बसले. गप्पांचा मुख्य विषय होता व्योमकेश. माझ्या मित्राच्या कौशल्याची तारीफ करायला मला फारच आवडायचं...तर आत्ताही मी त्यांना वेगवेगळी उदाहरणं देऊन तेच सांगू लागलो. मी असंही सूचित केलं की, हिमांग्षु नशीबवान आहेत कारण व्योमकेशची त्यांना मदत मिळतेय. नंतर मी म्हणालो, "हरिनाथ जिवंत नाही हे फक्त व्योमकेशसारखा चाणाक्ष माणूसच शोधून काढू शकतो."

दोघंही चकित होऊन म्हणाले, "हरिनाथ जिवंत नाही?"

आता मी अडचणीत सापडलो. मी ही वस्तुस्थिती उघड करायला हवी होती की नाही हे मला ठाऊक नाही. पण व्योमकेशने मला हे गुपित ठेवायचं आहे असं कुठं सांगितलं होतं. तरीही मला असं वाटलं की, मी हे बडबडायला नको होतं. मी स्वत:ला सावरलं आणि जाणीवपूर्वक मान हलवत म्हणालो, "तुम्हाला सर्व गोष्टी लवकरच स्पष्ट करून सांगितल्या जातीलच."

दुपारचे बारा वाजले होते तेव्हा आम्ही उठलो. त्या दोघांनी मला आणखी एकही प्रश्न विचारला नसला तरी मी हे समजू शकलो की, हरिनाथच्या मृत्यूच्या बातमीने ते दोघंही अस्वस्थ झाले आहेत.

हिमांग्षुंना महत्त्वाचं काम असल्याने सगळी दुपार कशी घालवावी याचा मी विचार करत बसलो होतो. पण बेबीने माझी सोबत केली. व्योमकेश कुठे गेलाय म्हणून तिने चौकशी केली. तिच्या मांजरीने पिल्लांना जन्म दिला असल्याने ती लवकर येऊ शकली नाही याबद्दल तिने क्षमाही मागितली. सतत बडबड करून ती तिच्या कुटुंबातील अनेक गुपितं उघड करू लागली. ती अचानक म्हणाली, ''माझी आई तीन दिवस जेवलेली नाही.''

मी विचारलं, ''का? तिला बरं नाही का?''

उदास होऊन मान हलवत ती म्हणाली, ''नाही, तिचं माझ्या बाबांशी भांडण झालंय.''

तिला या विषयावर आणखी काही प्रश्न विचारणं सभ्यतेला धरून होईल का याचा मी विचार करत असताना मी हिरव्या रंगाची गाडी फाटकातून बाहेर जाताना पाहिली...हिमांग्षु स्वत:च गाडी चालवत होते. गाडीत आणखी कोणी होतं का ते मी बघितलं नाही.

बेबी म्हणाली, ''ती आमची नवीन गाडी आहे.''

मला हिमांग्षु यांच्या गुप्तपणे हालचाली चालू आहेत असं वाटलं. कुठे गेले आहेत ते? त्यांच्याबरोबर कुणी होतं का? सुरुवातीपासूनच ते आमच्यापासून काही तरी दडवण्याचा प्रयत्न करत होते. आमच्या येण्यामुळे त्यांच्या चालत्या गाडीला खीळ बसली होती. ते चिंतातुर आणि अस्वस्थ दिसत होते, पण व्यक्त करू शकत नव्हते. हरिनाथच्या गायब होण्याबद्दल त्यांना काही माहिती असेल का? ते कुणाला पाठीशी तर घालत नव्हते ना? अनादी सरकार काल रडत का होता? तो म्हणत होता की, त्याने काही गुन्हा केला नाही म्हणून. आता बेबी म्हणते आहे की, आई-वडलांचं भांडण झालं आहे म्हणून. कशामुळे झालं असेल भांडण? की हरिनाथ जबाबदार होता या भांडणाला?

''तुम्हाला चित्रं काढता येतात का?'' बेबीने विचारलं आणि मी भानावर आलो.

''होय,'' मी माझ्या विचारात बोलून गेलो.

बेबी खोलीतून धावत बाहेर पळाली आणि एक वही आणि पेन्सिल घेऊन परत आली. म्हणाली, ''माझ्यासाठी एक छान चित्र काढा ना.''

बेबी जी वही घेऊन आली होती ती गणिताची वही होती. वहीच्या पहिल्या पानावर प्रौढ अक्षरात तिचं नाव घातलेलं होतं.

''हे तुझ्या गुरुजींचं अक्षर आहे का?'' मी विचारलं.

''होय.''

मी वहीची पानं उलटत गेलो आणि आश्चर्यचकित झालो. सगळी वही

गणिताच्या अवघड उदाहरणांनी भरलेली होती. लहान मुलाच्या अक्षरातील फारच थोडं लिहिलेलं होतं. मी चौकशी केली, "कोणी सोडवली आहेत ही गणितं?"

"माझ्या गुरुजींनी. ते नेहमी माझ्या वहीतच गणितं सोडवायचे." बेबी उत्तरली.

खरं होतं ते. मला कळेना की, अशी अवघड गणितं त्याने त्या छोट्या मुलीच्या वहीत का सोडवली असतील?

पानं उलटताना मला एक पान फाटलेलं दिसलं. मी जरा जवळून बघितलं तेव्हा लक्षात आलं की, काही तरी लिहून नंतर ते पान फाडलं आहे. कारण पुढच्या पानावर त्या लिखाणाचा ठसा उमटला होता तो तसाच होता. मी तो ठसा वाचायचा प्रयत्न केला, पण वाचता येईना.

बेबीची चुळबूळ सुरू झाली होती. "तुम्हा का नाही चित्र काढत माझ्या वहीवर?"

मी तिला म्हणालो, "तुला जादू बघायची आहे?"

बेबी खूष होऊन म्हणाली, "हो, हो."

मी कागदाचा एक तुकडा फाडला आणि पेन्सिलीने तो काळा केला आणि नंतर तो त्या ठशावर घासला. फोटोची निगेटिव्ह रसायनात घातल्यावर जसं दिसायला लागतं तसे त्या ठशातील काही शब्द स्वच्छ दिसायला लागले.

ओम् ह्रिंग क्लिग
अमावस्येची सुरुवात अकरा ..पाच ....

पुढचे शब्द वाचता येण्याजोगे नव्हते आणि अपूर्ण होते. पहिले दोन-तीन शब्द मंत्रासारखे वाटत होते. पण अक्षर नक्कीच हरिनाथचं होतं.

जादू बघून बेबीचं जराही समाधान झालं नाही. त्यामुळे मला तिला वेगवेगळ्या प्राण्यांची चित्रं काढून खूष करावं लागलं. वाचता येऊ शकेल असा तो कागदाचा तुकडा मी फाडून माझ्याकडे ठेवला.

हिमांग्षु साडेतीन वाजता परतले. गाडी शांतपणे आत आली आणि घरामागच्या गॅरेजमध्ये शिरली. काही वेळाने मी हिमांग्षुंचा आवाज ऐकला, ते नोकराला चहा आणायला सांगत होते.

व्योमकेश संध्याकाळी परतला. कुमार गाडीतून उतरलेच नाहीत, कारण त्यांना अंगात कणकण वाटत होती. व्योमकेशसोबत आमची चहाची आणखी एक फेरी झाली. दिवाणजीही आमच्यात येऊन बसले. त्यांनी व्योमकेशला विचारलं, "काय झालं?"

चहाचा घोट घेता घेता तो म्हणाला, “विशेष काही नाही. पोलिसांना वाटतं आहे की, काही कुळांनी हरिनाथला आपल्या घरात आसरा दिला असावा.”

दिवाणजी म्हणाले, “तुम्हाला नाही तसं वाटत?”

व्योमकेश उत्तरला, “नाही, मला उलटंच वाटतंय.”

“तुम्हाला वाटतंय, हरिनाथ जिवंत नाही.”

व्योमकेशला आश्चर्य वाटलं. “तुम्हाला कसं समजलं? ओह, अजितने सांगितलं असणार तुम्हाला. होय, मला तसंच वाटतंय खरं, पण मी चुकूही शकतो.”

थोडा वेळ कोणीच काही बोललं नाही. मी अस्वस्थ झालो. व्योमकेश रागावला नव्हता माझ्यावर असं वाटलं, पण त्याच्या चेहऱ्यावरून त्याच्या मनात काय चाललं आहे हे कधीच कळू शकत नाही. आम्ही एकटे असू तेव्हा तो मला फैलावर घेईलही कदाचित.

कालिगती म्हणाले, “मला वाटतं, तुम्ही चुकताय. हरिनाथ जिवंत आहे.”

व्योमकेशने त्यांच्याकडे बघितलं आणि म्हणाला, “तुम्हाला काही कळलं आहे का?”

कालिगती म्हणाले, “नक्की नाही, पण मला वाटतंय की, तो जंगलातच लपला असावा.”

व्योमकेश चकित होऊन म्हणाला, “एवढ्या थंडीत? आणि जंगलात?”

“हो, जंगलात एक झोपडी आहे... साधूची झोपडी म्हणतात तिला... तिथे तो रात्रीचा येऊन लपतो आणि वन्य प्राण्यांपासून स्वतःचं रक्षण करतो.”

“तुमच्यांकडे काही ठोस पुरावा आहे का याचा?”

“नाही, पण मला जवळपास खात्री आहे त्याची.”

व्योमकेश काहीच बोलला नाही.

झोपायला जायची तयारी करत असताना त्याने मला विचारलं, “आपल्याला ती पुळण सापडली आहे हेही तू सगळ्या जगासमोर जाहीर करून टाकलंयस का?”

“नाही, नाही,... हरिनाथच्या बाबतीत मी फक्त एवढंच...”

“हो, हो,” तो खुर्चीवर बसला.

मी संरक्षक पवित्रा घेत म्हणालो, “हरिनाथ जिवंत नसल्याबद्दल तुझी शंका आहे हे कोणाकडे न बोलण्याबद्दल तू मला काहीच सांगितलं नव्हतंस...”

“म्हणून तुला वाटलं की, हे सगळ्या जगाला आकाशवाणीवरून सांगणं हे तुझं आद्य कर्तव्यच आहे. ते जाऊदे, मला सांग, तू दुपारभर काय करत होतास?”

तो रागावलेला नाही हे पाहून मी निश्चिंत झालो. मी त्याला दुपारी जे जे काही घडलं ते सगळं विदित केलं. बेबीच्या वहीतून फाडलेला तो कागदाचा कपटाही मी त्याला दाखवला. त्याने तो कपटा पाहिला, पण त्यात काही रस दाखवला नाही.

''मला माहीत आहे हे सारं...मी त्या कागदावरची पुढची ओळ पूर्ण करू शकतो... अमावस्येचा काल रात्री ११.४५ वाजता सुरू होतो. हरिनाथनेही पाहिलं होतं पंचांग.''

हिमांग्षुबाबूंच्या चोरट्या हालचालींबद्दल माझ्याकडून ऐकलं तेव्हा व्योमकेश फक्त हसला...मी म्हणालो, ''मला वाटतं, ते आपल्यापासून काहीतरी लपवायचा प्रयत्न करताहेत. आपण पाहुणे म्हणून आलेलंही त्यांना फारसं आवडलेलं नाही असं मला वाटतंय.''

व्योमकेश माझी पाठ थोपटत म्हणाला, ''एक परिपूर्ण सद्‌गृहस्थ कसा असतो याची तुला कल्पनाही करता येणार नाही. म्हणूनच आपण हे प्रकरण सोडवायला पाहिजे.''

मी थक्क झालो. व्योमकेश बोलतच राहिला, ''अनादी सरकारला राधा नावाची एक मुलगी आहे. मी बघितलं तिला काल.''

मी मूर्खासारखा त्याच्याकडे पाहतच राहिलो. तो पुढे म्हणाला, ''ती विशीची सुंदर तरुणी आहे, पण विधवा आहे. तारुण्याच्या लहरीपणासाठी आपण लोकांना शिक्षा देतो...कित्येकदा ही शिक्षा इतकी कठोर असते...विशेषत: स्त्रियांच्या बाबतीत. मनुष्यप्राणी हे मोहाला बळी पडू शकतात ही वस्तुस्थिती आपण विसरतो...आणि शेरा मारून मोकळे होतो. अगदी कायद्याच्या न्यायालयातसुद्धा एखाद्या गुन्ह्याच्या संदर्भात 'गंभीर आणि अचानक निर्माण झालेली क्षोभजनक परिस्थिती' अशी बाब विचारात घेतली जाते...पण समाज मात्र गुन्हेगाराला कसलीही क्षमा करत नाही. पण समाजाच्या या जाचक नियमांच्या चिरेबंदी भिंतीवर एखादी फट जो शोधून काढतो...तो खरा थोर पुरुष.''

व्योमकेशला समाजाच्या नियमांबाबत भाषण देताना मी कधीच ऐकलं नव्हतं. पण अनादी सरकारच्या मुलीने त्याच्या भावभावनांचा बांध कसा काय तोडला हे माझ्यासाठी एक रहस्यच होतं. मी चकित होऊन त्याच्याकडे पाहत राहिलो.

व्योमकेश बराच काळ स्तब्ध बसला आणि दीर्घ नि:श्वास सोडत म्हणाला, ''आणखीही एक गोष्ट माझ्या निदर्शनास आली आहे ती म्हणजे, अशा प्रकरणात स्त्रियाच स्त्रियांच्या मोठ्या शत्रू असतात.''

आम्ही दोघेही थोडा वेळ काहीच बोललो नाही. नंतर व्योमकेश म्हणाला,

"चल, उशीर झाला आहे. आपण झोपायला जाऊया. या प्रकरणाचा शेवट काय होणार आहे कोणास ठाऊक. मला सर्व समजलंय, पण गुन्हेगाराला पकडणं अवघड आहे. आपण एक सापळा रचायला पाहिजे. अजित, तुला कळतंय ना, सापळा रचायला पाहिजे."

मी आता वैतागलो होतो. त्याला म्हणालो, "तुला जर काही सांगायचं असेल तर कृपा करून स्पष्ट सांग... नाहीतर काही बोलूच नकोस."

"तुला काहीच कळलं नाहीये का?"

"नाही."

"आश्चर्य आहे. आज गावात गेल्यामुळे माझ्या मनात जे काही संदेह होते ते नाहीसे झाले आहेत. एखाद्या चित्रपटासारखं मला सगळं स्वच्छ दिसतंय."

"म्हणजे, तू शहरात जाऊन केलंस तरी काय?"

"फक्त दोन गोष्टी....मी अनादी सरकारच्या मुलीला स्टेशनवर बघितलं... त्यासाठीच मी तिथे लपून बसलो होतो. आणि दुसरं म्हणजे, मी नोंदणी कार्यालयात जाऊन काही महत्त्वाची कागदपत्रं मिळवली."

"त्यामुळे तुला इतका उशीर झाला?"

"होय, तिथे कागदपत्रं पाहण्यासाठी बराच वेळ गेला... अनेक परवानग्या घ्याव्या लागल्या."

"नंतर?"

"नंतर आम्ही परत आलो." व्योमकेश रजईमध्ये घुसला. तो यापेक्षा जास्त काहीही मला सांगणार नाही हे मला ठाऊक होतं. रागावून मीही झोपण्याचा प्रयत्न करू लागलो.

अर्धवट झोपेत असताना मला कोणीतरी दार हलकेच ठोठावल्यासारखं वाटलं. व्योमकेशने दरवाजा उघडला आणि कोण आश्चर्य, दारात काळं ब्लँकेट पांघरून कालिगती उभे होते. ते म्हणाले, "माझ्याबरोबर चला, मला तुम्हाला काहीतरी दाखवायचं आहे. अजितबाबू, तुम्हीही चला."

व्योमकेशने अंगावर कोट चढवला, मी जाड शाल गुंडाळली आणि आम्ही त्यांच्या मागे निघालो. घरातून बाहेर पडून आम्ही फाटकाच्या दिशेने निघालो आणि कालिगतींच्या घरी गेलो.

घरात बहुधा कोणीच नव्हतं, आम्ही तळमजला आणि पहिला मजला जोडणाऱ्या जिन्याने गच्चीवर गेलो. ते आम्हाला गच्चीच्या एका बाजूला घेऊन गेले आणि जंगलाकडे निर्देश करत म्हणाले, "तुम्हाला काही दिसतंय का?"

आम्ही रात्रीच्या अंधारातून बघितलं की, दूरवर एक दिवा जळत आहे.

व्योमकेश म्हणाला, "एक दिवा जळतोय तिथे...कदाचित आगही असेल.

कुठे जळत असेल हा दिवा?''

कालिगती म्हणाले, ''जंगलातील झोपडीत जळतोय दिवा.''

''ओह, ती झोपडी जिथे तो साधू राहत होता? तो परत आलाय की काय?'' व्योमकेशने खोटेपणाने विचारलं.

''नाही, मला वाटतं, तो हरिनाथ आहे.''

''ओह!'' व्योमकेश चकित झाल्यासारखं दाखवत म्हणाला, ''हो, तुम्ही संध्याकाळी म्हणाला होतात. पण तो काय करतोय तिथे?''

''त्याला कदाचित थंडी सहन झाली नसेल म्हणून त्याने शेकोटी पेटवली असेल.''

''असेल, असेल,'' थोडा विचार करून तो म्हणाला, ''तो जिवंत असेल तर... तो असू शकेल तिथे.''

कालिगती म्हणाले, ''व्योमकेश, तो जिवंत आहे. तो पोलिसांना घाबरून लपून बसला आहे. नाहीतर एवढ्या रात्रीच्या वेळी त्याच्याशिवाय त्या झोपडीत कोण जाऊन बसणार आहे?''

''खरं आहे,'' व्योमकेश विचारात पडलेला दिसला, नंतर म्हणाला, ''तो कोणी का असेना, आपण त्याचा शोध घ्यायला पाहिजे. अजित, तू तयार आहेस ना यायला?''

मी शहारलो. ''आत्ता?''

कालिगती म्हणाले, ''सगळ्या गोष्टींचा नीट विचार करा आणि नंतर जायचं ठरवा. तुम्ही त्याला पकडू शकत असाल तर तुम्ही गेलंच पाहिजे. बाहेर खूप अंधार आहे, पण तुम्ही दिवा घेऊन नाही जाऊ शकत... प्रकाश दिसला तर तो पळून जाईल. शिवाय.....आवाज न करता तिथे कोणीही जाऊन पोचणं अशक्य आहे. काहीही करण्यापूर्वी नीट विचार करा.''

काय करता येईल याचा आम्ही विचार केला. आम्ही आज तिथे न जाण्याचं ठरवलं, कारण त्याला जर संशय आला असता तर तो त्या झोपडीत परत आला नसता.

व्योमकेश म्हणाला, ''दिवाणजी जे म्हणताहेत ते खरं आहे. आज रात्री आपण तिथे जाऊ नये. माझ्याकडे एक योजना आहे. गुन्हेगार सावध झाला नाही, तर तो उद्या परत तिथे येईल. अजित आणि मी उद्या तिथे जाऊन झोपडीत लपून राहू आणि तो आला की त्याला......''

कालिगती म्हणाले, ''ही काही वाईट योजना नाही. आपण त्यावर विचार करूया. आज एवढं पुरे.''

आम्ही आमच्या खोलीत परत आलो. ते आम्हाला खोलीपर्यंत पोचवायला

आले. त्यांनी व्योमकेशला विचारलं, ''तुमचा साधूंवर विश्वास नाही का?''

व्योमकेश ठामपणे म्हणाला, ''अजिबात नाही. ते सगळे एकजात खोटारडे आणि बदमाश असतात. माझा तसा अनुभव आहे.''

कालिगतींच्या डोळ्यांत दिसत नसला तरी राग दाटून आला होता. ते कसेबसे किंचित हसले आणि म्हणाले, ''ठीक आहे. झोपा आता. आता हिमांग्षुंना जाऊन सांगू नका हे सगळं.''

व्योमकेश म्हणाला, ''त्यांना आता काहीच न सांगणं उत्तम होईल.''

कालिगती बाहेर गेले. आम्ही पुन्हा अंथरुणावर पडलो. व्योमकेश म्हणाला, ''म्हातारे भटजी माझ्यावर फारच संतापले बहुधा.''

''जाण्यापूर्वी त्यांनी तुझ्याकडे ज्या नजरेने बघितलं... मलाही तसंच वाटतंय. त्यांचा साधूंवर विश्वास आहे हे तुला ठाऊक असताना तुला त्यांच्याविरुद्ध बोलायची काय गरज होती?''

''त्यांनी माझ्यावर खूप चिडावं असंच वाटतंय मला.''

त्याला काय म्हणायचं आहे ते मला कळलं नाही. कुणाच्याही धार्मिक श्रद्धा दुखवणं हा व्योमकेशचा स्वभाव नाही...मग त्याने हे असं का केलं? मी विचारलं, ''काय म्हणायचंय तुला? त्या म्हातारबुवांना दुखवण्याची काय गरज होती?''

''उद्या कळेल तुला, झोप आता,'' असं म्हणून त्याने कूस बदलली.

दुसऱ्या दिवशी व्योमकेशने दुपारपर्यंत इकडेतिकडे करण्यात वेळ घालवला. कशामुळे तरी हिमांग्षु आनंदात आणि चिंतामुक्त दिसत होते. ते बराच वेळ आमच्याशी गप्पा मारत बसले होते, त्यांनी त्यांचे शिकारीचे अनुभव सांगून आम्हाला रिझवलं. काही तरी गंभीर रहस्य उलगडण्यासाठी आम्ही तिथे त्यांचे पाहुणे म्हणून आलो आहोत याचाही त्यांना विसर पडला होता असं वाटलं. त्यांनी एकदाही तो विषय काढला नाही.

दुपारचा चहा झाल्यानंतर व्योमकेशने कालिगतींना एका बाजूला घेतलं आणि त्यांच्या कानात कुजबुजला, ''आपल्या कालच्या योजनेप्रमाणे आम्ही पुढे निघू, ठीक आहे?''

कालिगती काळजीत पडलेले दिसले, ''तुम्ही गंभीरपणे विचार केला आहेत ना पण?''

व्योमकेश म्हणाला, ''मला वाटतं, आम्ही आज रात्री त्या झोपडीत जावं. आम्हाला हे रहस्य कायमचं सोडवायचं आहे. रात्री दहाच्या सुमारास चंद्रास्त होईल. त्यापूर्वी अजित आणि मी तिथे जाऊ, आणि गुन्हेगाराची वाट पाहू. तो आत येताक्षणी आम्ही त्याला पकडू.''

कालिगती म्हणाले, "पण तो आलाच नाही तर?"

"तर मग माझा आधीचाच अंदाज बरोबर होता असं मी म्हणेन... हरिनाथ मरण पावला आहे," व्योमकेश उत्तरला.

कालिगतींनी थोडा विचार करून सुचवलं, "मला वाटतं की, तुम्ही त्यापूर्वी एकदा ती झोपडी नक्की कुठे आहे ते पाहून घ्यावं....चला, जाऊया."

व्योमकेश म्हणाला, "ठीक आहे. आपण जर ती दिवसाढवळ्या बघितली नाही, तर रात्रीच्या अंधारात ती शोधणं अवघड जाईल." आम्ही ती झोपडी आधीच पाहिली आहे याचा त्याने कालिगतींना पत्ता लागू दिला नाही. आम्ही तिघेजण झोपडीपाशी पोचलो. कालिगती पुढे गेले आणि त्यांनी आम्हाला आत घेतले. खोलीच्या मध्यभागी आम्हाला राखेचा ढीग दिसला. बाकी काहीच बदल नव्हता.

कालिगतींनी वाळूचा पट्टा दिसू शकणारा मागचा दरवाजा उघडला. व्योमकेश म्हणाला, "व्वा, ही मोकळी जागा किती रम्य आहे."

मीही त्याला साथ दिली, "हो रे, खरंच की."

कालिगती म्हणाले, "तुम्ही आज रात्री इथे राहाल....पण मला जरा भीती वाटतेय. मी लोकांकडून ऐकलंय की, जंगलात वाघाचं वास्तव्य आहे म्हणून."

मी म्हणालो, "मग काय झालं? आम्ही आमच्या बंदुका घेऊन येऊ."

कालिगती हसत म्हणाले, "बाहेर इतका अंधार असेल की, तुम्हाला तुमचं सावजच दिसणार नाही. तुमच्या बंदुका काहीच उपयोगाच्या ठरणार नाहीत. ते असो. आशा करूया की, वाघाबद्दलची अफवा अफवाच असेल म्हणून. बंदुका आणायची काहीच गरज नाही. पण फार बेसावध असूनही चालणार नाही... तेव्हा सावध रहा. वाघाची डरकाळी वगैरे जर ऐकू आली तर या खोलीच्या आत थांबू नका. पाठीमागच्या दाराने बाहेर या, ते लावून घ्या आणि खाली उतरून वाळूच्या पट्ट्यावर उभे रहा. वाघ खोलीच्या आत जरी आला तरी तो या बाजूने वाळूवर उतरू नाही शकणार."

व्योमकेश आनंदाने म्हणाला, "ही चांगली कल्पना आहे. आपण बंदुका आणायच्या फंदातच नको पडूया. शिवाय अजित नव्यानेच बंदूक वापरायला शिकला आहे... तो नक्की आवाज करेल आणि आपली योजना वाया जाईल."

आम्ही घरी परतलो. पण माझ्या मनातलं धुकं अजून विरलं नव्हतं. संध्याकाळी आम्ही हिमांग्षु यांच्या शस्त्रांच्या खोलीत बसलो होतो. व्योमकेशने त्यांना प्रश्न विचारला, "हिमांग्षुबाबू, जर एखाद्या माणसाने स्वार्थापोटी एका साध्या, निरुपद्रवी, परावलंबी माणसाला मारून टाकलं तर त्याला कोणती शिक्षा मिळाली पाहिजे?"

"मृत्यूच...रक्तासाठी रक्तच, प्राणासाठी प्राण," हिमांग्षु हसत म्हणाले.

व्योमकेश माझ्याकडे वळून म्हणाला, "अजित, तुझं काय मत आहे?"

"मी सहमत आहे हिमांग्षुबाबूंशी."

व्योमकेश काही वेळ शांत बसला. नंतर उठून तो दारापाशी गेला आणि ते बंद केलं. जवळ येऊन हळूच म्हणाला, "मी आणि अजित आज रात्री जंगलाजवळच्या त्या झोपडीत लपून बसणार आहोत."

हिमांग्षु आश्चर्याने म्हणाले, "पण का?"

व्योमकेशने त्यांना कारण सांगितलं आणि म्हणाला, "पण एकटं जायला आम्हाला जरा भीती वाटतेय. तेव्हा तुम्हाला यावं लागेल आमच्याबरोबर."

हिमांग्षु अतिशय उत्साहाने म्हणाले, "अर्थात, मी येईनच तुमच्याबरोबर."

व्योमकेश म्हणाला, "पण ही गोष्ट कुणाला म्हणजे कुणालाही कळता कामा नये. नाहीतर आमची सगळी योजना फिसकटली जाईल. आता ऐका, आम्ही दोघे रात्री साडेनऊ वाजता घराबाहेर जाऊ. तुम्ही घरातून दहा वाजता घराबाहेर निघा...पण कोणालाही कळू देऊ नका. तुम्हाला आमची योजना माहीत आहे हेही कोणालाही सांगू नका. आपल्या मोहिमेच्या यशासाठी ते फार आवश्यक आहे. तुम्ही तुमच्याबरोबर तुमची उत्तम रायफल घ्या. आम्ही कोणतंही शस्त्र घेऊन जाणार नाही."

रात्रीच्या जेवणानंतर बरोबर साडेनऊ वाजता आम्ही घराबाहेर पडलो.

घराच्या फाटकाबाहेर येताच आम्हाला हलक्या आवाजात मारलेल्या हाका ऐकू आल्या. ते दिवाण कालिगती होते. ते आमचीच वाट बघत होते. ते आमच्या जवळ येऊन म्हणाले, "तुम्ही निघताय ना आता? तुम्ही शस्त्रं घेतली नाहीत हे बरंच झालं. वाघाची डरकाळी ऐकू आली तर काय करायचं ते लक्षात ठेवा... झोपडीच्या मागे असलेल्या वाळूच्या पट्ट्यावर जाऊन उभे रहा."

"होय, आम्ही तुमच्या सूचना लक्षात ठेवू."

"यशस्वी व्हा... परमेश्वर तुमचं रक्षण करो."

आम्ही चालायला सुरुवात केली. झोपडीत पोचताच व्योमकेशने टॉर्च काढला आणि खोलीत सगळीकडे बघितलं. नंतर तो जमिनीवर बसला आणि मलाही बसायला सांगितलं. मी खाली बसून विचारलं, "मी सिगरेट पेटवू का?"

"हो, पण काड्यापेटीच्या काडीचा प्रकाश बाहेर जाता कामा नये." मग आम्ही शांतपणे सिगरेटी ओढत बसलो. अर्ध्या तासाने आम्हाला बाहेर एक आवाज ऐकू आला. व्योमकेश म्हणाला, "हिमांग्शुबाबू, आत या."

ते रायफल घेऊन आत आले. आमचा तिघांचा जागता पहारा सुरू झाला.

मध्यरात्री बारा वाजून पंचवीस मिनिटांनी आम्हाला एक भयंकर आवाज

आमच्या अगदी जवळ ऐकू आला. आम्ही तिघंही उभे राहिलो. मी आजवर कधीही भुकेल्या जंगली वाघाची डरकाळी ऐकलेली नव्हती. मी घाबरून थरथरायला लागलो. हिमांग्षु म्हणाले, "वाघ!" त्यांच्या बाजूने आलेल्या बारीकशा आवाजाने आम्हाला कळलं की ते तयार होत आहेत.

डरकाळी जंगलाच्या दिशेने आली होती. त्यामुळे हिमांग्षु झोपडीच्या दार नसलेल्या भागाकडे गेले. आम्ही स्तब्ध उभे राहिलो.

हिमांग्षु कुजबुजले, "मला काहीच दिसत नाहीये, खूप अंधार आहे बाहेर."

व्योमकेश बसक्या आवाजात म्हणाला, "आवाजाच्या दिशेने गोळी मारा, तुम्ही तरबेज आहात त्यात.

हिमांग्षु झोपडीच्या बाहेर काही पावलं पुढे गेले.

त्याच वेळेला ती भयंकर डरकाळी पुन्हा ऐकू आली आणि जमीनही थरथरली. हा आवाज फारच जवळून म्हणजे पन्नास यार्डांवरून आला होता. त्या आवाजाचा प्रतिध्वनी विरायच्या आतच हिमांग्षुंनी रायफल चालवली.

काही अंतरावर एखादी जड वस्तू पडावी तसा आवाज आम्हाला ऐकू आला. हिमांग्षु म्हणाले, "वाघाला गोळी लागली आहे, व्योमकेशबाबू, तुमचा टॉर्च काढा!"

व्योमकेशने टॉर्च काढला आणि तो पुढे जाऊ लागला. हिमांग्षु म्हणाले, "फार जवळ जाऊ नका. तो नुसता जखमी झाला असेल तर...धोक्याचं आहे ते."

पण वाघ होता कुठे? जंगलाच्या त्या टोकाला काळ्या ब्लँकेटमध्ये लपेटलेलं काही तरी पडलं होतं.

व्योमकेशने त्यावर झोत टाकला. हिमांग्षु त्या धक्क्याने किंचाळले, "अरे हे काय? हे तर दिवाणजी आहेत."

दिवाण कालिगती जमिनीवर मरून पडले होते. जिवंत असताना त्यांनी काळजीपूर्वक दडवून ठेवलेली त्यांची काळी कर्मं दर्शवणारे भाव होते त्यांच्या चर्येवर.

व्योमकेशने त्यांना तपासलं. कोणताही पश्चात्ताप न वाटता म्हणाला, "मृत झाले आहेत. दुसरं काही जग अस्तित्वात असेल तर ते आता त्याला भेटले असतील...ज्याचा त्यांनी खून केला आहे...हरिनाथ चौधरी...शिक्षक!"

व्योमकेशने हिशेबाच्या वह्या हिमांग्षुंच्या पुढे टाकल्या, "या वह्या जर तुम्ही काळजीपूर्वक तपासल्या तर तुमच्या लक्षात येईल तुमचं कर्ज एवढ्या लाखो

रुपयांनी का वाढलं आहे ते.''

आम्ही दिवाणखान्यात बसलो होतो. कालिगतींच्या मृत्यूला दोन दिवस झाले होते. त्यांच्या घरातील कपाट फोडून आम्ही गेल्या चार वर्षांच्या चोरीला गेलेल्या हिशेबाच्या वह्या हस्तगत केल्या. इतरही अनेक महत्त्वाची कागदपत्रं सापडली तिथे.

नुकत्याच घडलेल्या घटनांच्या धक्क्यातून हिमांग्षु अजूनही पुरते सावरले नव्हते. ते एका बाजूला बसले होते. ते म्हणाले, ''माझ्या अजूनही लक्षात येत नाही काही स्पष्टपणे.''

व्योमकेश सहानुभूतीपूर्वक म्हणाला, ''ते समजण्याजोगं आहे. गेल्या काही दिवसांत मी तुकड्यातुकड्यांत गोळा केलेल्या पुराव्यांसहित मी तुम्हाला सगळं रहस्य उलगडून सांगेन. पण त्यापूर्वी हे नोंदवण्यात आलेले काही करार बघून घ्या.''

''हे काय आहे?'' गोंधळात पडलेल्या हिमांग्षुंनी विचारलं.

व्योमकेश म्हणाला, ''कर्ज घेण्यासाठी तुम्ही सावकाराकडे गहाण टाकलेल्या मालमत्तेची नोंदवलेली गहाणपत्रं आहेत ही. सावकाराने ही गहाणवटीची करारपत्रं कालिगतींना विकली आणि कालिगतींनी तुमच्याच पैशांनी त्यांच्या नावावर ती विकत घेतली. ही त्याची नोंदवलेली कागदपत्रं आहेत आणि कालिगतींकडून सावकाराला मिळालेल्या पैशांच्या या पावत्या. तुम्ही ज्या जमिनी गहाण ठेवत होता त्या आपल्या परीने कालिगतींच्या स्वत:च्या मालकीच्या होत होत्या. तुमच्याकडून चोरलेल्या पैशांनी ते तुमच्याच जमिनी स्वत:च्या नावावर विकत घेत होते.''

हिमांग्षुंनी हताश होऊन मान हलवली.

''कालिगती शेवटी तुमची सगळी मालमत्ता विकत घेणार होते...तोच त्यांचा कट होता. पुढच्या दोन वर्षांत त्यांनी हे केलंही असतं. पण हा गणिताचा वेडा शिक्षक आडवा आला. त्याने सगळं विस्कटून टाकलं.''

मी म्हणालो, ''थांब. थांब. पहिल्यापासून सांग बरं सगळं.''

व्योमकेश म्हणाला, ''हिमांग्षुबाबूंच्या वडलांच्या मृत्यूनंतर ही वतनवाडी चालवण्यात नवीन जमीनदारांना फारसा रस नाही हे कालिगतींच्या लक्षात आलं. ही त्यांच्यासाठी सुवर्णसंधी होती. हिशेब लिहिण्याचं काम तेच करत असत... आणि ते तपासायला दुसरं कोणीही नव्हतं. त्यांनी सहजपणे पैशांचा अपहार करण्यास प्रारंभ केला. हे बरेच दिवस चालू होतं. त्यांची हाव वाढत गेली. पण, शेवटी, वतनवाडीच्या जमा आणि खर्चालाही काही मर्यादा होत्या. म्हणून त्यांनी काही श्रीमंत कुळांवर कायदेशीर खटले चालवले. याच्यावर होणारा खर्च

अमर्यादित होता...त्यांच्या चोऱ्यांना यामुळे मदतच झाली. ते महत्त्वाकांक्षी बनले. चोराबाली इस्टेटीचे जमीनदार बनण्याची त्यांना स्वप्नं पडू लागली.

सर्व गोष्टी सुरळीतपणे चालू असताना अचानक एक दिवस हरिनाथ चौधरी अवतरला. तो अगदी साधा माणूस होता आणि तुमच्याबद्दल त्याच्या मनात खूप आदर होता. कालिगती त्याला कालीमातेची भक्ती करण्यासाठी दीक्षा देण्याचा प्रयत्न करू लागले.

पण प्रश्न असा होता की, नुसत्या धार्मिक गोष्टींमध्ये त्याला रस नव्हता. गणिताच्या बाबतीत तो वेडा होता. बेबीच्या वहीत त्याने अनेक मोठमोठी गणिताची उदाहरणं सोडवली होती.

एक दिवस त्याची नजर त्याच्या खोलीतल्या कपाटातील हिशेबाच्या वह्यांवर पडली. तो त्या तपासायला लागला आणि त्यांत त्याला अनेक विसंगती आढळून आल्या. तो अस्वस्थ झाला. याबद्दल तो कोणाशी आणि काय बोलणार होता? तो तुम्हाला क्वचितच भेटत असे आणि तो तुम्हाला थोडा घाबरतही असे. त्यामुळे कोणीही सामान्यपणे जे करेल तेच त्याने केलं. हिशेबाच्या वह्यांमधील विसंगतीबाबत त्याने कालिगतींना विश्वासात घेतलं.

कालिगती आता काळजीत पडले. त्यांनी हरिनाथला तिथून हाकलायचं ठरवलं, आणि म्हणूनच गेल्या चार वर्षांच्या हिशेबाच्या वह्या त्यांनी चोरल्या.

आता या कथेचा भयंकर आणि क्रूर भाग सुरू होतो. हरिनाथ त्यांना मरायला हवा होता, पण त्यासाठी ते शस्त्राचा वापर करू शकत नव्हते. मग कालिगती काय करणार होते?

कालिगतींना वाळूच्या पट्ट्यातील ही जागा माहीत होती. आम्हाला जशी ती आकस्मिकपणे सापडली तशीच त्यांनाही सापडली असणार. कारण ते त्यांच्या गुरूंना...त्या साधूला...भेटायला वरचेवर त्या झोपडीत जात असत. ही पुळण त्या झोपडीच्या अगदी मागेच होती.

शिक्षकाचा काटा काढायचा अभिनव मार्ग कालिगतींनी शोधून काढला. तो मरेल, पण कोणाला तो मेला आहे हे कळणारसुद्धा नाही. त्याने हिशेबाच्या वह्या चोरल्या आहेत हे वाजवी कारणही आपल्याला देता येईल आणि स्वत:वर कोणतंही बालंटदेखील येणार नाही असा विचार कालिगतींनी केला होता.

गेल्या अमावास्येच्या रात्री कालिगतींनी हरिनाथला सांगितलं की, जर त्याला अंतिम आध्यात्मिक उद्दिष्टापर्यंत पोचायचं असेल तर त्याला मध्यरात्री झोपडीत जाऊन मंत्र म्हणावा लागेल. शिक्षकाने बेबीच्या वहीत तो मंत्र लिहिला आणि तो कागद फाडून स्वत:जवळ ठेवला.

जेव्हा सगळेजण झोपलेले होते तेव्हा हरिनाथ आपल्या खोलीबाहेर आला.

तो प्रार्थनेसाठी जाणार असल्याने त्याला पायांत बूट घालायची आवश्यकता नव्हती की कुडता घालायची गरज नव्हती. बाहेर इतका अंधार होता की, त्याला झोपडीपर्यंतचा मार्ग चाचपडत शोधायचा होता...त्यामुळे चष्मा लावण्याचीही गरज नव्हती. शिवाय कालिगतींनी त्याला स्वत:बरोबर नेलं असणार. बाहेर जाण्यापूर्वी त्यांनी हरिनाथला सांगितलं की, जर तुला वाघाची डरकाळी ऐकू आली तर झोपडीच्या मागच्या दाराने बाहेर जा आणि खाली उतरून वाळूच्या पट्ट्यावर उभा रहा.

हरिनाथने मंत्र म्हणायला सुरुवात केली आणि एवढ्यात त्याला वाघाची डरकाळी ऐकू आली...ती इतकी हुबेहूब होती की, हिमांग्शुंसारख्या पट्टीच्या शिकाऱ्यालासुद्धा तो फरक जाणवला नाही. गावकऱ्यांनी याच डरकाळीचा आवाज ऐकला असणार...म्हणून वाघ जवळपास असल्याची अफवा गावात पसरली होती. कालिगती विविध जनावरांचे आवाज इतके बेमालूमपणे काढायचे की, कोणाला खऱ्या-खोट्यातील फरकच कळायचा नाही. त्यांनी बेबीसाठी कोल्ह्याचा आवाज काढून दाखवलेला आम्ही ऐकला होता.

वाघाची ही डरकाळी ऐकून बिचारा हरिनाथ खाली धावला आणि वाळूच्या पट्ट्यावर उभा राहिला... जिथून तो फक्त आत खेचला जाणार होता. इतक्या भयंकर आणि असहायपणे आलेल्या मृत्यूच्या कल्पनेनेही माझ्या अंगावर काटा उभा राहतोय.''

थोडा वेळ थांबून व्योमकेशने पुढे बोलायला सुरुवात केली. ''आता कालिगती घरी परतले. त्यांनी हिशेबाच्या वह्या घेतल्या आणि स्वत:च्या घरातील कपाटात ठेवून दिल्या. दुसऱ्या दिवशी त्यांनी जाहीर केलं की, हरिनाथ कोणा त्रासदायक कुळाच्या सांगण्यावरून हिशेबाच्या वह्या घेऊन पसार झाला आहे.

तरीही कोणाच्या मनात काही शंका राहू नये म्हणून कोर्टाच्या खर्चाच्या पूर्ततेसाठी सावकाराकडून आणलेले सहा हजार रुपयेही त्यांनी चोरले. हिमांग्शु किल्ल्या ठेवण्याच्या बाबतीत फारच निष्काळजी होते त्यामुळे त्यांच्या किल्ल्या हरवल्या...त्यामुळे हरिनाथनेच तिजोरीच्या किल्ल्या पळवल्या असं सांगण्याची कालिगतींना आणखी एक संधी मिळाली. याच वेळी माझं आणि अजितचं तिथे आगमन झालं. याच वेळी घरात आणखीही काहीतरी घडत होतं ज्याचा हरिनाथच्या गायब होण्याशी काही संबंध होता. आपल्या चिकित्सक समाजाची चिरंतन दारुण शोकांतिका...एक विधवा मोहाच्या सापळ्यात अडकण्याची...अनादी सरकारच्या विधवा मुलीने...राधाने...एक मृत अपत्याला जन्म दिला होता. ही गोष्ट हिमांग्शु यांच्या पत्नीच्या कानावर गेली. त्यांना वाटलं की, राधाने आपल्या नवजात अर्भकाचा गळा घोटून मोठंच पाप केलं आहे. त्या हिमांग्शुंकडे आल्या

आणि म्हणाल्या की, हे या घरात चालणार नाही, हे पाप क्षम्य नाही. तिला घराबाहेर काढा. असंच घडलं होतं ना, हिमांग्षुबाबू?''

आश्चर्यचकित होऊन हिमांग्षुंनी मान डोलावली.

''पण तुमच्यासारखा दयाळू माणूस तसं करायला तयार नव्हता. तुम्ही तुमच्या पत्नीशी हुज्जत घातलीत. नंतर तुम्ही तिला चुपचाप रेल्वे गाडीत बसवून दिलंत आणि तिच्या मावशीकडे बनारसला पाठवून दिलंत. त्याबद्दल काही कंड्या नकोत म्हणून तुम्ही तिला स्वत:च्या गाडीत बसवून स्टेशनवर घेऊन गेलात. तुम्ही तिला काही पैशांची मदतसुद्धा देऊ केलीत. अनादी सरकार खरंच नशीबवान आहे. त्याला तुमच्यासारखा उदार मालक मिळाला.

ही घटना हरिनाथच्या गायब होण्याच्या घटनेत इतकी गुंतली होती की, एका क्षणी सगळंच खूप गुंतागुंतीचं बनलं. हा सर्व गुंता सोडवायला मला काही वेळ लागला. मी राधाला बघण्यासाठी स्टेशनवर लपून बसलो होतो. माझ्या लक्षात आलं की, या रहस्याशी तिचा काहीच संबंध नाही. कालिगती खुनी आहेत हे मला ठाऊक होतं. मी नोंदणी कार्यालयात गेलो तेव्हा तिथे मला या विधिनिषेधशून्य खलनायकाच्या अधम कृत्यांचे ज्वलंत पुरावे मिळाले. त्याने गुन्हा नक्कीच केला होता, पण असा मार्गच मला दिसत नव्हता ज्याद्वारे मी त्याला पकडू शकेन.

कालिगतींना सुरुवातीला अजिबात काळजी वाटत नव्हती. पण त्यांना अजितकडून हरिनाथ जिवंत नसल्याचा माझा संशय आहे हे कळलं... तेव्हा ते अस्वस्थ झाले. त्यांनी मला सुरुवातीला पटवून देण्याचा प्रयत्न केला की हरिनाथ जिवंत आहे म्हणून; झोपडीतली आग दाखवण्यासाठी...जी त्यांनीच लावलेली होती...ते आम्हाला गच्चीवर घेऊन गेले. त्यांचं म्हणणं बरोबर असेल असं मी भासवलं आणि त्या गुन्हेगाराला रंगेहाथ पकडण्यासाठी मी झोपडीत जाऊन त्याची वाट बघत बसतो असं सांगितलं. मी कालिगतींसाठी सापळा रचत होतो, पण त्यांना वाटलं की, तेच आमच्यासाठी सापळा रचत आहेत. त्यांना माहीत होतं की, हरिनाथ झोपडीत आला नाही, तर – आणि तो येणार नाही हे त्यांच्याशिवाय आणखी चांगलं कोणाला ठाऊक असणार – मी माझा तपास पुन्हा सुरू करेन. म्हणून त्यांनी आम्हालाही हरिनाथच्याच वाटेने पाठवण्याचा निर्णय घेतला. मीदेखील संधी शोधतच होतो. ते धर्मांध होते... साधूंच्याबद्दल मी काढलेले उपहासात्मक उद्‌गार ऐकून ते माझा तिरस्कार करू लागले होते आणि म्हणूनच मला मारण्याबद्दलचा त्यांचा निर्धार दृढ होत गेला. ते त्या दिवशी संध्याकाळी आम्हाला झोपडीत घेऊन गेले आणि आम्हालाही तोच सल्ला दिला जो त्यांनी हरिनाथला दिला होता. पुढचं तुम्हाला ठाऊकच आहे.''

थोडा वेळ कोणीच काही बोललं नाही. हिमांग्षुनी विचारलं, ''तुम्ही त्या दिवशी मला रायफल घेऊन झोपडीत का जायला सांगितलंत? तुम्हाला माहीत होतं का की मला न दिसणारा वाघही मी त्याच्या डरकाळीच्या आवाजावरून मारू शकतो म्हणून?''

हलकेच हसत व्योमकेश म्हणाला, ''नका विचारू हा प्रश्न तुम्ही मला. आणि वाईटही वाटून घेऊ नका. मृत्यू हीच त्यांची शिक्षा होती. फासावर मरण्याऐवजी ते तुमच्या हाती मेले...ते भाग्यवान आहेत...तुम्हाला आठवतं, त्या रात्री तुम्ही म्हणाला होतात की, रक्तासाठी रक्त आणि प्राणासाठी प्राण... न्यायाने त्यांना शिक्षा देण्यासाठी तुम्ही फक्त निमित्तमात्र ठरलात.''

एक गाडी घराच्या पोर्चमध्ये येऊन थांबली. कुमार त्रिदिव चिंतातुर चेहऱ्याने हातात वर्तमानपत्र घेऊन गाडीतून उतरले. ते खोलीत शिरले आणि म्हणाले, ''हे काय आहे? कालिगतींना गोळी घालून मारण्यात आलं? मला इन्फ्लूएन्झा झाला होता म्हणून मी काही दिवस इथे येऊ शकलो नाही. आज वर्तमानपत्रात हे वाचलं आणि धावत आलो. व्योमकेश, काय घडलं आहे नक्की?''

व्योमकेश वर्तमानपत्रातील एक वृत्त मोठ्याने वाचू लागला :

उत्तर बंगालमधील चोराबाली इस्टेटचे जमीनदार काही मित्रांसमवेत शिकारीला गेले होते. वाघाची डरकाळी ऐकून त्यांनी रायफल चालवली. पण दुर्दैवाने ही गोळी त्यांचे वृद्ध दिवाण कालिगती भट्टाचारजी यांना लागली. वृद्ध दिवाण एवढ्या रात्री जंगलात काय करत होते असा कोणालाही प्रश्न पडेल. या अपघातामुळे जमीनदार हिमांग्षुबाबू यांना जबर धक्का बसला आहे. तपासाअंती पोलिसांना आढळून आलं आहे की, हिमांग्षुबाबू यांनी पुरेशी काळजी घेतली होती आणि हा अपघात घडला तेव्हा ते पूर्णपणे भानावर होते. त्यामुळे हिमांग्षुबाबूंना निर्दोष सोडण्यात आलं आहे.

व्योमकेश उठला आणि कुमारांना म्हणाला, ''चला, आता तुमच्या इस्टेटीवर परत जाऊया. आमचं इथलं काम आता संपलं आहे. कालिगती यांच्या दुःखद निधनाची कहाणी मी तुम्हाला गाडीतून जाता जाता सांगतो.''

खोली क्रमांक दोन

निरुपमा हॉटेलचा व्यवस्थापक हरिश्चंद्र होरे याने आपल्या घड्याळाकडे पाहिलं... साडेसहा! तो पटकन उठून बसला. आज फारच उशीर झाला होता. ''गुणाधर,'' त्याने हाक मारली.

वर्दीतील नोकर दारात उभा राहिला. तो किडकिडीत पण अत्यंत तत्पर आणि कार्यक्षम होता. हरिशने त्याला विचारलं, ''हॉटेलातील आपल्या सगळ्या पाहुण्यांना तू बेड-टी दिलास की नाही?''

गुणाधर म्हणाला, ''दुसऱ्या मजल्यावरच्या सगळ्यांनी बेड-टी घेतला आहे, पण पहिल्या मजल्यावरच्या दोन नंबरच्या खोलीतून मात्र दार वाजवलं तरीही काहीच प्रतिसाद मिळाला नाही.''

हरिश्चंद्र म्हणाला, ''पहिल्या मजल्यावरची दोन नंबरची खोली? म्हणजे राजकुमारबाबू . पंधरा मिनिटांनी परत एकदा दार वाजव. आज बाजारात कोण गेलंय?''

''सर, सरकार गेला आहे जनरलला घेऊन.''

“ठीक आहे. जा, माझा चहा घेऊन ये.”

हरिश्चंद्र लगतच्या बाथरूममध्ये गेला.

निरुपमा हॉटेल गरिहाट चौकाच्या जरा पुढे राशबिहारी ॲव्हेन्यूवर वसलेलं होतं. हे हॉटेल थोडंसं पाश्चिमात्य पद्धतीचं होतं. सगळे नोकर झकपक वर्दीत असायचे. एखाद्या जनरलसारखा गणवेष घातलेला दरवान दारात उभं राहून योग्य माणसांना सलाम ठोकायचा.

हे घर तीनमजली होतं आणि प्रत्येक मजल्यावर आठ खोल्या होत्या. तळ-मजल्यावरच्या दोन खोल्या व्यवस्थापकाच्या ताब्यात होत्या. एका खोलीत त्याचं शेजघर होतं, तर दुसरीत त्याचं कार्यालय होतं. तळमजल्यावर टेबल खुर्च्यांनी सजलेलं एक मोठं भोजनगृह होतं, स्वयंपाकघर होतं, नोकरांच्या खोल्या आणि भांडारघर होतं. भारतीय आणि पाश्चात्त्य असं दोन्ही पद्धतींचं भोजन या हॉटेलात उपलब्ध होतं. या हॉटेलचे दरसुद्धा जरा जास्तच होते, कारण उच्च मध्यमवर्गीयांचा इथे राबता असे.

अर्ध्या तासानंतर सूट परिधान करून हरिश्चंद्र आपल्या खोलीबाहेर आला. तो ४६ वर्षांचा देखणा तरुण होता. तरतरीत आणि बुद्धिमान होता.

त्याने भोजनकक्षात सकाळचा नाश्ता घेतला. नंतर त्याने गुणाधरला विचारलं, “तू राजकुमारबाबूंच्या खोलीत परत गेला होतास का?”

गुणाधर म्हणाला, “होय... पण याही वेळेस त्या खोलीतून काहीच प्रतिसाद नव्हता.”

हरिश्चंद्रने कपाळाला आठ्या घातल्या. नंतर तो त्याच्या कार्यालयात गेला. त्याने कपाटातून त्याच्या किल्ल्यांचा जुडगा घेतला आणि परत येऊन म्हणाला, “चल, बघूयात.”

तेव्हा सकाळचे सात वाजले होते. स्वयंपाकघरात आणि भोजनगृहात बरीच गडबड चालली होती. सर्व पाहुण्यांसाठी आठ वाजता नाश्ता तयार ठेवायचा होता.

जिना चढताना हरिश्चंद्रने गुणाधरला विचारलं, “काल रात्री राजकुमारबाबू आपल्या खोलीत होते ना?”

“होय, सर, होते. मीच रात्रीचं जेवण त्यांना त्यांच्या खोलीत नेऊन दिलं होतं,” गुणाधर म्हणाला.

“मुख्य दरवाजा किती वाजता बंद झाला?”

“तुम्ही रात्री अकरा वाजता आलात. त्यानंतर मी दरवाजा बंद केला.”

एवढं बोलेपर्यंत ते पहिल्या मजल्यावर येऊन पोहोचले होते. त्या मजल्यावर एका रांगेत एकूण आठ खोल्या होत्या आणि या खोल्यांसमोर एक लांब व्हरांडा

होता. सर्व दरवाजे बंद होते. हरिश्चंद्र दोन नंबरच्या खोलीसमोर उभा राहिला आणि त्याने पुन्हा एकदा खोलीचा दरवाजा वाजवला.

कोणीच बाहेर आलं नाही. त्याने हाक मारली. ''राजकुमारबाबू?''

तरीही कोणाचा प्रतिसाद नव्हता. हरिश्चंद्रने दार ढकलायचा प्रयत्न केला, पण दार काही उघडलं गेलं नाही. या वेळेस हरिश्चंद्रने आवाज चढवून मोठ्याने हाक मारली, ''राजकुमारबाबू!'' त्याच्या आवाजाचा प्रतिध्वनी विरत गेला.

हरिश्चंद्रने आता त्याच्या जुडग्यातून खोलीची दुसरी किल्ली काढली. आतापर्यंत खोलीच्या दोन्ही बाजूंच्या खोल्यांचे दरवाजे उघडले गेले. दोन चेहरे त्यातून डोकावत होते. खोली नंबर एकमधील एका वयस्कर स्त्रीने विचारलं. ''काय झालं आहे?'' खोली नंबर तीनमधील एक मध्यमवयीन माणसाने सांगितलं, ''मॅनेजर, कृपा करून कोणा डॉक्टरांना बोलवा. मला खूप कसंतरी होतं आहे. मला ताप आला आहे.''

ती वयस्क स्त्री बाहेर आली आणि म्हणाली, ''मी डॉक्टर आहे.'' ती हरिश्चंद्रच्या मागून चालत खोली नंबर तीनमध्ये गेली. त्या खोलीतील निवासी शचीतोष यांनी तिच्याकडे लाल डोळ्यांनी बघितलं आणि बाजूला होत म्हणाले, ''कृपया आत या.''

दरम्यानच्या काळात हरिश्चंद्रने दार त्याच्याजवळच्या किल्लीने उघडलं आणि ते जरासं आत ढकललं. तो निश्चल उभा राहिला; त्याने पटकन दरवाजा ओढून घेतला.

व्हरांड्यात कोणीच नव्हतं. त्याने दोन्ही बाजूंना बघितलं आणि हलक्या आवाजात म्हणाला, ''गुणाधर, इथेच उभा रहा. हलू नकोस. मी आत्ता जाऊन येतोच.'' त्याच्या आवाजात प्रचंड भीती होती. तो उड्या मारत जिना उतरून गेला.

खोली नंबर तीनमध्ये त्या स्त्री डॉक्टरने श्री. सन्याल यांना झोपायला सांगितलं, त्यांचा ताप बघितला, नाडी पाहिली आणि त्या म्हणाल्या, ''काही विशेष नाही. तुम्हाला खूप सर्दी झाली आहे. दोन ॲस्पिरीनच्या गोळ्या घ्या आणि झोपून जा.''

शचीतोष यांनी विचारलं, ''ताप खूप जास्त आहे का?''

''नाही, फक्त नव्याण्णव डिग्री इतकाच आहे.''

''पण माझं सारं अंग दुखतंय.''

''ते काही विशेष नाही. ऋतुबदलाच्या वेळेस होतं असं कधी तरी. मी तुम्हाला ॲस्पिरीनच्या गोळ्या पाठवून देते.''

''आपली फी किती झाली?''

"राहू देत. पैसे द्यायची आवश्यकता नाही."

त्या खोली नंबर तीनमधून बाहेर आल्या आणि त्यांनी गुणाधरला खोली नंबर दोनच्या बाहेर थांबलेलं पाहिलं. त्यांनी विचारलं, "काय झालंय या खोलीत?"

गुणाधरने मान हलवत सूचित केलं की, त्याला काहीही माहीत नाही. डॉ. शोभना रॉय यांनी त्याला आणखी काही प्रश्न विचारले नाहीत. त्या आपल्या खोलीत निघून गेल्या.

या वेळात हरिश्चंद्र आपल्या कार्यालयातून पोलिसांना फोन करत होता, "कृपया ताबडतोब इथे या. माझ्या हॉटेलमध्ये एक खून झाला आहे!"

पोलीस निरीक्षक राखाल सरकार यांच्या घरी आदल्या दिवशी सत्यान्वेषी व्योमकेशला रात्रीच्या जेवणाचं आमंत्रण होतं. राखालबाबू कोलकात्याच्या दक्षिण भागाचे प्रमुख होते. गुन्हेगारीच्या अनेक प्रकरणांच्या संदर्भात व्योमकेश राखालबाबूंना भेटला होता. सरकार हे अत्यंत सुस्वभावी आणि स्नेहशील गृहस्थ होते. व्योमकेशपेक्षा ते वयाने बरेच लहान असले तरी आता ते चांगले मित्र झाले होते. सरकार यांच्या मनात व्योमकेशबद्दल फार आदर होता.

जेवण संपेपर्यंत खूप रात्र होऊन गेली. व्योमकेशने आता रात्री त्यांच्याचकडे झोपावं म्हणून राखाल त्याला पुन्हा पुन्हा आग्रह करत होते. शेवटी व्योमकेशने त्यांची विनंती मान्य केली. रात्री बऱ्याच उशिरापर्यंत ते दोघं गप्पा मारत बसले होते.

सकाळचा नाश्ता झाल्यानंतर पावणेआठच्या सुमारास व्योमकेश घरी परतायची तयारी करत असताना फोनची घंटा वाजली. राखाल यांनी फोन उचलला आणि ते लक्षपूर्वक ऐकू लागले, नंतर दोनचार शब्द बोलले आणि त्यांनी फोन खाली ठेवला. ते व्योमकेशकडे वळून म्हणाले, "माझ्या पोलीस ठाण्यावरून फोन आला होता. माझ्या कार्यक्षेत्रातील एका हॉटेलमध्ये एक खून झाला आहे. काही तरी रहस्यमय प्रकरण वाटतं आहे... तुम्हाला यायचं आहे का बरोबर?"

"रहस्यमय खून? अर्थात येईनच मी बरोबर," व्योमकेश म्हणाला.

राखाल सरकार व्योमकेशला घेऊन जेव्हा निरुपमा हॉटेलवर पोचले तेव्हा एक उपनिरीक्षक काही हवालदारांना घेऊन तिथे आधीच पोचला होता. त्यांतील एकजण दरवाजातच उभा राहिला होता. कोणालाही हॉटेलच्या बाहेर जाण्याची किंवा आत येण्याची परवानगी नव्हती.

राखाल हरिश्चंद्रच्या कार्यालयात पोचले तेव्हा पोलीस डॉक्टर नेहमीची

काळी बॅग घेऊन वाट बघत उभे असलेले दिसले. राखाल यांनी डॉक्टरांना नमस्कार केला आणि हरिश्चंद्रकडे वळून बघत म्हणाले, "या हॉटेलचे तुम्हीच मॅनेजर आहात का?"

"होय, सर."

"आणि तुम्हीच तो मृतदेह सर्वांत प्रथम बघितलात?"

"होय."

इन्स्पेक्टर राखाल आणि व्योमकेश दोन खुर्च्यांवर बसले. राखाल म्हणाले, "तुम्हाला जे काही माहीत आहे ते थोडक्यात सांगा."

हरिश्चंद्रने त्यांना जे काही घडलं होतं ते सगळं सांगितलं. राखाल, व्योमकेश आणि डॉक्टर तिघंही खोलीची आणि मृतदेहाची तपासणी करण्यासाठी उठले. हरिश्चंद्र रस्ता दाखवायला पुढे गेला.

गुणाधरऐवजी आता एक हवालदार खोली नंबर दोनच्या समोर उभा होता. हरिश्चंद्रने आपल्याजवळच्या किल्लीने दार उघडलं.

खोलीमध्ये दाराच्या समोरच लुंगी आणि बनियन घातलेला एक माणूस जमिनीवर उजव्या कुशीवर पडलेला होता. त्याचा चेहरा बघून दचकायलाच झालं. असं वाटलं की, त्याच्या चेहऱ्याच्या उभ्या चिरफाळ्या करून नंतर त्या कशातरी शिवून टाकल्या आहेत. पण या जखमा आणि ते टाके दोन्ही अलीकडचे वाटत नव्हते. जुन्या जखमांनी त्याचा चेहरा फारच विद्रूप दिसत होता.

मृत्यूचं कारण मात्र काही वेगळंच होतं. त्याच्या बनियनवर गुठळ्या झालेलं रक्त दिसत होतं. राखाल यांनी दाराबाहेरूनच मृतदेहाचं निरीक्षण केलं. नंतर डॉक्टरांकडे वळून ते म्हणाले, "डॉक्टर, तुम्ही देहाची तपासणी करा. तुमचं झालं की मग आम्ही आत जातो."

डॉक्टर आत गेले आणि बाकीचे सगळे बाहेर उभे राहिले. व्योमकेश मॅनेजरकडे एकटक पाहत होता. त्याच्या चेहऱ्यावर अजूनही भीती दिसत होती.

"काय चालू आहे इथे? मला आत्ता बाहेर जायचं आहे, आणि पोलीस मला एक पाऊलही बाहेर टाकू देत नाहीयेत. अर्थ काय आहे या सगळ्याचा?" पाठीमागे उभ्या असलेल्या एका बाईचा वैतागलेला आवाज ऐकून तिघांनीही मागे वळून पाहिलं.

"पण तुम्ही आहात तरी कोण?" राखाल यांनी तिला विचारलं.

हरिश्चंद्र उत्तरला," "त्या खोली नंबर एकमध्ये राहत आहेत आणि त्यांचं नाव– डॉ. सौ. शोभना रॉय."

राखाल यांनी सौजन्याने त्यांना सांगितलं, "या खोलीत एका सद्गृहस्थाचा खून झाला आहे. त्यामुळे इथे राहणाऱ्या प्रत्येकाची जबानी घेतल्याशिवाय

आम्ही कोणालाही बाहेर जाऊ देऊ शकत नाही. पण मी तुम्हाला आश्वासन देतो की, सगळ्यांच्या आधी मी तुमची जबानी घेईन आणि तुम्हाला बाहेर जाऊ देईन.''

ती स्त्री घाबरल्यासारखी वाटली, म्हणाली, ''काय? खून! माझ्या शेजारच्या खोलीत? कोणाचा? आणि केव्हा?''

''आम्हाला अजून काहीच कळलेलं नाही. कृपा करून तुम्ही तुमच्या खोलीत जा. आम्ही येतोच आहोत चौकशीसाठी,'' राखाल म्हणाले.

त्या बाईने थोडी कुरकुर केली, दोन नंबरच्या खोलीत डोकावण्याचा प्रयत्न केला आणि मग ती आपल्या खोलीत निघून गेली.

दरम्यान दोन उपनिरीक्षक तिथे येऊन पोचले. राखाल यांनी एकाला दुसऱ्या मजल्यावर आणि एकाला पहिल्या मजल्यावर जायला सांगितलं. ''प्रत्येक खोलीत राहणाऱ्या निवासी व्यक्तीचं नाव आणि पत्ता लिहून घ्या आणि काल रात्री प्रत्येकजण कुठे होता तेही विचारून घ्या'' असंही सांगितलं. ते म्हणाले की, ''एक आणि तीन नंबरच्या खोलीत जाऊ नका. त्यात राहणाऱ्यांची जबानी मी स्वत: नोंदवणार आहे.''

दोघं उपनिरीक्षक कामाला निघून गेले. पाच मिनिटांनी डॉक्टर दोन नंबरच्या खोलीतून बाहेर आले आणि म्हणाले, ''तुम्ही आता मृतदेह हलवू शकता.''

राखाल यांनी त्यांना विचारलं, ''काय बघितलंत तुम्ही?''

डॉक्टर म्हणाले, ''त्याचा खून चाकूने, म्हणजे कदाचित चाकूने किंवा चाकूसारख्या तीक्ष्ण वस्तूने झाला आहे. ती वस्तू त्याच्या बरगड्यांमधून आत थेट हृदयात घुसली होती. हे सराईत खुन्याचं काम आहे. त्याखेरीज त्याच्या शरीरावर दुसरी कोणतीही जखम नव्हती. ते शस्त्र एका प्रयत्नातच थेट नेमकं हृदयात घुसलं आहे.''

''मृत्यूची वेळ?''

''शवविच्छेदन केल्याशिवाय नक्की काही नाही सांगता येणार. बहुधा काल रात्री नऊ ते बाराच्या दरम्यान केव्हातरी झाला असावा.''

''त्याच्या चेहऱ्यावरचे व्रण किती जुने आहेत?'' व्योमकेशने विचारलं.

''दहा ते बारा वर्षं जुने आहेत.''

''राजकुमार स्वत: किती वर्षांचा होता?''

''अं... मला वाटतं, साधारण चाळीस वर्षांचा असावा. ठीक आहे, मी आता निघतो. मृतदेह पाठवून द्या. शवविच्छेदन झाल्यानंतर मी उद्या तुम्हाला अहवाल पाठवून देईन.'' डॉक्टर निघून गेले.

राखाल हरिश्चंद्रला म्हणाले, ''जा आणि तुमच्या कामाला लागा. मला या

खोलीची किल्ली मात्र देऊन ठेवा. कृपा करून तुमच्या कार्यालयातच थांबा.''

मृतदेह पाठवून दिल्यानंतर अर्ध्या तासाने राखाल व्योमकेशला म्हणाले, ''आता पुढे काय?''

व्योमकेश एक नंबरच्या खोलीकडे बोट दाखवत म्हणाला, ''तुम्ही त्या बाईंची जबानी घेऊन टाका. त्या स्त्री आहेत आणि डॉक्टर आहेत, तेव्हा त्यांना प्राधान्य द्यायला हवं.''

''ठीक आहे. त्यांची जबानी झाल्यानंतर आपण या खोलीची नीट तपासणी करूया.'' त्यांनी दोन नंबरच्या खोलीचा दरवाजा बंद केला आणि नंतर एक नंबरच्या खोलीचा दरवाजा ठोठावला. दरवाजा तत्काळ उघडला गेला. त्या अस्वस्थ वाटल्या. ती स्त्री बुटकी आणि स्थूल होती. ती फारच उतावीळ झाली होती.

''कृपा करून मला लवकर जाऊ द्या. माझं काम खोळंबलं आहे,'' ती म्हणाली.

''बाईसाहेब, मी तुम्हाला जाऊ देईन, पण त्याआधी मला तुम्हाला काही अत्यावश्यक प्रश्न विचारायचे आहेत.'' राखाल बोलता बोलता आपली वही उघडून त्यात लिहू लागले.

''तुमचं पूर्ण नाव?''

''श्रीमती शोभना रॉय.''

''वय?''

''एकोणपन्नास.''

''नवऱ्याचं नाव?''

''कै. रामरतन रॉय.''

''तुम्ही कुठे व्यवसाय करता?''

''बेहरामपूरमध्ये.''

''तुम्ही कोलकात्याला कोणत्या कामासाठी आला होता?''

''मी स्त्रीरोगतज्ज्ञ आहे.. माझा सेवासदनशीही संबंध आहे. त्यामुळे मला कधी कधी कोलकात्याला यावं लागतं.''

''कोलकात्यात तुमचे कोणी नातेवाईक आहेत का?''

''माझे कुठेही, कोणीही नातेवाईक नाहीत.''

''मुलंबाळं?''

''एक मुलगी होती. ती बऱ्याच वर्षांपूर्वी वारली.'' क्षणभर तिचा चेहरा ताठरला आणि लगेच पूर्ववत झाला. ती सुंदर नव्हतीच, पण चेहऱ्यावर आलेल्या कठोर भावांमुळे ती काही वेळ कुरूप भासली.

"तुम्ही कोलकात्याला येता तेव्हा याच हॉटेलात उतरता का?"

"होय, माझ्यासाठी हे हॉटेल सोयीचं आहे."

"या वेळेस तुम्ही केव्हा आलात इथे?"

"परवाच्या दिवशी."

"काल रात्री तुमच्या शेजारच्या खोलीत राजकुमार बसू नावाच्या माणसाचा खून झाला आहे. तुम्ही त्याला ओळखता का?"

"नाही, मी त्याचं नावही ऐकलेलं नाही."

"तुम्ही त्याला पूर्वी कधीच भेटला नव्हता? तुमच्या खोल्या शेजारी शेजारी होत्या म्हणून मी विचारतो आहे."

"नाही, नाहीतर असा चेहरा माझ्या लक्षात राहिला असता."

"काल रात्री साडेआठ वाजता तुम्ही कुठे होता?"

"मी आठनंतर सेवासदनमधून परत आले. नंतर तोंड धुऊन तयार होऊन जेवायला खाली भोजनगृहात गेले. जेवण झाल्यानंतर नऊच्या आधीच मी खोलीत परत आले. नंतर मी कुठेच बाहेर गेले नाही."

"काल रात्री तुम्हाला कसले आवाज ऐकू आले होते का?"

"मी सव्वानऊला झोपायला गेले. पण शेजारच्या खोलीतील गडबडीने मला नीट झोप आली नाही."

"खोलीतून काही आवाज येत होता का?"

"नाही... पण ते दार सतत उघडत होतं आणि बंद होत होतं... त्याचा मला फार त्रास होत होता."

"किती वाजले होते तेव्हा?"

"मी घड्याळ नाही बघितलं... पण बहुधा रात्री साडेनऊ ते दहाच्या दरम्यान."

"मग तुम्ही काय केलंत?"

"मी काय करू शकणार होते? दुसऱ्याचा जराही विचार न्‌ करणारे अनेक लोक हॉटेलात येत असतात. त्यांना दुसऱ्यांची पर्वा नसते."

"खून झाल्याचं तुम्हाला केव्हा कळलं?"

"खुनाची बातमी मला तुमच्याकडूनच समजली. बेड-टी झाल्यानंतर नाश्त्यासाठी मी खाली जायला निघाले होते तेव्हा मला शेजारच्या खोलीचा दरवाजा ठोठावल्याचा आणि दार ढकलल्याचा आवाज ऐकू आला. म्हणून मी खोलीच्या बाहेर आले तर मला तिथे मॅनेजर दिसला. मी त्याला काय झालं म्हणून विचारलं, तर तो काहीच बोलला नाही. मग मी तीन नंबरच्या खोलीत गेले."

"कशासाठी?"

"त्या खोलीतला माणूस आजारी होता आणि डॉक्टरच्या शोधात होता.

म्हणून त्याला मी तपासायला गेले होते.''

''तुम्ही त्याला आधीपासून ओळखत होता का?''

''मी त्यांना आधी बघितलं होतं, पण माझी काही ओळख नव्हती. मला तर त्यांचं नावही ठाऊक नाही.''

''काय झालं होतं त्यांना?''

''फार काही नाही... थोडीशी सर्दी.''

आणखी काही विचारायचं नव्हतं. इन्स्पेक्टर राखाल म्हणाले, ''तुम्ही आता तुमच्या कामाला जाऊ शकता. पण पोलिसांना विचारल्याशिवाय कोलकाता सोडू नका.''

शोभना रॉय वैतागलेली दिसली. ती काहीच बोलली नाही, पण हातातली बॅग घेऊन उठली.

खोली नंबर दोनचा दरवाजा उघडताना राखाल म्हणाले, ''ही बाई जरा चिडकी दिसतेय. ती जराही घाबरलेली नव्हती. कदाचित पोलिसांचा तिला अनुभव असावा. शेवटी डॉक्टर आहे ना ती! चला, आता खुन्याने काही धागादोरा मागे सोडला आहे का बघूया. हवालदार हाजरा, खाली कार्यालयात जाऊन मुख्यालयाला फोन करून बोटांच्या ठशांच्या तज्ज्ञांना तत्काळ पाठवायला सांगा.''

राखाल आणि व्योमकेश खोलीत गेले आणि त्यांनी दरवाजा लावून घेतला.

खोली दहा फूट × बारा फूट लांबी-रुंदीची होती. एक पलंग होता, एक लहान टेबल, खुर्ची होती, भिंतीवर आरसा टांगलेला होता, त्याच्या शेजारी कपड्यांचं रॅक होतं, छताला पंखा टांगलेला होता. दोघांनी खोलीत सर्वदूर पाहिलं.

राखल यांनी विचारलं, ''तुम्ही अंथरूण बघितलंत का?''

''होय, अंथरूण आणि कपड्यांचं रॅकसुद्धा बघितलं.''

''पलंगाकडे पाहून हे स्पष्ट होतंय की, राजकुमार बसू याने धोतर-कुडता बदलून लुंगी आणि बनियन घातलं असणार आणि तो या पलंगावर झोपला असणार. कोणीतरी दरवाजा ठोठावला. त्याने दरवाजा उघडला तेव्हा खुन्याने चाकूने त्याच्यावर हल्ला केला. तो पडला आणि पुन्हा उठलाच नाही. खुन्याने दरवाजा बाहेरून ओढून घेतला आणि तो गेला. मला तर वाटतंय की, खुन्याने खोलीत पाऊलसुद्धा टाकलेलं नाही. त्यामुळे बोटाच्या ठशांच्या तज्ज्ञाला राजकुमारशिवाय अन्य कोणाचे ठसे मिळणारच नाहीत. खुन्याच्या बोटांचे ठसे कदाचित दाराच्या मुठीवर सापडले असते, पण आता इतक्या लोकांचे हात तिला लागले आहेत की, त्याचे ठसे आता पुसले गेले असणार.''

राखाल म्हणाले, ''खरं आहे ते; पण तरीही खोलीत शोध घेऊया.''

व्योमकेश म्हणाला, "तुम्ही घ्या शोध. मला कोणत्याही गोष्टीला स्पर्श करायचा नाही. ठशांच्या तज्ज्ञाचा उगीच आणखी गोंधळ उडायचा.

राखाल यांनी पद्धतशीरपणे तपासाला सुरुवात केली. त्यांनी टेबलाचे खण बघितले, कुडत्याचे खिसे तपासले, गादीच्या खाली काही आहे का ते पाहिले. त्यांनी सगळं काही तपासलं, पण काहीही हाती लागलं नाही. नंतर त्यांनी पलंगाखालची सुटकेस बाहेर ओढली. मृत माणसाचं तेवढंच काय ते सामान होते.

सुटकेस उघडीच होती. राखाल यांनी तिचं झाकण उघडलं. कपड्यांच्या खाली दहा रुपयांचा गठ्ठा होता आणि एक लहानशी डायरी होती.

राखाल यांनी नोटा मोजल्या. ते बाराशे रुपये होते.

ते म्हणाले, "ज्याने खून केला आहे त्याला पैशांमध्ये रस नव्हता. डायरीच्या पहिल्या पानावर लिहिलं होतं– सुकांतो सोम. राखाल यांनी ते व्योमकेशला दाखवलं. तो म्हणाला, "म्हणजे राजकुमार हे खोटं नाव आहे तर. पण सुकांतो सोम... काही तरी चाळवलं गेलं डोक्यात. तुम्हाला नाही वाटत ऐकल्यासारखं?"

राखाल म्हणाले, "नाही, मला नाही आठवत हे नाव कधी ऐकल्याचं." ते डायरीची पानं उलटू लागले. प्रत्येक पानावर वरती त्या त्या गावाचं किंवा शहराचं नाव लिहिलेलं होतं. उदा. वाराणसी, कोलकाता, कटक. गावाच्या आणि शहरांच्या नावाखाली काही माणसांची नावं, पत्ते आणि दूरध्वनी क्रमांक लिहिले होते. कोलकात्याच्या पानावर चार जणांची नावं आणि पत्ते लिहिलेले होते आणि त्यांच्या नावांसमोर काही रक्कम लिहिलेली होती. उदाहरणार्थ :

१) मोहनलाल कुंडू रु. ५०००
   ११७ डी, पानापुकार लेन

२) श्यामकांत लाहिरी रु. ४०००
   ३०/१, लेक कॉलनी

३) जगबंधु पात्रा रु. ३०००
   ५६, राम भादुरी लेन

४) लतिका चौधरी, १७ गांधी पार्क रु. ४०००

राखाल म्हणाले, "तुम्हाला काही अर्थबोध होतोय का यातून?"

व्योमकेशने वही चाळून पाहिली आणि म्हणाला, "मला वाटतं, या माणसाचा व्यवसाय लोकांना धमक्या देऊन त्यांच्याकडून पैसे उकळणं हा असणार."

"का? तो विमा एजंटही असू शकतो!"

"असेलही. पण विमा एजंट हे काही खून करणाऱ्याचं लक्ष्य असू शकत

नाही. आणि एजंट काही खोटी नावं घेऊन फिरतही नाहीत.''

''तर तुम्हाला असं वाटतंय की, राजकुमार ज्या लोकांना धमक्या देऊन पैसे उकळत होता त्यांच्यापैकी कोणीतरी त्याचा खून केला असावा?''

''त्याच्या डायरीतील कोलकाताच्या नावाखाली लिहिलेल्या लोकांना आपण प्रश्न विचारू शकतो. त्यातून आपल्याला काहीतरी सुगावा लागू शकेल. चला, आपण आता प्रथम त्या तीन नंबरच्या खोलीतील माणसाला भेटूया.''

''चला.''

शचीतोष सन्याल आपल्या पलंगावर आडवे पडले होते. आमच्या पावलांचा आवाज ऐकून त्यांनी डोकं वर उचललं आणि विचारलं, ''कोण आहे?''

राखाल थोडक्यात म्हणाले, ''पोलीस.''

शचीतोष अंथरुणावर उठून बसले आणि डोळे विस्फारून पाहू लागले. ''पोलीस? काय हवंय तुम्हाला?''

राखाल म्हणाले, ''आम्हाला तुम्हाला काही प्रश्न विचारायचे आहेत. मला वाटतं की, तुम्हाला एव्हाना कळलं असेल की, शेजारच्या दोन नंबरच्या खोलीतील माणसाचा खून झाला आहे म्हणून?''

शचीतोष काही वेळ स्तब्ध होते. नंतर त्यांनी विचारलं, ''खून? कोणाचा खून झाला आहे?''

तीन नंबरची खोलीही आकारमानाने इतर दोन्ही खोल्यांप्रमाणेच होती. राखाल पलंगावर बसले आणि व्योमकेश खुर्चीवर बसला.

राखाल म्हणाले, ''दोन नंबरच्या खोलीत राहणाऱ्या गृहस्थांचा काल रात्री खून झाला आहे. त्यांचं नाव होतं राजकुमार बसू. तुम्ही त्यांना ओळखत होता का?''

''राजकुमार बसू? मी नाही ओळखत त्यांना. कोणी खून केला आहे त्यांचा?''

''आम्हाला ते अजून कळलेलं नाही. नाव काय तुमचं?''

''शचीतोष सन्याल.''

''कुठे राहता तुम्ही?''

''भागलपूर. मी आजारी आहे. डॉक्टरांनी मला झोपून राहायला सांगितलं आहे.''

''कोणत्या डॉक्टरांनी?''

''त्या महिला डॉक्टर. मला सर्दी झाली आहे. त्यांनी मला ॲस्पिरीनच्या गोळ्या घेऊन झोपून राहायला सांगितलं आहे. मला एक सांगा, महिला डॉक्टर्स चांगल्या असतात का?''

"असतीलही. कशामुळे झाली सर्दी तुम्हाला?"

"मी गरम कपडे न घालताच काल संध्याकाळी बाहेर गेलो होतो. त्यामुळेच झाली मला सर्दी बहुधा."

"तुम्ही काल रात्री बाहेर नव्हता का गेला?"

"नाही, मी रात्री नऊ वाजता भोजनगृहात जेवलो आणि नंतर मी माझ्या खोलीत आलो. नंतर मी कुठेही बाहेर गेलो नाही."

"तुम्ही कोलकात्याला कधी आलात?"

"तीन दिवसांपूर्वी. मी आज परत जाणार होतो, पण..."

"तुम्ही कोलकात्याला कशासाठी आला होता?"

"मी तुपाचा व्यवसाय करतो... मी गंगुरामचा नियमित पुरवठादार आहे. कोलकात्याच्या मिठाईच्या दुकानांची मोठी साखळी आहे ती. तर त्यामुळे मला यावं लागतं कोलकात्याला अधूनमधून. मला सांगा, माझ्या या सर्दीचं न्युमोनियात रूपांतर नाही ना होणार?"

"मला नाही वाटत तसं... मला तुम्ही अगदी ठणठणीत वाटताय. किती वर्षांचे आहात तुम्ही?"

"बेचाळीस. मी सुदृढ दिसत असेनही, पण खरं तर माझी प्रकृती फार नाजूक आहे. मला फार पटकन संसर्ग होतो. आत्ता मला खूप भूक लागली आहे. मला सांगा, मी काही खाल्लं तर प्रकृती बिघडणार तर नाही ना?"

"थोडं गरम दूध आणि ब्रेड घ्या. तर तुम्ही राजकुमार बसूंना ओळखत नव्हता?"

"नाही. मी त्यांचं नावही ऐकलेलं नाही."

व्योमकेश म्हणाला, "तुम्ही सुकांतोचं नाव ऐकलं आहेत का?"

शचीतोष म्हणाले, "सुकांतो? माझ्या मेहुण्यांचं नाव आहे श्रीकांतोकुमार लाहिरी. पण ते आता हयात नाहीत."

राखाल यांनी विचारलं, "काल रात्री तुम्हाला शेजारच्या खोलीतून काही आवाज ऐकू आला का?"

"आवाज? नाही. मी जेवणानंतर अंथरुणावर येऊन पडलो. माझी पत्नी म्हणते की, मी एकदा झोपलो की चोरांचा वाद्यवृंददेखील मला उठवू शकत नाही. या माणसाला काय गोळी घालून मारण्यात आलं का?"

"नाही, चाकूने मारलंय." राखाल जायला उठले. "पोलिसांना सांगितल्याशिवाय कोलकाता सोडून जाऊ नका. चला, व्योमकेश."

हरिश्चंद्र आपल्या कार्यालयात बसला होता. त्याने व्योमकेश आणि राखाल यांना घाबरत विचारलं, "काय झालं?"

राखाल त्या प्रश्नाचं उत्तर न देता म्हणाले, ''मला आता हॉटेलच्या कर्मचाऱ्यांची जबानी घ्यायची आहे. मी तुमच्यापासून सुरुवात करतो. बसा. तुमचं पूर्ण नाव काय?''

''हरिश्चंद्र होरे.''

''तुम्ही इथेच राहता का?''

''होय.''

''किती वर्षं काम करताय तुम्ही इथे?''

''आता आठ वर्षं झाली.''

''राजकुमार बसू यांच्याबद्दल काय माहिती आहे तुम्हाला?''

हरिश्चंद्रने एक जाडजूड नोंदणी वही काढली.

''राजकुमार बसू यांचा घरचा पत्ता आहे आदमपूर, पटना, बिहार. गेली पाच वर्षं ते वर्षातून दोन वेळा दोन-तीन दिवसांसाठी आमच्या हॉटेलमध्ये येऊन राहतात. ते कधीही हॉटेलच्या बाहेर जात नाहीत. ते या कार्यालयातून काही मित्रांना फोन करायचे आणि ते संध्याकाळी त्यांना येऊन भेटायचे. मला यापेक्षा जास्त काहीच माहिती नाही.''

''या वेळेस ते कधी आले इथे?''

''परवा.''

''त्यांनी फोन केला होता का?''

''होय, काल सकाळी फोन केला होता.''

''राजकुमार नेहमी दोन नंबरच्या खोलीतच राहायचे का?''

''नाही, जी कोणती खोली रिकामी असायची त्यात ते राहत असत. पण आपण कोणा व्यक्तीला किंवा हॉटेलातील इतर निवासी व्यक्तीला धडकणार नाही याची ते पुरेपूर काळजी घ्यायचे. बहुधा त्यांना त्यांच्या चेहऱ्याबद्दल न्यूनगंड होता.''

त्यांचा व्यवसाय काय होता हे माहीत आहे का तुम्हाला?''

''नाही, सर.''

''तुम्ही काल रात्री हॉटेलमध्येच होता का?''

''सर,'' तो चाचरत म्हणाला, ''मी दोन तासांसाठी बाहेर गेलो होतो. मी हॉटेलमध्ये राहतो, पण माझं कुटुंब भाड्याच्या घरात राहतं. त्यांना भेटायला मी कधीतरी जात असतो. काल सगळी पाहुणेमंडळी जेवायला बसल्यानंतर मग मी बाहेर गेलो. मी काल रात्री अकरा वाजायच्या सुमारास परत आलो.''

''तुम्ही नसता तेव्हा हॉटेलचा कार्यभार कोणाकडे असतो?''

''गुणाधर दास, तो मुख्य कर्मचारी आहे.''

“बोलवा त्याला.”

गुणाधर आला.

“तुला राजकुमार बसू... ज्यांचा काल खून झाला आहे... यांच्याबद्दल काय माहिती आहे?”

“मला त्यांच्याबद्दल काहीच माहिती नाही, सर. ते असेच कधीतरी यायचे आणि दोन-तीन दिवस राहायचे. बस, इतकंच.”

“ते तुमच्याशी बोलायचे नाहीत?”

“फारच थोडं. त्यांनी मला काही विचित्र कामं सांगितली एवढंच.”

“त्यांना हवं-नको कोण बघायचं?”

“मीच बघायचो. मी त्यांना बेड-टी द्यायचो, सगळी जेवणं मी त्यांना खोलीत नेऊन द्यायचो. पहिल्या मजल्यावरच्या सर्व पाहुण्यांची कामं मीच करतो.”

“राजकुमार कधीच भोजनगृहात जायचे नाहीत का?”

“नाही, सर.”

“काल रात्री तू त्यांना शेवटचं कधी बघितलंस?”

“मी रात्री पावणेनऊ वाजता त्यांचं जेवण त्यांना खोलीत नेऊन दिलं. नऊ वाजता मी रिकामी ताटं उचलली. त्या वेळेस ते नक्की जिवंत होते.”

“ते भोजनगृहात का येत नसत असं तुला वाटतं?”

“माहीत नाही... पण बहुधा त्यांच्या चेहऱ्यामुळे... लोकं अवतीभोवती असली की ते बाहेर येत नसत.”

“पण लोक तर त्यांना भेटायला येत असत, होय ना?”

“होय, सर.”

“काल रात्री त्यांना कोण कोण भेटायला आलं होतं?”

“मला माहीत नाही, जनरल सिंगला माहीत असेल.”

“जनरल सिंग!”

“तो आमचा दरवान आहे. त्याचं नाव आहे रामपिरीत सिंग, पण सगळेजण त्याला जनरल सिंग असंच म्हणतात.”

“बोलवा त्याला.”

भोजपुरी दरवानाने त्यांना सलाम ठोकला. तो उंचापुरा तगडा माणूस होता. त्याने मोठाल्या मिश्या राखल्या होत्या. खाकी गणवेष घातला होता. राखाल यांनी त्याला आपादमस्तक न्याहाळलं आणि म्हणाले, “तर तू हॉटेलच्या दारावर पहारा ठेवतोस तर?”

“होय, सर. माझे कामाचे तास सकाळी नऊ ते बारा आणि रात्री पाच ते

दहा असे असतात.''

''हॉटेलातील पाहुण्यांना भेटायला बाहेरून येणाऱ्या लोकांची नावं तू लिहून घेतोस की नाही?''

''नाही, सर. मला तसं करायला कोणी सांगितलेलं नाही. कोणाला भेटायचं आहे असं विचारून मग जे व्यवस्थित कपड्यातील लोक आहेत त्यांनाच मी हॉटेलच्या आत पाठवतो.''

''तू कोणाला थांबवत नाहीस?''

''नाही, सर. जर ते व्यवस्थित पोशाख करून आले असतील तर नाही थांबवत मी.''

''आणि त्यांनी चांगले कपडे घातले नसतील तर?''

''तर मी त्यांचं बारकाईने निरीक्षण करतो आणि त्यांना आत पाठवण्यापूर्वी शंभर प्रश्न विचारतो.''

''ठीक आहे, आता मला सांग, काल रात्री खोली नंबर दोनमधील पाहुण्यांना भेटायला कोणी आलं होतं का?''

''होय, सर. दोन पुरुष आणि एक बाई आल्या होत्या. त्या बाई सव्वानऊच्या सुमारास आल्या. त्यांनी मला राजकुमारबाबूंच्या खोलीचा नंबर विचारला आणि त्या जिन्याने वर गेल्या. पाच ते दहा मिनिटांत त्या हॉटेलच्या बाहेरही गेल्या.''

''किती वर्षांची होती ती बाई?''

''सुमारे वीस ते पंचवीस वर्षं वयाची... ती गोरी, सडसडीत आणि उंच होती. तिने डोळ्यांना गॉगल लावला होता.''

''मग, नंतर?''

''नंतर साडेनऊ वाजता एक माणूस आला. त्यानेही माझ्याकडून खोलीचा नंबर घेतला, तो वर गेला आणि पाच-दहा मिनिटांनी परत आला.''

''नंतर?''

''पावणेदहा वाजता आणखी एक माणूस आला. तो चांगला धट्टाकट्टा माणूस होता. तोही वर गेला आणि पाच मिनिटांत खाली आला. त्यानंतर माझ्या कामाच्या वेळेत अन्य कोणी आलं नव्हतं.''

रामपिरीत सिंगच्या उत्तम स्मरणशक्तीमुळे राखाल फारच प्रभावित झाले होते. दारवानाने सलाम ठोकला आणि तो गेला.

व्योमकेश कपाळाला आठ्या घालून कार्यालयात बसला होता. दरम्यान दोघं उपनिरीक्षकही जबानी घेण्याचं काम संपवून परत आले होते.

राखाल यांनी विचारलं, ''काय विशेष?''

एकजण म्हणाला, ''मी दुसऱ्या मजल्यावर गेलो होतो. मी सगळ्यांची नावं

आणि पत्ते लिहून घेतले आहेत. सर्वांनी तेच सांगितलं की, रात्रीच्या जेवणानंतर आम्ही कुठेही बाहेर गेलो नव्हतो म्हणून.''

''खरं सांगताहेत का ते?''

''त्याची खातरजमा करणं अवघड आहे. पण एक नोकर रात्री दुसऱ्या मजल्यावरच्या व्हरांड्यात जिन्याजवळ झोपतो. त्याला ओलांडून जिन्याने खाली जाणं अवघड आहे. मी त्या नोकराला विचारलं. तो म्हणाला की, तो साडेदहा वाजता झोपायला गेला. त्यानंतर कोणीही खाली गेलेलं नाही.''

''तुझं काय, बाबा?'' राखाल यांनी दुसऱ्या उपनिरीक्षकास विचारलं.

''माझ्याकडेही हीच कथा आहे, सर. मी पहिल्या मजल्यावरच्या सर्व लोकांची नावं आणि पत्ते लिहून घेतले आहेत. इथेही एक नोकर जिन्याजवळ झोपतो. तो म्हणाला की, तो पावणेअकरा वाजता झोपायला गेला. आणि नंतर कोणीही खाली गेलेलं नाही.''

राखाल यांनी मॅनेजरला विचारलं, ''तुम्ही नोकरांना जिन्याजवळच्या जागेत का बरं झोपायला सांगता?''

मॅनेजर म्हणाला, ''एखाद्या पाहुण्याला रात्रीच्या वेळेस काही गरज भासली तर, म्हणून आम्ही ही व्यवस्था केली आहे.''

आता दुपारचे बारा वाजले होते. राखाल व्योमकेशला म्हणाले, ''चला, आता निघूया. आपण बाहेर कुठेतरी जेवूया आणि नंतर राजकुमारच्या डायरीत नोंदवलेल्या पत्त्यांवर जाऊन त्या चार माणसांना भेटायचा प्रयत्न करूया.''

हरिश्चंद्र म्हणाला, ''सर, तुम्ही बाहेर कशासाठी जेवायला जायला हवं? तुम्ही आमच्याच हॉटेलमध्ये जेवलात तर आम्हाला खूप बरं वाटेल.''

तिथे भरपेट जेवण करून व्योमकेश, राखाल आणि इतर पोलीस हॉटेलच्या बाहेर आले. राखाल यांनी एका उपनिरीक्षकास सांगितलं, ''दत्ता, तू इथेच हॉटेलमध्ये थांब. ही घे खोली नंबर दोनची किल्ली. बोटांच्या ठशांचे तज्ज्ञ केव्हाही इथे येऊन पोचतील. मी व्योमकेश आणि घोषसोबत बाहेर जातो आहे.''

ते तिघंजण रस्त्यावर आले. राखाल म्हणाले, ''आत्ता या वेळेस आपल्याला कोणी घरी सापडेल की नाही देव जाणे. आधी आपण जगबंधू पात्रा यांच्याकडे जाऊया. मला वाटतं की, ते ओरिसाचे असावेत.''

व्योमकेश म्हणाला, ''ठीक आहे.''

''आज तुम्ही इतके गप्प गप्प का आहात, व्योमकेशबाबू?''

''मी पाहतोय आणि ऐकतोय. बोलण्याची वेळ आलेली नाही अजून.''

थोड्याच वेळात ते श्री. पात्रा यांच्या घरी पोचले. एका तीनमजली घराच्या

तळमजल्यावर ते राहत होते. आम्ही दारावरची घंटा वाजवल्यानंतर बारीक आणि वाकलेला सुमारे चाळीशीचा एक माणूस बाहेर आला. राखालबाबूंनी त्याला विचारलं, "जगबंधू पात्रा आपणच का?"

"होय, दारात पोलीस बघून ते जरा बिचकलेले वाटले, तुम्हाला काय हवंय?"

"राजकुमार बसू यांचा निरुपमा हॉटेलात खून झाला आहे."

जगबंधू यांना खरोखरच आश्चर्य वाटलेलं दिसलं, "राजकुमारचा खून झाला आहे?"

"होय, त्या संदर्भात आम्हाला तुम्हाला काही प्रश्न विचारायचे आहेत."

"कृपया आत यावं." जगबंधू आम्हाला आत घेऊन आले आणि म्हणाले, "तुम्ही जरा बसा, मी हा आलोच एक मिनिटात."

ते दुसऱ्या खोलीत निघून गेले. बैठकीची खोली बरीच लहान होती. खोलीत काही खुर्च्या आणि एक टेबल होतं, एक टेलिफोन होता आणि एक कपाट होतं. व्योमकेशने एक सिगरेट पेटवली आणि तो खोलीतल्या वस्तूंचं निरीक्षण करू लागला. पण जगबंधू काय प्रकारचा माणूस आहे याचा अंदाज यावा असं काही दिसलं नाही. पाच मिनिटं गेली, दहा गेली... त्या माणसाचा काही पत्ता नव्हता. राखालबाबूंनी मोठ्या आवाजात हाक मारली, "जगबंधू!" पण आतून काहीही उत्तर आलं नाही.

व्योमकेश हसला आणि म्हणाला, "मला वाटतं, जगबंधू घरातून बाहेर निघून गेले आहेत!"

राखाल उत्तेजित होऊन म्हणाले, "घरातून गेले आहेत? चला, आत जाऊया."

असं लक्षात आलं की, मागचा दरवाजा सताड उघडा आहे.

राखाल बाहेर येत म्हणाले, "पक्षी उडून गेला आहे."

दरम्यान व्योमकेश कपाटातील काही पुस्तकं चाळत होता. तो म्हणाला, "हा माणूस घोड्याच्या शर्यतीचा दलाल आहे."

"पण तो पळून का गेला?"

"काही तरी गंभीर मामला असला पाहिजे. फक्त घोड्याच्या शर्यतीचा मामला असेल तर पळून जायचं काहीच कारण नाही."

राखाल यांनी ताबडतोब पोलीस ठाण्याला फोन केला आणि आणखी कुमक मागवून घेतली. ते उपनिरीक्षकाला म्हणाले, "घोष, तुम्ही इथेच थांबा. बाकीचे येतीलच एवढ्यात. घराची बारकाईने झडती घ्या. बोटांचे ठसे घ्या. मुख्यालयाला कळवा. हा माणूस सराईत गुन्हेगार दिसतोय. आम्ही दुसऱ्या

कामासाठी बाहेर जातोय."

घराच्या बाहेर आल्यानंतर राखाल यांनी व्योमकेशला विचारलं, "हा जगबंधूच असेल का खुनी?"

व्योमकेश म्हणाला, "काही सांगता नाही येत. राजकुमारचा खून झाल्याचं सांगितलं तेव्हा त्याला आश्चर्य वाटल्यासारखं दिसलं– पण तो बहाणाही असू शकतो."

नंतर ते मोहनलाल कुमारच्या घरी गेले. पण तिथे गेल्यावर समजलं की, तो त्याच्या पत्नीबरोबर बनारसला गेला आहे आणि तो कधी येणार आहे हे कोणालाही माहीत नाही.

त्यानंतर ते श्यामकांत लाहिरी यांच्या घरी गेले. पण तोही त्याच्या घरी नव्हता. तो ऑफिसला गेला होता. तो बंदर आयुक्तांच्या कार्यालयात कामाला होता. संध्याकाळशिवाय तो घरी परतणांर नव्हता. सुस्कारा टाकत राखाल म्हणाले, "आता आपल्याला फक्त लतिका चौधरी हिच्याकडे जायचं राहिलं आहे. कदाचित या वेळी ती आपल्या घरी सापडण्याची शक्यता आहे."

सौ. चौधरी एका लहानशा पण नीटनेटक्या स्वतंत्र बंगल्यात राहत होती. त्यांनी दारावरची घंटा वाजवता क्षणी एक स्त्री बाहेर आली आणि म्हणाली, "श्री. चौधरी घरात नाहीयेत." मात्र तिची नजर राखाल यांच्या वर्दीवर पडली आणि ती चरकली. जनरल सिंगने तिचं जे वर्णन केलं होतं ते तिला तंतोतंत लागू पडत होतं. फक्त तिचं वय जास्त म्हणजे तीस-बत्तीस होतं, पण ती सडसडीत आणि आकर्षक दिसत होती.

राखालबाबूंनी विचारलं, "तुम्हीच लतिका चौधरी आहात का?"

ती बाई कशीबशी म्हणाली, "होय, काय काम आहे तुमचं?"

"मला तुम्हाला काही प्रश्न विचारायचे आहेत. मी पोलीस खात्यातून आलो आहे," राखाल म्हणाले.

तिने घाबरत घाबरत आम्हाला आत बोलावलं. बैठकीची खोली आकर्षकपणे सजवलेली होती. एका सद्‌गृहस्थाचं अर्धाकृती छायाचित्र लावलेलं होतं. त्याचा चेहरा कठोर होता आणि त्याची नजर पाहून असं वाटत होतं की, त्याची करडी नजर खोलीतील सर्वांना न्याहाळते आहे म्हणून.

व्योमकेश आणि राखाल एका सोफ्यावर बसले. सौ. चौधरी एका खुर्चीवर अवघडत बसल्या होत्या आणि त्यांच्याकडे बघत होत्या.

"तुमच्या नवऱ्याचं नाव काय?"

"ताराकुमार चौधरी."

"व्यवसाय काय त्यांचा?"

"इंजिनिअर .... रेल्वे इंजिनिअर.''

"तुम्हाला मुलं किती आहेत?''

"आम्हाला मुलं नाहीत.''

"तुम्ही काल सव्वानऊला निरुपमा हॉटेलवर गेला होतात का?''

विस्फारलेल्या आणि घाबरलेल्या डोळ्यांनी ती म्हणाली, "नाही, नाही, मी काल सिनेमा बघायला गेले होते.''

"हॉटेलच्या दरवानाने तुम्हाला पाहिलं आहे आणि तो तुम्हाला ओळखूही शकेल.''

आपल्या म्हणण्यावर ठाम राहत ती म्हणाली, "नाही, मी सिनेमालाच गेले होते, मी तुम्हाला तिकिटही दाखवू शकेन.''

"पण सिनेमा संपायच्या आत तुम्ही सिनेमागृहाबाहेर आलात, नंतर तुम्ही निरुपमा हॉटेलमध्ये गेलात आणि राजकुमार बसूला भेटलात.''

आपलं डोकं हलवत घाबरलेल्या आवाजात ती म्हणाली, "मी कोणा राजकुमार बसूला ओळखतही नाही. मी अशा माणसाबद्दल काही ऐकलेलंही नाही.''

व्योमकेशने पहिला प्रश्न विचारला, "तुम्ही सुकांतो सोमला ओळखता?''

सौ. चौधरी तोंडावर पदर ओढून घेत रडायला लागली.

व्योमकेश सौम्यपणे म्हणाला, "राजकुमार बसू आणि सुकांतो सोम या दोन्ही व्यक्ती एकच आहेत हे आम्हाला ठाऊक आहे. तुम्ही त्याला पैसे द्यायला पावणेनऊ वाजता गेला होता. आता आम्हाला सगळं काही नीट सांगा. घाबरायचे काहीच कारण नाही.''

लतिका चौधरी काही वेळ हुंदके देत राहिली, मग डोळे पुसून ती हताशपणे बोलू लागली. "तुम्हाला हे सर्व का जाणून घ्यायचं आहे हे मला ठाऊक नाही, पण मी तुम्हाला सगळं सांगते. पण कृपा करून माझ्या नवऱ्याला यातलं काहीही कळू देऊ नका.''

फोटोकडे बोट दाखवत व्योमकेशने विचारलं, "हा तुमचा नवरा आहे ना... फार कडक दिसताहेत. नाही, आम्ही त्यांना कहीही सांगणार नाही.''

सौ. चौधरीने लाजिरवाणेपणाने जे काही सांगितलं त्याचा गोषवारा असा :

सुमारे बारा-तेरा वर्षांपूर्वी म्हणजे कुमारवयात ती अगदी वेगळी व्यक्ती होती. ती स्वतःला अत्याधुनिक समजायची, तिचे कोणतेही पूर्वग्रह नव्हते. तिचे वडील श्रीमंत होते आणि घरात फारशी शिस्त नव्हती. त्यामुळे तरुण लतिका सिनेमे, पार्ट्या, नाटकं अशी मौजमजा करण्यातच वेळ घालवायची.

त्या वेळेस सुकांतो सोम नावाचा एक सिनेअभिनेता होता. तो एक चांगला अभिनेता तर होताच पण अनेक तरुणी त्याच्या व्यक्तिमत्त्वामुळे भारलेल्या असायच्या. लतिका चौधरी ही युवतीदेखील त्याच्या आकंठ प्रेमात बुडाली! एका लहान मुलीचं हे साधं प्रेमप्रकरण नव्हतं... त्यापेक्षा बरंच काही तरी जास्त होतं. शारीरिक आणि मानसिकदृष्ट्या ते एकमेकांत फार गुंतले होते. तो चित्रीकरणासाठी बाहेर जाई तेव्हा ती त्याला उत्तेजक प्रेमपत्रं लिहायची. तिला काहीही करून त्याच्याबरोबर लग्न करायचं होतं. पण एक दिवस तिला असं समजलं की, सुकांतोचं लग्न झालेलं आहे म्हणून. त्या वार्तेमुळे ती पार उद्ध्वस्त झाली. काय झालं असावं याचा तिच्या वडलांना बहुधा अंदाज आला असावा आणि म्हणून त्यांनी तातडीने तिचं लग्न लावून दिलं.

दोन वर्षं निघून गेली. तिचा नवरा एकूण चांगला होता, पण फार कडक होता. लग्नाआधी आपल्या बायकोचं कोणाशी तरी प्रेमप्रकरण होतं हे त्याला सहन होणारं नव्हतं. लतिकाला हळूहळू लक्षात आलं की, तिचा नवरा फारच सज्जन माणूस आहे म्हणून. हळूहळू ती त्याच्यावर प्रेम करू लागली आणि त्याचा आदरही करू लागली. मुलं झाली नसली तरी आता ते एकमेकांच्या प्रेमात होते आणि सुखातही होते.

एके दिवशी तिने वर्तमानपत्रात एक भयंकर बातमी वाचली की, सुकांतोने त्याच्या बायकोचा गळा घोटून तिची हत्या केली आहे म्हणून. प्रकरण न्यायालयात गेलं. पण गुन्हेगाराने आपल्या पत्नीला मारलं ते स्वसंरक्षणासाठी हे कोर्टात सिद्ध झाल्याने तो निर्दोष सुटला. त्याच्या पत्नीने चाकूने त्याच्या चेहऱ्यावर आणि अंगावर वार केले आणि त्याच्या चेहऱ्याच्या पार चिंधड्या केल्या. या खटल्याच्या काळात कोणत्याही कारणाने आपलं नाव न्यायालयात येतं की काय या भीतीने लतिका फार घाबरली होती. पण गुन्हेगाराने किंवा साक्षीदाराने कोणीही तिचं नाव न घेतल्यामुळे तिने सुटकेचा नि:श्वास टाकला.

आणखी दोन वर्षं सरली.

असा विद्रूप चेहरा घेऊन सुकांतो परत सिनेसृष्टीत जाणं अशक्य होतं. तो कुठेतरी नाहीसाच झाला होता. अचानक एके दिवशी तिचा नवरा घरात नसताना त्याचा तो भयंकर चेहरा घेऊन तिच्या घरी जाऊन तिला भेटला.

तो म्हणाला, "मला पैशांची गरज आहे. तू दर सहा महिन्यांनी निदान तीन हजार रुपये तरी मला दिले पाहिजेस. मला माहीत आहे की, हे काही तुझ्यासाठी फार अवघड नाही. जर तू पैसे दिले नाहीस, तर तू मला लिहिलेली सगळी प्रेमपत्रं मी तुझ्या नवऱ्याला पाठवून देईन."

तेव्हापासून लतिका तेवढी रक्कम दर सहा महिन्यांनी सुकांतोला देत आली

आहे. आपलं गुपित नवऱ्याला कळेल की काय या कल्पनेने ती कायम भयभीत झालेली असे.

काल रात्री ती निरुपमा हॉटेलवर गेली, खोलीत पायही न ठेवता तिने सुकांतोला पैसे दिले आणि तत्काळ परत आली. यापेक्षा तिला आणखी काहीही माहीत नव्हतं.

तिची कहाणी संपल्यावर व्योमकेश आणि राखाल जायला उठले. व्योमकेश म्हणाला, ''आम्ही आता निघतोय. पण जाण्यापूर्वी तुम्हाला एक चांगली बातमी देतो. सुकांतो ऊर्फ राजकुमार याचा काल रात्री सव्वानऊ ते आकाराच्या दरम्यान खून झाला आहे.''

बाहेर आल्यानंतर राखाल म्हणाले, ''आपण तिची गोष्ट ऐकली खरी, पण त्यामुळे या केसवर काही प्रकाश पडला आहे असं वाटत नाही.''

व्योमकेश म्हणाला, ''आजचा संपूर्ण दिवस अयशस्वी झाला असं नाही म्हणू शकत आपण. आज आपण इतक्या लोकांच्या जबान्या ऐकल्या. त्यांतील एकाने आपल्याला काहीतरी उलगडून दाखवलं आहे. पण मला आता या घडीला कोणी म्हटलं आणि काय म्हटलं हे काहीच आठवेनासं झालं आहे.''

''काहीच आठवत नाहीये तुम्हाला?''

''सगळं माझ्या अर्धजागृतावस्थेत बुडून गेल्यासारखं वाटतं आहे.''

राखाल यांनी घड्याळाकडे बघितलं. दुपारचे तीन वाजले होते. ते म्हणाले, ''मी आता पोलीस ठाण्यावर जातो. तुम्ही काय करताय?''

''मी घरी जातो परत. मी उद्या सकाळी तुम्हाला भेटेन. पण दरम्यान तुम्हाला काही कळलं तर... तर मला नक्की फोन करा.''

व्योमकेश संध्याकाळी पाचच्या सुमारास परतला. त्याने कपभर चहा घेतला आणि खाली बसून त्याने सिगरेट पेटवली.

साडेसहाच्या सुमारास तो ताडकन उठून बसला. स्वतःशीच हसला आणि पुटपुटला, ''आठवलं मला सारं.''

तो बाहेर जाण्यासाठी तयार झाला. तो कालकेतू या वर्तमानपत्राच्या कार्यालयात गेला आणि तिथे त्यांच्या दहा वर्षांच्या फाईली त्याने चाळल्या.

दुसऱ्या दिवशी सकाळी व्योमकेशने राखालना फोन केला, ''काही मिळालंय का तुम्हाला?''

''नाही, काही विशेष नाही. शवविच्छेदन झाल्यानंतर त्याबद्दल पुढे आम्हाला नवीन काहीच कळलेलं नाही. रात्रीच्या जेवणानंतर दीड तासाने त्याचा मृत्यू झाला. खोलीत राजकुमार आणि गुणाधरच्या बोटांचे ठसे सापडले. आम्ही पुन्हा

श्यामकांत लाहीरींच्या घरी गेलो, पण त्यांनी त्या रात्री निरुपमा हॉटेलवर गेल्याचं साफ नाकारलं. पण जनरल सिंगने त्यांना ओळखलं आहे. आम्ही त्याला अटक केली नाही, पण मी त्याच्यावर पाळत ठेवण्यासाठी एकाची नेमणूक केली आहे.''

"पुढे?''

"आम्हाला जगबंधू पात्राचं खरं नाव कळलं असून ते आहे भागाबन मोहंती. तो सराईत गुन्हेगार आहे. त्याने मिदनापूर येथे एका स्त्रीचा खून केला असून त्यासाठी त्याला चौदा वर्षांची सजाही झाली आहे. पण तो तुरुंगातून पळाला आणि खोट्या नावाने शर्यतीच्या दलालाचं काम करायला लागला.''

"आणखी काही?''

"लतिका चौधरीचा नवरा त्या रात्री अकरानंतर घरी परतला, पण तोपर्यंत तो कुठे होता ते काही कळू शकलं नाही.''

"त्याची आता काही गरजही नाही.''

"खरंच?''

"हॉटेलचं काय?''

"हॉटेलमधील पाहुणे आता अस्वस्थ आणि उतावीळ झाले आहेत. त्यांना दुपारनंतर जाऊ द्यावं असा विचार करतोय मी. तुम्हाला काही सापडलं आहे का?''

"होय, मी आत्ता निरुपमा हॉटेलमध्ये निघालो आहे. तुम्हीही पोचा तिथे.''

व्योमकेश आणि राखाल दोघेही खोली नंबर एकच्या पुढे उभे राहिले आणि एकमेकांकडे पाहू लागले. नंतर त्यांनी दारावर हलकेच टकटक केली.

दरवाजा उघडला आणि डॉ. शोभना रॉय त्यांच्याकडे रोखून पाहत म्हणाल्या, "हे बघा इन्स्पेक्टर, तुम्ही कितीवेळ मला इथे डांबून ठेवणार आहात? माझ्यासारख्या डॉक्टरला असं डांबून ठेवणं हा गुन्हा आहे हे ठाऊक आहे का तुम्हाला?''

राखाल म्हणाले, "तुम्हाला माझ्याबद्दल काही तक्रार असेल तर त्यासाठी न्यायालय आहे. पण आत्ता मला तुम्हाला काही प्रश्न विचारायचे आहेत.''

दोघेजण खोलीत शिरले. व्योमकेश खुर्चीवर बसला.

व्योमकेश म्हणाला, "डॉक्टर रॉय, मला तुम्हाला एक कहाणी सांगायची आहे.''

शोभना रॉय संतापल्या, "तुम्ही कोण आहात? आणि तुमची हिंमत कशी झाली माझी अशी थट्टा करायची?''

राखाल म्हणाले, "हे आहेत व्योमकेश बक्षी, सुप्रसिद्ध सत्यान्वेषी. तुम्ही ऐकलंच असेल त्यांच्याबद्दल.''

"मी अजिबात थट्टा करत नाहीये. कृपा करून खाली बसा,'' व्योमकेश म्हणाला.

डॉ. रॉय पलंगाच्या कडेवर बसल्या आणि म्हणाल्या, "तुम्हाला काय सांगायचंय ते पटकन सांगा. मला आज काही झालं तरी बेहरामपूरला परत जायचं आहे."

व्योमकेश म्हणाला, "ते बघू आपण. मी वर्तमानपत्रातील बातमी वाचून दाखवतो. मी थोडक्यात सांगतोय. सुकांतो सोम हा सिनेकलावंत होता."

डॉ. रॉय ताठरल्या आणि व्योमकेशकडे एकटक बघू लागल्या.

व्योमकेश कोरडेपणाने म्हणाला, "तर तुम्ही त्याला ओळखता तर. स्वाभाविकच आहे. तुम्ही ओळखणारच त्याला. शेवटी जावई आहे तो तुमचा. सुकांतोने सिनेजगतात स्वतःचं असं नाव कमावलं होतं. त्या वेळी तुम्ही बरद्वानमध्ये व्यवसाय करत होतात. तुम्ही विधवा होता आणि तुमच्या एकुलत्या एक मुलीबरोबर राहत होत्या. सुकांतो बरद्वानला नेहमी यायचा. एके दिवशी त्याने तिला त्याच्याबरोबर पळून जाण्यासाठी लालूच दाखवली. त्याच्या सिनेमात तुला नायिका बनवीन असं वचन देऊन त्याने तिला भुलवलं. तुम्हाला सुकांतो आवडायचा नाही. त्यामुळे त्या दोघांना पळून जावं लागलं.

काही महिने एकत्र राहिल्यानंतर दोघांनाही एकमेकांच्या स्वभावाची ओळख पटली. दोघेही भयंकर संतापी होते. सुकांतोचं चारित्र्य काही चांगलं नव्हतं. शिवाय त्याच्या एकाही सिनेमात नायिकेची भूमिका न मिळाल्यामुळे तुमची मुलगी त्याच्यावर फारच चिडली होती.

एके दिवशी त्यांचं भांडण विकोपाला गेलं... आणि तुमच्या मुलीने चाकूने त्याच्या चेहऱ्यावर वार करून त्याची चामडी आणि मांस कापून चेहऱ्याच्या चिंधड्या केल्या. अखेर स्वतःला वाचवण्यासाठी सुकांतोने तुमच्या मुलीचा गळा घोटला. त्यात तिचा मृत्यू झाला.

सुकांतोला कैद झाली. पण त्याला तीन महिने पोलीस रुग्णालयात राहावं लागलं. तिथून त्याला जेव्हा न्यायालयात आणण्यात आलं तेव्हा त्याच्या चेहऱ्याची भयानक अवस्था बघून न्यायाधीशांनाही जबर धक्का बसला. पोलीस रुग्णालयात प्लॅस्टिक सर्जरीची सोय नसल्यामुळे तिथल्या डॉक्टरांनी जमेल तितक्या चांगल्या पद्धतीने त्याच्या जखमा शिवल्या. पण शेवटी त्याची चित्रपट कारकीर्द मात्र कायमची संपुष्टात आली.

न्यायालयात तुम्ही सुकांतोच्या विरोधात साक्ष दिलीत. तुम्ही खूप प्रयत्न केले पण तुम्ही त्याला फासावर चढवायला भाग पाडू शकला नाहीत. त्याच्या हातात कोणतंही शस्त्र नव्हतं. तुमच्या मुलीच्या हातात शस्त्र होतं. त्यामुळे स्वसंरक्षणाच्या मुद्द्यावर तो निर्दोष सुटला."

डॉ. रॉय अतिशय रागावून तिरस्काराने म्हणाल्या, "खोटं. आधी त्याने

माझ्या मुलीला ठार मारलं आणि नंतर स्वत:च्या बचावासाठी स्वत:च्या चेहऱ्यावर वार करून घेतले.''

व्योमकेश मान हलवत म्हणाला, ''हे शक्य नाही. कोणीही माणूस स्वत:ला अशा पद्धतीने इजा नाही करून घेणार. शिवाय तो एक नट होता... त्याचा चेहरा त्याच्यासाठी सर्वांत महत्त्वाचा होता. तो स्वत:वर असे वार कधीच करून घेणार नाही. असो, खुनाच्या प्रकरणात शिक्षा होण्यापासून तो वाचला खरा, पण त्याची सिनेकारकीर्द मात्र कायमची संपली. चरितार्थाचा एकही प्रामाणिक मार्ग त्याला ठाऊक नव्हता. तो कोलकात्याहून पाटण्याला स्थायिक झाला आणि तिथे राहून त्याने लोकांना धमक्या देऊन पैसे उकळण्याचा व्यवसाय सुरू केला. गेल्या दहा वर्षांत त्याने भारतभर अशी अनेक गिऱ्हाइकं गोळा केली होती. त्याचा पैशांचा ओघ नियमितपणे सुरू झाला. तोच त्याचा व्यवसाय बनला... लोकांची गुपितं शोधून काढायची आणि त्यांच्याकडून पैसे उकळायचे, थोडक्यात तो कधीच चांगला माणूस नव्हता.

सुकांतो कोलकात्याला आला की, या हॉटेलात उतरत असे. दरम्यानच्या काळात तुम्ही बरद्वान सोडून बेहरामपूरला येऊन स्थायिक झालात. तुम्हीदेखील तुमच्या कामासाठी कोलकात्याला आलात की, याच हॉटेलात उतरायचात. पण आत्ता आत्तापर्यंत तुमची आणि त्याची कधी भेट झाली नाही. सुकांतो सहसा त्याच्याच खोलीत असायचा.

या वेळी अगदी अचानक तुम्ही त्याला बघितलंत. तो नेमका तुमच्या शेजारच्याच खोलीत राहत होता. त्याने मात्र तुम्हाला बघितलं नाही. नाहीतर तो सावध झाला असता. तुमच्या मुलीचं त्याने जे काही केलं त्यामुळे तुम्ही त्याचा तिरस्कार करता. तुम्ही निश्चय केला होता की, जर कधी तो भेटला तर तुम्ही त्याला मारून टाकाल म्हणून. त्यामुळे या वेळेस तो दिसताक्षणी तुमची ही सुप्त इच्छा उफाळून वर आली. तो मेलाच पाहिजे असं तुम्ही ठरवलं होतं. तुमच्याकडून तुमचा हाच हिंस्रपणा आणि आक्रस्ताळेपणा तुमच्या मुलीला वारशाने मिळाला असणार.

त्या दिवशी रात्रीच्या जेवणानंतर तुम्ही तुमच्या खोलीतच थांबलात. त्याला कसं मारायचं हे तुम्हाला पक्कं ठाऊक होतं. तुम्ही योग्य संधीची वाट बघत होता.

सव्वानऊनंतर सुकांतोकडे लोकं यायला सुरुवात झाली. तुम्ही वाट बघत राहिलात. रात्री दहानंतर लोकं येण्याचं बंद झालं. तुम्ही तुमचं शस्त्र घेऊन बाहेर आलात.

इतर पाहुणे आधीच झोपायला गेले होते. जिन्याजवळ झोपणारा नोकर अजून आला नव्हता. तुम्हाला हीच संधी होती. तुम्ही दारावर टकटक केलीत...

त्याने दार उघडताच तुम्ही त्याच्या हृदयात भोसकलंत. तुम्ही डॉक्टर आहात. हृदयाची जागा शोधण्यासाठी तुम्हाला चाचपडावं लागलं नाही. नंतर तुम्ही त्याच्या खोलीचं दार ओढून घेतलंत, स्वत:च्या खोलीत आलात आणि झोपायला गेलात. तुमचा राजकुमार बसूशी काही संबंध आहे हे कोणालाच माहीत नव्हतं. याउलट पोलिसांना राजकुमारला रात्री भेटायला आलेल्या व्यक्तींचा संशय येत होता. खासकरून त्या सगळ्यांना गुन्हेगारीची पार्श्वभूमी होती म्हणून.

पण तुम्ही एक लहानशी चूक केलीत. इन्स्पेक्टर तुमची जबानी घेत होते तेव्हा तुम्ही म्हणालात की, तुम्ही राजकुमारला कधीच बघितलं नाही म्हणून. पण त्याच वेळेस तुम्ही हेही म्हणालात की, तुम्ही जर त्याला पाहिलं असतं तर तुम्ही त्याचा चेहरा कधीच विसरला नसता म्हणून. तर, कधी बघितलात तुम्ही त्याचा चेहरा? तुम्ही खोलीत डोकवायचा प्रयत्न केला होता, पण आम्ही तिघंही दारातच उभे असल्याने तुम्हाला त्या निष्प्राण देहाचा चेहराही बघता आला नाही. तुमच्याकडून बोलताना अनवधानाने अशी प्राणघातक चूक झाली नसती, तर वर्तमानपत्राच्या दहा वर्षांच्या फायली चाळायचा मी विचारसुद्धा केला नसता.''

व्योमकेश बोलायचा थांबला तेव्हा डॉ. रॉय लोहाराच्या भात्यासारख्या धपापत होत्या. संतापाने त्या लालबुंद झाल्या होत्या.

आपले दात आवळून घेत त्या म्हणाल्या, ''खोटं, सगळं खोटं. सुकांतोने माझ्या मुलीला मारलं, पण मी नाही मारलं त्याला. मी कशी मारणार त्याला? माझ्याकडे काय चाकू आहे?''

व्योमकेशने त्यांच्या सर्जिकल कीटच्या बॅगेकडे निर्देश केला आणि तो म्हणाला, ''तुमचं शस्त्र त्याच्या आत आहे.''

''नाही! बघा हवं तर आणि खात्री करून घ्या!'' त्यांनी बॅग उघडली आणि त्यातून शस्त्रक्रियेच्या बारीक धारदार कात्रीचं एक वेगळं केलेलं पातं बाहेर काढलं. क्षणार्धात तिने स्वत:ला भोसकायचा प्रयत्न केला. पण राखाल तिच्यापेक्षा जास्त चपळ निघाले आणि त्यांनी ते पातं तिच्या हातातून काढून घेतलं. डॉक्टरला दोन हवालदारांनी पकडलं. ती बाई वेड्यासारखी ''सोडा मला. मला जाऊ द्या. मला जगायचं नाही'' असं किंचाळत होती.

व्योमकेशने सुटकेचा नि:श्वास टाकला, ''बरं झालं देवा! ज्या शस्त्राने खून करण्यात आला आहे ते शस्त्रही सापडलं... नाही तर न्यायालयात गुन्हा साबित करताना अडचण झाली असती.''

ॎ